மாயம்

மாயம்

பெருமாள்முருகன் (பி. 1966)

படைப்புத் துறைகளில் இயங்கிவருபவர். அகராதியியல், பதிப்பியல், மூலபாடவியல் ஆகிய கல்விப்புலத் துறைகளிலும் ஈடுபாடுள்ளவர்.

2023ஆம் ஆண்டுக்கான 'பன்னாட்டுப் புக்கர் விருது' நெடும் பட்டியலில் 'பூக்குழி' நாவலின் ஆங்கில மொழிபெயர்ப்பு 'Pyre' இடம்பெற்றது. இவரது 'ஆளண்டாப் பட்சி' நாவலின் ஆங்கில மொழிபெயர்ப்பான 'Fire Bird' நூலுக்கு 2023ஆம் ஆண்டு ஜேசிபி இலக்கியப் பரிசு வழங்கப்பட்டது.

பெருமாள்முருகனின் பிற நூல்கள்
[காலச்சுவடு வெளியீடு]

நாவல்

- ஏறுவெயில்
- நிழல்முற்றம் (தமிழ் கிளாசிக்)
- கூளமாதாரி (தமிழ் கிளாசிக்)
- கங்கணம்
- மாதொருபாகன்
- ஆளண்டாப் பட்சி
- பூக்குழி
- ஆலவாயன்
- அர்த்தநாரி
- பூனாச்சி அல்லது ஒரு வெள்ளாட்டின் கதை
- கழிமுகம்
- நெடுநேரம்

சிறுகதை

- பெருமாள்முருகன் சிறுகதைகள் (1988 – 2015)
- சேத்துமான் கதைகள்
- வேல்!
- போண்டு

கவிதைகள்

- மயானத்தில் நிற்கும் மரம்
- கோழையின் பாடல்கள்

கட்டுரைகள்

- துயரமும் துயர நிமித்தமும்
- கரித்தாள் தெரியவில்லையா தம்பீ...
- பதிப்புகள் மறுபதிப்புகள்
- வான்குருவியின் கூடு (தனிப்பாடல் அனுபவங்கள்)
- கெட்ட வார்த்தை பேசுவோம்
- ஆர். ஷண்முகசுந்தரத்தின் படைப்பாளுமை
- நிழல்முற்றத்து நினைவுகள்
- நிலமும் நிழலும்
- தோன்றாத் துணை
- மனதில் நிற்கும் மாணவர்கள்
- மயிர்தான் பிரச்சினையா?
- அப்படியெல்லாம் மனசு புண்படக்கூடாது
- காதல் சரி என்றால் சாதி தப்பு
- பாதி மலையேறுன பாதகரு

பதிப்புகள்

- சாதியும் நானும் (அனுபவக் கட்டுரைகள்)
- கு.ப.ரா. சிறுகதைகள் (முழுத் தொகுப்பு)
- கருவளையும் கையும்

தொகுத்தவை

- உடைந்த மனோரதங்கள்
- பிரம்மாண்டமும் ஒச்சமும்
- பறவைகளும் வேடந்தாங்கலும் – மா. கிருஷ்ணன்
- உ.வே.சா. பன்முக ஆளுமையின் பேருருவம் (கட்டுரைகள்)
- தீட்டுத்துணி – சி.என். அண்ணாத்துரை (தேர்ந்தெடுத்த சிறுகதைகள்)
- கூடுசாலை – சி.சு. செல்லப்பா (கிளாசிக் சிறுகதைகள்)

பெருமாள்முருகன்

மாயம்

காலச்சுவடு பதிப்பகம்

அன்பார்ந்த வாசகருக்கு,

வணக்கம்.

காலச்சுவடு நூலை வாங்கியமைக்கு நன்றி.

நூலின் உள்ளடக்கம், உருவாக்கம், அட்டைப்படம் இன்ன பிற அம்சங்கள் பற்றிய உங்கள் கருத்துகளையும் ஆலோசனைகளையும் காலச்சுவடு வரவேற்கிறது. தகவல், எழுத்து, வாக்கியப் பிழைகள் தென்பட்டால் அவசியம் தெரிவித்து உதவுங்கள். நூல் தயாரிப்பில் கடும் குறைபாடு இருப்பின் மாற்றுப் பிரதி உங்களுக்குக் கிடைக்கக் காலச்சுவடு ஏற்பாடு செய்யும்.

மின்னஞ்சல்: **publisher@kalachuvadu.com**

காலச்சுவடு நாகர்கோவில் அலுவலகத்திற்குக் கடிதம் அனுப்பலாம்.

தங்கள்
எஸ்.ஆர். சுந்தரம் (கண்ணன்)
பதிப்பாளர் — நிர்வாக இயக்குநர்

மாயம் ❖ சிறுகதைகள் ❖ ஆசிரியர்: பெருமாள்முருகன் ❖ © பெருமாள் முருகன் ❖ முதல் (குறும்) பதிப்பு: நவம்பர் 2020, எட்டாம் பதிப்பு: ஜனவரி 2025 ❖ வெளியீடு: காலச்சுவடு பப்ளிகேஷன்ஸ் (பி) லிட்., 669, கே.பி. சாலை, நாகர்கோவில் 629001

maayam ❖ Short Stories ❖ Author: PerumalMurugan ❖ © Perumal Murugan ❖ Language: Tamil ❖ First (Short) Edition: November 2020, Eighth Edition: January 2025 ❖ Size: Demy 1 x 8 ❖ Paper: 18.6 kg maplitho ❖ Pages: 176

Published by Kalachuvadu Publications Pvt. Ltd., 669 K.P. Road, Nagercoil 629001, India ❖ Phone: 91-4652-278525 ❖ e-mail: publications@kalachuvadu.com ❖ Printed at Adyar Students xerox Pvt. Ltd., No. 275 Habibullah Road, Triplicane high Road, Opp Triplicane Post Office, Triplicane, Chennai 600005

ISBN: 978-93-90224-88-3

01/2025/S. No. 976, kcp 5529, 18.6 (8) uss

நெருக்கடிக்கு உள்ளான நாட்களில்
'உங்களோடு நாங்கள் இருக்கிறோம்'
என்று சொல்லி உடனிருந்த
எழுத்தாளர் ச. தமிழ்ச்செல்வன்
அவர்களுக்கு.

பொருளடக்கம்

முன்னுரை: எறும்பு வரிசை	11
கடைக்குட்டி	13
நுங்கு	22
போதும்	32
வீராப்பு	42
பொண்டாட்டி	53
முத்தம்	61
ஆட்டம்	69
தொடை	75
அருவி	83
நாய்	89
கருவாடு	98
பந்தயம்	106
பசி	113
அபிசேகம்	120
தொழில்	127
சிரிப்பு	134
பரிகாரம்	142
ஆடு	151
மாயம்	159
ஒளி	167

முன்னுரை

எறும்பு வரிசை

2014ஆம் ஆண்டுக்குப் பிறகு 'புறவழிச் சாலை' என்னும் ஒரே ஒரு சிறுகதை மட்டுமே எழுதினேன். தொடர் இடைவெளியின் காரணமாகச் சிறுகதை வடிவமே என் கைவிட்டுப் போனதோ எனத் தோன்றிற்று. ஆனால் எனக்குள் சிறுகதைகள் சேர்ந்து கொண்டேயிருந்தன. அவற்றைப் பிடித்து வைக்கும் தோதுதான் வசப்படவில்லை எனப் புரிந்தது. என் புலம்பலைப் பொறாத நண்பர் இராமன் 2019 டிசம்பர் 31 அன்று 'புத்தாண்டில் உங்கள் கதை ஒன்றை நான் படிக்க வேண்டும்; எழுதுங்கள்' என்றார்.

அன்றைக்கு ஒரு கதை எழுதினேன். அதைத் தொடர்ந்து மூன்று கதைகள். அந்த ஆவேசத்தைக் காப்பாற்றிக்கொண்டு எறும்பு வரிசை போல இருபது கதைகள் எழுதிவிட்டேன். ஒன்றின் காலை ஒன்று பற்றிக்கொண்டும் ஒன்றுக்குள் ஒன்று புகுந்து கொண்டும் இவை செல்கின்றன. இரண்டு மூன்று சேர்ந்து பெருமூட்டை சுமக்கின்றன. வளைந்தும் நெளிந்தும் கலைந்தும் கூடியும் எதையோ தேடி வரிசை போய்க்கொண்டே இருக்கிறது. ஆம். இவற்றை எறும்பு வரிசைக் கதைகள் என அடையாளப்படுத்தலாம்.

இக்கதைகளுக்கு விரிவான முன்னுரை அனாவசியம் என்று தோன்றியது. வேறு ஏதேனும் சந்தர்ப்பத்தில், எல்லாம் கூடிவரும் பொழுதில்

இக்கதைகளைப் பற்றிப் பேச எனக்குச் சில விஷயங்கள் உருவாகும் எனக் கருதுகிறேன். கொரானோ காலத்தில் என் மனம் குலையாமல் துணையிருந்து இக்கதைகள் என்னைக் காப்பாற்றின என்பதை மட்டும் இப்போதைக்குச் சொல்லிக் கொள்கிறேன்.

ஆகவே இக்கதைகள் உருவாக உற்சாகப்படுத்திய நண்பர் இராமனுக்கும் (கல்யாணராமன்), அவ்வப்போது என் வாசிப்பில் கேட்டுக் கருத்துத் தெரிவித்த துணைவி எழிலரசிக்கும் கதைகள் சிலவற்றைக் கேட்டும் சிலவற்றை வாசித்தும் மகிழ்ந்த என் பிள்ளைகள் இளம்பிறை, இளம்பரிதி ஆகியோருக்கும் அருமையாக அட்டை வடிவமைத்த ரோஹிணிமணிக்கும் இணையத்தில் சில கதைகள் பிரசுரமானபோது வாசித்து மேற்செலுத்திய நண்பர்களுக்கும் நன்றிகள். இந்நூலை வெளியிடும் காலச்சுவடு கண்ணனுக்கு என் அன்பு.

19-05-2020 **பெருமாள்முருகன்**
நாமக்கல்.

கடைக்குட்டி

முருகேசு தன் அப்பனுடன் பேசுவதே இல்லை. எந்த வயதில் பேச்சு நின்று போனது என்றும் தெரியாது. இப்போது அவனுக்குக் கல்யாணம் செய்யப் பெண் பார்த்துக் கொண்டிருக்கிறார்கள். இருபத்தொரு வயதாகிப் பருவப் பொலிவோடு இருக்கிறான். பத்தொன்பதிலேயே திருமணம் முடித்துவிட வேண்டும் என்றுதான் அப்பன் விரும்பினார். ஆணுக்கு இருபத்தொன்றும் பெண்ணுக்குப் பதினெட்டும் திருமண வயது என்பது சட்டம். அதை மீறி நடக்கும் திருமணம் பற்றித் தகவல் தெரிந்தால் மாவட்ட நிர்வாகம் சிறைக்கு அனுப்பிவிடும் என்று பலரும் பயமுறுத்தியதால் யோசனையைத் தள்ளிப் போட்டுவிட்டார்கள். வேண்டாதவன் எவனாவது குறுஞ்செய்தி அனுப்பிவிட்டால்கூட நான்கு பேர் விசாரிக்க வந்துவிடுகிறார்கள். சக மனித எதிரிகள் அதிகமாக இருக்கிறார்கள். அதனால் இருபத்தொன்று தொடங்கியதும் அப்பன் பெண்பார்க்கத் தொடங்கி விட்டார். ஆனாலும் அவனோடு பேச்சில்லை.

ஏதாவது சொல்வது என்றாலும் அம்மாதான் இருவருக்கும் பொது. 'உன்னரும மவங்கிட்டச் சொல்லு' என்பார் அவர். 'உம்புருசங்காரங் காதுல ஓது' என்பான் அவன். இல்லையென்றால் சாடைப் பேச்சு. அப்பனுக்குக் கல்யாணம் ஆகும்போது பத்தொன்பது வயதாம். அம்மாவுக்குப் பதினாறு. வீட்டுக்கு ஒரே பையன் என்பதால் வம்ச விருத்தி வேண்டும் என்று சின்ன வயதிலேயே தன் மகனுக்குக்

கல்யாணம் செய்து வைத்துவிட்டதாகப் பாட்டி சொல்வதுண்டு. அப்பனும் வம்ச விருத்தியை ஜோராகச் செய்தார். கல்யாணமாகி ஐந்தாண்டுகளுக்குள் மூன்று குழந்தைகள். ஒரு பெண், இரண்டு பையன்கள். மூன்றையும் வளர்ப்பதற்கே படாத பாடு. அதனால் வம்சத்தைப் பெருக்கியது போதும் என்று நிறுத்தினார்கள்.

எல்லாத் தடைகளையும் மீறி ஐந்தாறு ஆண்டுக்குப் பிறகு மீண்டும் ஒரு கரு. மாதவிலக்குப் பிரச்சினை அம்மாவுக்கு இருந்ததாலும் அதைப் பற்றி அவ்வளவாகப் பொருட்படுத்தி நினைவு வைத்துக்கொள்ளாததாலும் நான்கு மாதத்திற்குப் பிறகே தெரிந்திருக்கிறது. கலைத்துவிடலாம் என்று முதலில் மாத்திரை வாங்கிப் போட்டிருக்கிறார்கள். அதையும் உண்டு செரித்துக் கரு நன்றாக வளர்ந்திருக்கிறது. ஐந்து மாதமான கருவைக் கலைத்தால் அம்மாவின் உயிருக்கு ஆபத்து என்று சொன்னதால் சரி, மூன்றோடு நான்காக இருக்கட்டும் என்று பெற்றுக்கொண்டார்கள். அந்தக் கடைக்குட்டிக் குழந்தைதான் முருகேசு. இரண்டாவது அண்ணனுக்கும் அவனுக்கும் இடையே ஆறு வருச இடைவெளி. அக்காவும் அண்ணன்களும் பள்ளிக்குப் போய்க்கொண்டிருந்த பருவத்தில் அவனோ குழந்தை.

அவர்களைப் பொருத்தவரை அவன் ஒரு பொம்மை. பள்ளியிலிருந்து வந்ததும் கொஞ்ச நேரம் தூக்கி வைத்துக்கொண்டு விளையாடுவார்கள். அப்புறம் ஏதோ ஒரு மூலையில் போட்டுவிட்டுப் போவார்கள். அவன் சிணுங்கலோ அழுகுரலோ கேட்டால் ஆளுக்கொரு அடி விடுவார்கள். அதுவும் சின்னண்ணன் காலால் எத்தி உதைப்பான். அந்த ராட்சசர்களிடமிருந்து காப்பாற்ற அம்மாதான் ஓடி வருவார். அதனால் அம்மாவோடு மட்டும் ஒட்டுதல். இயல்பிலேயே அம்மா பிள்ளையாக வளர்ந்தான். ஒவ்வொருவருக்கும் ஒவ்வொரு சம்பாத்தியத்திற்கு வழி காட்டிச் சீக்கிரமாகவே கல்யாணம் செய்து தனியாக அனுப்பி வைத்துவிட்டார் அப்பன். ‘பருவம் வந்துட்டா பாத்து முடிச்சு அனுப்பி வெச்சரோணும். நமக்குத் தொந்தரவு கழிஞ்சுது பாரு’ என்பார்.

முருகேசும் பன்னிரண்டாம் வகுப்பு முடித்ததும் சம்பாதிக்க ஆரம்பித்துவிட்டான். மனதுக்குப் பிடித்த தொழிலே அமைந்தது. லாரிப் பட்டறை ஒன்றுக்குச் சில நாள் வேலைக்குப் போனான். அங்கே அவனுடைய பெரியண்ணன் மெக்கானிக் வேலை பார்த்தான். என்ஜினைக் கழற்றி மேய்ந்துவிடும் அளவு அதில் திறமையானவன் அண்ணன். எப்சிக்கு வரும் வண்டிகளில் பல வேலைகள் இருக்கும். அவற்றைச் செய்வோருக்கு எடுபிடி வேலையாள் முருகேசு. அங்கே வேலை பார்த்தால் படிப்படியாக

ஏதாவது ஒன்றைக் கற்றுக்கொள்வான் என்பது அண்ணனின் எண்ணம்.

ஒரு வண்டிக்கு வேலைகள் எல்லாம் முடியும் தருணம். எழுத்துப் பணிகள் மட்டும் பாக்கியிருந்தன. பெயிண்டால் எழுதுபவருக்குப் பட்டறையில் 'எழுத்தாளர்' என்பது செல்லப் பெயர். 'எழுத்தாளர்' வீட்டில் ஏதோ விசேசம் என்று ஒருவாரம் விடுப்பு எடுத்துக்கொண்டார். வேறு எழுத்தாளரைப் பிடிக்க முயன்றார்கள். ஆள் தோதாக அகப்படவில்லை. அவர்கள் பேசிக்கொள்வதைக் கேட்டு மெல்லத் தயக்கத்தோடு அண்ணனிடம் போய் 'நான் எழுதட்டுமா?' என்று கூரையைப் பார்த்துக் கேட்டான். அண்ணனுக்கு ஆச்சரியம். 'நீ எழுதுவியா?' 'நெசமே நீ எழுதுவியா?' 'நீயா?' என்று திரும்பத் திரும்பக் கேட்டான். அவனுக்குக் கையெழுத்து அத்தனை அழகாக வரும். படிப்புத்தான் வராது. 'ஆளப் பாத்தா அழகு; வேலையப் பாத்தா எழவு' என்பார் அவன் தமிழ் வாத்தியார்.

கிராமத்தின் விளிம்பில் இருந்த பள்ளிக்கூடம் அது. பள்ளிக்குச் சுவர் இல்லாத காலத்தில் விளையாட்டுத் திடல் முழுக்க அவ்வூர் மக்களின் மலக்காடாக இருந்தது. தினமும் மண்ணள்ளிப் போடுவதும் உள்ளே நுழைய முடியாதவாறு முட்களை வெட்டிப் போடுவதும் பள்ளி மாணவர்களின் வேலை. அப்படியும் கட்டுப்படுத்த முடியவில்லை. பல ஆண்டுகளாக முயன்று ஒருவழியாகப் பள்ளிக்குச் சுற்றுச்சுவர் வந்தது. சுவரோரம் மக்களுக்கு இன்னும் வசதியாக இருக்கும். அதனால் சுவரில் கடவுள் படங்களையும் தலைவர்களின் படங்களையும் வரையலாம்; பொன்மொழிகள், குறள்கள் எழுதி வைக்கலாம் எனத் திட்டமிட்டார்கள். அதற்கு அரசாங்க நிதி ஒதுக்கீடு இல்லை. பள்ளி மாணவர்களின் கை வண்ணம்தான். அங்கேதான் முதலில் பிரஷ் பிடித்தான் முருகேசு. நோட்டுகளில் வரைவது, எழுதுவதை விடவும் சுவர் அவனுக்கு மிகவும் வாகாக இருந்தது. தமிழ் வாத்தியாரே வந்து பார்த்துவிட்டு 'வேலையும் அழகுதாண்டா முருகேசு' என்று ஒத்துக்கொண்டார்.

அந்தக் கலைஞனின் திறமை சொந்த அண்ணனுக்குத் தெரியவில்லை. அவன் கையெழுத்து அழகாக இருக்கும் என்பதுகூட அண்ணனுக்கு ஆச்சரியமாக இருந்தது. சோதனை முயற்சியாக லாரிக்குப் பிரஷ் பிடித்தான். லாரியின் பெயர் 'ஓம் முருகா.' அதைத்தான் முதலில் எழுதினான். முருகன் கைவிடவில்லை. பெயர்ப் பலகையில் சிறிய எழுத்துக்களில் 'கரியகாளியம்மன் துணை' என்பது தொடங்கி பக்கங்களில் லாரி தொடர்பானவிவரக் குறிப்புகள், ரேடியேட்டருக்கு எழுதும் 'தினமும் என்னைக் கவனி', பின்பகுதியில் 'ஒலி எழுப்புக'

என எல்லாவற்றையும் அவனே எழுதினான். அதற்குப் பின் பட்டறையில் 'எழுத்தாளன்' ஆகிவிட்டான். அவனுக்குப் பிடித்தமான வேலையாக அது இருந்தது.

சில லாரிக்காரர்கள் சாமி படம் வரையச் சொல்வார்கள். சிலரிடம் அவனே கேட்டு மான், மயில் என்று எதையாவது வரைவான். 'ஒலி எழுப்புக' என்பதைப் பலவிதமாக எழுதுவான். லாரிக்காரருக்கு எது பிடித்திருக்கிறதோ அப்படி. சிலர் '*SOUND HORN*' போதும் என்பார்கள். சிலருக்கு 'ஒலி எனக்கு வழி உனக்கு', 'ஒலி கொடு வழி பெறு' என்றெல்லாம் எழுதுவது அவனுக்குப் பிடிக்கும். அந்த வேலையில் போதிய வருமானமும் இருந்தது. ஒரே இடத்தில் தினக்கூலிக்கு வேலை செய்யாமல் 'எழுத்துக் கூலி' பேசி வேலை செய்வதால் சுதந்திரமாகவும் இருந்தது. எழுத்தின் அளவையும் எண்ணிக்கையையும் கணக்கிட்டுப் பணம் பெறுவான். படம் வரைந்தால் அதற்குத் தனி. மொத்த லாரிக்குமான ஒட்டுமொத்த எழுத்து வேலைக்கும் சேர்த்துப் பேசி வேலை செய்வதும் உண்டு. இப்படிச் சுயமான வேலை அமைந்ததும் அவனுக்குக் கல்யாணம் செய்துவிடுவது என்று தீவிரமானார் அப்பன். 'இந்தக் கடைசி நாய ஒழிச்சு உட்டுட்டாத் தொந்தரவு தீந்திரும். அப்பறந்தான் நமக்கு நிம்மதி' என்பார்.

அவர் பார்க்கும் பெண்களை அவனுக்குப் பிடிக்கவில்லை. ஏதாவது ஒரு பெண்ணை அவன் தலையில் கட்டி வைத்து விரட்டிவிட அவர் திட்டம் போடுகிறார் என்பது தெளிவாகத் தெரிந்தது. பெண்ணைப் பார்த்தவுடன் பிடிக்க வேண்டும், மாமனார் வீட்டுக்குப் போனால் இரண்டு மூன்று நாட்கள் நிம்மதியாக இருந்து வரும்படி சூழல் இருக்க வேண்டும், ஒரு அவசரத்துக்கு மாமனார் வீட்டுப்பக்கம் இருந்து உதவிக்கு வர ஆள் வேண்டும் என்னும் மூன்றே மூன்று எதிர்பார்ப்புகள் மட்டும்தான் அவனுக்கு. ஆனால் அப்பனுக்கு எந்த எதிர்பார்ப்பும் இல்லை. ஒரு பெண். அவ்வளவுதான். இருபத்தொரு வயது முடிய இன்னும் ஆறுமாதம் இருக்கிறது. அதுவரைக்கும் பொறுமையாகப் பார்க்கலாம் என்பது அவன் எண்ணம். அப்பனுக்கு அத்தனை பொறுமையில்லை. இந்தப் பிரச்சினையால் இருவருக்கும் தினசரி உரசலாக இருந்தது.

இருவரும் பேசுவதில்லை என்றாலும் சாடைப் பேச்சே கொதிக்கும். தண்ணீர் விட்டு அமைதியாக்குவது அம்மாவின் வேலை. 'பெரிய மொதலாளி ஐயா... பூத்தூவிப் பாதந் தாங்கற மாமனார் ஊடு வேணும்', 'மூஞ்சியக் கண்ணாடியில பாத்தாத் தெரியும்' என்று எகத்தாளம் பேசுவார். ஏழெட்டு வருசமாக அவருக்குக் குடிப்பழக்கம் கூடிவிட்டது. அவர் சம்பளத்தில் தினசரி ஒரு கோட்டருக்கு ஒதுக்கியது போக மீதம்தான் வீட்டுக்குச்

சேரும். வீட்டுக்கு வந்ததும் 'என்ன அய்யாதொர ஊட்டுலதான் இருக்கறானா? அதது வலுசப்பசங்க நாலு எடம் போயி வருது. சேக்காளிங்க வெச்சுக்குது. இந்தக் கடைசிக் கருமாந்தரம் ஊட்டுலயே கெடக்குது. அம்மா சீலயப் புடிச்சிக்கிட்டுத் திரியுது, இன்னம் பால் குடிக்கற கொழந்தையாட்டம்' என்று ஏதேதோ பேசுவார்.

அவனுக்கு ஆங்காரமாக வரும். ஆனால் அம்மா தடுத்து விடுவார். 'இந்தக் காலத்துல பசவ ஊடடங்கி இருக்க மாட்டீங்கிதுன்னு அவுங்கவுங்க அழுதுக்கிட்டுக் கெடக்கறாங்க. வேலை, வேலை உட்டா ஊடுன்னு இருக்கற பையனத் திட்டறதே உனக்கு வேலையாப் போச்சு' என்று அவனுக்குப் பரிந்து பேசுவார் அம்மா. அப்படியும் அவனால் பொறுத்துக் கொண்டிருக்க முடியாது. 'குடிகார நாயி கொலைக்கறதுக்குன்னு வந்திருது' என்று சொல்லிவிட்டுப் போய்க் கட்டிலில் படுத்துக்கொள்வான். அதற்குப் பிறகு அவர் பேச்சு இன்னும் பெருகும். தெருவில் படுத்துக் கொண்டு எல்லோருக்கும் கேட்கும்படி கெட்ட வார்த்தைகளில் திட்டுவார். எதுவும் நேர்ப்பேச்சு கிடையாது. அப்பனுடன் அவனுக்கு எப்போதிருந்து பேச்சு வார்த்தை இல்லை என்று கேட்டால் அம்மா ஒவ்வொரு முறையும் ஒவ்வொரு மாதிரி சொல்வாள்.

அப்போது அவனுக்கு ஒன்றரை வயதிருக்கும். பகல் முழுக்க வீட்டில் அம்மாவும் அவனும்தான். சிமிட்டிக் கல் தயாரிக்கும் இடத்தில் வேலை செய்து கொண்டிருந்தார். பழைய சோற்றைக் குடித்துவிட்டு நேரமாகவே கிளம்பிப் போய்விடுவார். சிமிட்டியையும் ஜல்லியையும் கலந்து கல் தயாரிப்பது மட்டுமல்ல, கல் வேண்டுபவர்களுக்கு வண்டியில் ஏற்றுவதும் அங்கே போனதும் இறக்கி வைப்பதும் அவர் வேலை. உடன் ஆட்களும் இருப்பார்கள். வெகுகாலமாக அவருக்கு அதுதான் வேலை. வீட்டுக்கு அவ்வப்போது சோறு தின்றுவிட்டுப் போக வருவார். அவன் அம்மாவின் மேல் அவர் கை பட்டுவிட்டால் போதுமாம். குழந்தையாக இருந்த அவன் ஓடி வருவானாம். பிஞ்சுக் கையாலேயே அப்பனை அடிப்பானாம்.

முதலில் இது அவருக்கும் ஒரு விளையாட்டுப் போலத்தான் சந்தோசமாக இருந்ததாம். அவனைச் சீண்டிப் பார்க்கவே அம்மாவின் கன்னத்தில் கை வைப்பாராம். முதுகில் சாய்ந்து கொள்வாராம். கையைப் பிடிப்பாராம். அவரையே பார்த்துக் கொண்டிருக்கும் அவன் அவர் விரல் பட்டதும் உடனே ஓடி வருவானாம். அவர் நின்றிருந்தால் காலில் அடிப்பானாம். உட்கார்ந்திருந்தால் முகத்தில் அடிப்பானாம். அவரை அடிக்கும்போது அவன் முகம் சிவந்து கோபத்தில் கண்ணீரும்

கொட்டுமாம். 'உங்கம்மா மேல என் விரல் படாததான் நீ வந்துட்டியா?' என்று செல்லமாக அப்பன் அவன் கன்னத்தைக் கிள்ளுவாராம். ஒருமுறை காலையில் வேலைக்குப் போனவர் பதினொரு மணிவாக்கில் வந்துவிட்டாராம். சில நாளுக்கு வேலை இல்லை என்றால் அப்படி வருவது வழக்கமாம்.

வந்தவர் கட்டிலில் படுத்துத் தூங்க முயன்றாராம். கட்டிலைச் சுற்றி ஓடி ஓடி விளையாடிக் கொண்டிருந்த அவன் சத்தம் தூங்க விடவில்லையாம். அப்படியே தூக்கி அருகில் படுக்க வைத்துக்கொண்டு அவனையும் தூங்க வைக்க முயன்றாராம். தூங்குவது போலக் கண்ணை மூடிக்கொள்வானாம். தூங்கி விட்டான் என்று நினைத்தால் சட்டென்று எழுந்து சிரிப்பானாம். இப்படியே கொஞ்ச நேரம் போகவும் அவன் கவனத்தைத் திருப்பலாம் என்று நினைத்தாராம். காய் அரிந்து கொண்டிருந்த அவன் அம்மாவிடம் வந்து அவள் காலில் தலை வைத்துத் தரையில் நீட்டிப் படுத்தாராம். கட்டிலில் தூங்குவது போலக் கிடந்தவன் எழுந்து பற்களைக் கடித்துக்கொண்டு வந்தவன் அவர் முகத்தில் அடித்தானாம்.

'சாமி சிறுசுன்னாலும் பூச பெருசு'ன்னு செலவாந்தரம் சொல்வது போல சுருக்கென்று வலிக்கிற மாதிரி அடித்து விட்டானாம். எரிச்சல் பட்ட அவர் 'போடா. . .' என்று குழந்தையின் கன்னத்தில் லேசாக ஒரு அறை விட்டுத் தூரத் தள்ளினாராம். தடுமாறி விழுந்த குழந்தை எழுந்து வேகமாக வந்து லுங்கியை மடித்துக் கட்டியிருந்ததால் தெரிந்த தொடைப்பகுதியில் வெறியோடு கடித்து வைத்ததாம். துள்ளி எழுந்து பார்த்தால் பல்லிறங்கி ரத்தப்பொட்டுகள் தெரிந்தனவாம். குழந்தையை அடிக்க வந்தவரிடமிருந்து காத்து தன் நெஞ்சுக்குள் இறுக்கிக் கொண்டாராம் அம்மா. அந்தச் சம்பவத்திற்குப் பிறகு குழந்தையை அவர் தூக்கவில்லை; கொஞ்சவில்லை; பேசவேயில்லை. இப்போதும் அவர் தொடைப்பகுதியில் அவன் கடித்த வடு இருக்கிறது என்பார்.

சிலசமயம் வேறொரு சம்பவத்தைச் சொல்வார் அம்மா. அப்போது அவனுக்கு ஆறு ஏழு வயதிருக்குமாம். அவனுக்கு இருட்டு என்றால் பயம். ராத்திரியில் விடிவிளக்கு எரிந்தால்தான் படுப்பான். கழிப்பறைக்குப் போக வேண்டும் என்றால் அம்மா உடன் வர வேண்டும். அம்மாவைக் கட்டிப் பிடித்துக் கொண்டுதான் தூங்குவான். சீமை ஓடு. மூன்றே மூன்று அறைகள். சற்றே பெரிய பட்டாசாலை. சிறிய படுக்கையறை. சமையலறை. படுக்கையறைக்குள் பீரோக்கள் இரண்டு இருக்கும். எல்லாருடைய துணிகளும் அங்கும் இங்கும் இரைந்து கிடக்கும். நடுவே மெத்தைக்

கட்டில் ஒன்று. அதில் அம்மாவும் அவனும் படுத்துக் கொள்வார்கள். பட்டாசாளையில் அக்கா, அண்ணன் ஆகியோர். அப்பன் எங்கே படுக்கிறார் என்று சொல்ல முடியாது. பெரும்பாலும் தெருவில் கட்டிலைப் போட்டுப் படுத்துக்கொள்வார்.

அந்தத் தெருவில் பெரும்பாலும் எல்லா வீட்டிலும் யாராவது ஒருவர், இருவர் தெருவில்தான் படுத்திருப்பார்கள். மழைக்காலம், பனிக்காலம் என்றால் ரொம்பவும் குளிர் தாங்கவில்லை என்றால் பட்டாசாளைக்கு வருவார். அவன் தூங்கும் வரை விடிவிளக்கைப் போட்டு வைத்திருந்து தூங்கியதும் அணைத்து விடுவது அம்மாவின் வழக்கம். வெளிச்சம் இருந்தால் அம்மாவுக்குத் தூக்கம் வராது. ஓரிரவில் அவனுக்குத் திடுமென விழிப்பு வந்துவிட்டது. படுக்கையைத் தடவிப் பார்க்கிறான். அம்மா இல்லை. கண்ணுக்கு முன்னால் இருள். பயந்துபோய் வீரிட்டுக் கத்தி அழ ஆரம்பித்துவிட்டான். 'அம்மா அம்மா' என்று கத்தல். இருளுக்குள் இருந்து வந்த அம்மா விடிவிளக்கைப் போட்டுவிட்டு வந்து அவனை அணைத்துத் தேற்ற ஆரம்பித்தாள். அதற்குள் பட்டாசாளையில் அக்கா, அண்ணன் எல்லோரும் எழுந்துவிட்டார்கள். 'கக்கூஸுக்குப் போயிட்டு வர்றதுக்குள்ள அந்த அழிச்சாட்டியம் பண்ணிட்ட போ' என்பார் அம்மா.

அப்பனும் வந்து 'தப்பிப் பொறந்த நாயி ராத்திரியில உசுர வாங்குது' என்று திட்டிவிட்டுப் போனார். அவனுக்குச் சிறுநீர் கழிக்க வேண்டியிருந்தது. வெளியே போகும்போது அப்பன் தெருக் கட்டிலில் உட்கார்ந்து பீடி பிடித்துக் கொண்டிருந்தார். 'எல்லார்த்தயும் எழுப்பி உட்டுட்டுப் போவுது பாரு பயந்தாங்கொள்ளி நாயி...' என்றார் எரிச்சலோடு. விவரம் தெரியாத அந்த வயதில் அவரை நோக்கி எச்சிலைக் காறி உமிழ்ந்து 'நீதான் நாயி' என்று கத்தினான் அவன். எச்சில் அவர் முகத்தில் தெறித்திருக்கக் கூடும். துடைத்துக்கொண்டு 'செரிக்குச் செரி பேசற இந்த நாயிகூட இன்னமே எனக்குப் பேச்சு இல்ல' என்று சொன்னார். சொன்னபடியே அதன்பின் இருவரும் பேசிக் கொள்ளவில்லை.

'எத்தன கதம்மா சொல்வ? எதும்மா நெஜம்?' என்றால் 'எல்லாமே நெஜந்தாண்டா' என்பாள். அது மட்டுமல்ல, 'உனக்கு அப்பப் பதினொரு வயசிருக்கும்' என்று இன்னொரு கதையைத் தொடங்கிவிடுவாள். 'போதும் போதும் நிறுத்து. நான் பொறந்ததுல இருந்து அவரோட பேசறது இல்ல அப்படீன்னு நெனச்சுக்கறன்' என்று நிறுத்திவிடுவான். யாராவது கேட்டாலும் அம்மா வைத்திருக்கும் ஐந்தாறு சம்பவங்களுள் ஏதாவது ஒன்றை எடுத்து விடுவார். இந்தக் கல்யாணப் பிரச்சினை தொடங்கியதிலிருந்து

இருவருக்கும் வரும் உரசல் பொறி பறக்கும்போது வந்து நின்று எதையாவது சொல்லித் தீப் பற்றாமல் அணைத்துவிடுவதில் அம்மா கெட்டி. அன்றைக்கு அம்மாவையும் மீறிவிட்டது.

கொஞ்சம் போதையில்தான் வந்தார். பட்டாசாளைக் கட்டிலில் உட்கார்ந்து தொலைக்காட்சியில் ஏதோ ஒன்றை ஆர்வமாகப் பார்த்துக் கொண்டிருந்தான். நிலக்கடலை வேக வைத்துக் கொண்டு வந்த அம்மா அதை உரித்துத் தின்ன அவன் சோம்பல் படுவான் என்று கட்டிலுக்குக் கீழே உட்கார்ந்து கடலையை உரித்துத் தந்தார். அம்மா தரத் தரக் கையில் வாங்கி ஒவ்வொன்றாக வாயில் போட்டுக்கொண்டே நிகழ்ச்சியில் ஆழ்ந்திருந்தான். அந்தக் காட்சி அவருக்குக் கோபத்தை ஏற்படுத்தியது. 'சீக்கிரமாக் கல்யாணத்தப் பண்ணிக்கிட்டுப் பொண்டாட்டி கைல வாங்கித் திங்கச் சொல்லு' என்றார் அம்மாவைப் பார்த்து. அவர் சொன்னதை அவன் முழுதாக உள்வாங்கவில்லை. அம்மா சிரித்துக்கொண்டே 'கல்யாணத்தப் பண்ணி வைங்க' என்றார். 'நானா மாட்டீங்கறன்? பாக்கற பொண்ணயெல்லாம் வேண்டான்னு சொன்னா எப்பிடி?' என்றார் அப்பன். 'அவனுக்குப் புடிக்கற மாதிரி நீங்க பாக்கணும்' என்றார் அம்மா கேலியாக. இது வழக்கம்தானே என்று அவர்கள் பேச்சில் பாதிக் கவனமும் நிகழ்ச்சியில் மீதியுமாக அவன் இருந்தான்.

ஒருவாரத்திற்கு முன் அவர் பார்த்துவிட்டு வந்து சொன்ன பெண் ஒருத்தியை அவன் வேண்டாம் என்று மறுத்திருந்தான். அந்தப் பெண்ணைச் சொல்லி அவள் அப்பன் இதுவரைக்கும் நான்கைந்து முறை தன்னைக் கேட்டுவிட்டதாகவும் தான் பதில் சொல்லத் தவிப்பதாகவும் சொன்னார். அந்தப் பெண்ணுக்கு என்ன குறை என்றும் அவள் அப்பா அம்மாவுக்குத்தான் என்ன குறை என்றும் கேட்டார். மூன்று பெண்களில் அவள் இரண்டாவது பெண். அவளுக்கு ஒரு தம்பியும் இருந்தான். மூன்று மருமகன்கள் இருக்கப் போகும் வீடு என்பதை அவனால் யோசித்துப் பார்க்கவே முடியவில்லை. அப்படியான வீட்டைப் பற்றி யோசிக்கும்போது 'மிடில் கிளாஸ் மாதவன்' படத்தில் வடிவேலுவும் விவேக்கும் மாமனார் வீட்டில் போயிருக்கும் காட்சிகளே நினைவுக்கு வரும். தான் வடிவேலாகவோ விவேக்காகவோ இருக்க முடியாது; கூடவே சார்லி மாதிரி இன்னொரு மருமகனும் வந்துவிட்டால் அவ்வளவுதான். அதனால் அந்த இடம் வேண்டாம் என்று மறுத்திருந்தான்.

பெண்ணின் அப்பன் அவ்வப்போது தன் அப்பனைப் பார்ப்பதும் ஒரு கோட்டர் வாங்கித் தருவதும் அவனுக்குத் தெரிந்திருந்தது. எப்படியாவது பெண்ணை அவனுக்குக் கொடுத்துவிட வேண்டும் என்று திட்டமிட்டுச் செய்வதாகத்

தோன்றியது. அவனுக்காக அம்மாவே பதில் சொன்னார். 'அவனுக்குப் பிடிக்கலைன்னா உட்டுருங்களே. ஊருல பொண்ணுங்களா இல்ல? இன்னொன்னப் பாத்தாப் போவுது. இப்ப என்ன அவனுக்கு வயசா ஆயிருச்சு?' என்றார் அம்மா நிதானமாக. 'ஆமாண்டி அவனுக்கு வயசாவுல. எனக்குத் தான் வயசாயிருச்சு. எல்லாம் நீ குடுக்கற எடம்' என்று பல்லைக் கடித்துக் கொண்டு வெளித் திண்ணையில் இருந்து எழுந்து வேகமாக வந்தவர் உட்கார்ந்திருந்த அம்மாவின் மயிரைப் பற்றி இழுத்து முதுகில் ஓங்கிக் குத்தினார். 'அய்யோ அய்யோ' என்று அம்மா கத்தினார். அவரிடமிருந்து பிடுங்கிக்கொள்ள அம்மா முயன்றார். அது அவருக்கு இன்னும் கோபத்தைக் கூட்டிற்று. அவனுக்கு முன்னால் அம்மாவை அடிக்க மாட்டார். எப்போதாவது அவன் இல்லாத போது அம்மாவை அடித்திருக்கும் சுவடு தெரியும். ஆங்காரம் கொண்டு அவரை என்ன செய்கிறேன் பார் என்று கிளம்புவான். 'போடா... புருசன் பொண்டாட்டி சண்டையில பெத்த புள்ளகூடத் தலையிடக் கூடாது' என்று அம்மா தடுத்துவிடுவார்.

அம்மா அப்படிச் சொல்வார் என்பதற்காகச் சற்றே பொறுத்துப் பார்த்தவன் அம்மாவின் கத்தல் அதிகமாவதைப் பார்த்து எழுந்தான். 'போதைன்னா அறிவு நெனவு இல்லாத போயிருமா?' என்று சொல்லியபடி அவர் கையிலிருந்து அம்மாவை விடுவித்தான். பற்றியிருந்த அவர் கையை ஒரு சுழற்றுச் சுழற்றி இழுத்துப் 'போ வெளிய' என்று தள்ளிவிட்டான். தெருவில் போய் விழுந்தவர் சுற்றிலும் பார்த்தார். அங்கங்கே வீடுகளில் இருந்தும் தெருவில் நின்றுகொண்டும் அவரைப் பலர் பார்ப்பது தெரிந்தது. சில நிமிடம் அப்படியே கிடந்தவர் நிதானமாகக் கையூன்றி எழுந்தார். பிறகு 'பெத்த தாயவே வெச்சிக்கிட்டுக் கல்யாணம் பண்ணிக்க மாட்டீங்கறான். தாயோலி... கேட்டா என்னயவே அடிக்க வர்றான்' என்று அவர் சத்தமாகக் கத்தியது எல்லோருக்கும் நன்றாகக் கேட்டது.

29–04–20

✦

நுங்கு

முருகேசு ஆடு மேய்த்துக் கொண்டிருந்தான். செம்மறிகளும் அதன் குட்டிகளுமாகச் சேர்த்து முப்பது உருப்படி இருக்கும். ஒருவருசத்திற்கு முன் அவன் அப்பன்தான் மேய்த்துக் கொண்டிருந்தார். பள்ளி விடுமுறை நாட்களில் ஆடு அவன்வசம் வந்துவிடும். பள்ளி நாட்களில் பொழுது கிளம்பும்முன் ஆட்டை வெளிவிட்டு இரண்டு மணி நேரம் மேய்த்து உள்ளோட்டி அடைத்துவிட்டுப் பள்ளிக்குப் போவான். மாலையில் பள்ளியிலிருந்து வந்ததும் ஆடுகள் மேயும் இடத்திற்குப் போய்ப் பொறுப்பை ஏற்றுக்கொண்டு அப்பனை விடுவிப்பான். பள்ளிப் படிப்பு முடித்தவுடன் கல்லூரி ஒன்றில் சேர்ந்து ஆறுமாதம் போய்ப் பார்த்தான். அவனுக்கு அது ஒட்டவில்லை.

'இந்தக் காலத்துப் பையன ஆடு மேய்க்கப் போட்டுட்டியேப்பா' என்று யாராவது கேட்பார்கள். அப்பன் குதூகலத்தோடு பதில் சொல்வார். 'நாம பரம்பர ஆண்டி பாத்துக்க. ஆடு மேச்சுத்தான் தீரோனும்னு ஆண்டவன் எழுதி வெச்சிட்டான்.' கூடவே இதையும் இணைத்துக்கொள்வார். 'பனண்டாவது படிச்சான். மேல படிடா கண்ணுன்னு காலேசுல சேத்தித்தான் உட்டன். பசவ கூட்டம் கூட்டமாப் போறதப் பாத்தா ஆடுவ மந்தையாப் போறதுதான் நெனப்பு வருது, அத நான் இங்கயே பாத்துக்கறன் அப்படீன்னு நின்னுக்கிருச்சு கழுத.'

ஆடுகளைப் பற்றியும் ஆடு மேய்ப்பது பற்றியும் நுணுக்கமாகச் சொல்லிக் கொடுத்தவர் அப்பன்தான்.

அவனிடம் ஆட்டுப் பொறுப்பை ஒப்படைத்ததும் அவர் வேறு வேலைகளுக்குப் போகத் தொடங்கினார். பாத்தி போடவும் பார் பிடிக்கவும் இன்ன பிற விவசாய வேலைகளுக்கும் போனார். மாதத்தில் ஒருவாரம் ஏரி வேலைக்குப் போவார். நூறு நாள் வேலைத் திட்டத்திற்கு அவர்கள் ஊரில் 'ஏரி வேலை' என்றுதான் பெயர். அதைப் பற்றி 'அட போயி . . . நாலு புல்லக் கொத்திப் போட்டுட்டு நெவுல்ல உக்கோந்துக்கிட்டு ஞாயம் பேசீட்டு வர்றமப்பா. எப்படீன்னாலும் அரசாங்கச் சம்பளம் வாங்கோணும்னு எந்தலையில எழுதி இருக்குது' என்பார்.

வாரம் இரண்டு சந்தைக்கு ஆட்டு வியாபாரத்துக்கும் போவார். ஆட்டுக் கிடாய்களைக் கசாப்புக் கடைக்காரர்கள் வீடு புகுந்துகூடக் கண்டுபிடித்து வாங்கிக்கொண்டு போய்விடுவார்கள். தலையீத்துப் பிரவைகள், சினையாடுகள், இளங்குட்டிகள் இவற்றை வாங்கிக்கொண்டு போய்ச் சந்தையில் விற்றுவருவார். ஆடுகளின் காலடியில் விழுந்து கிடந்ததைவிட இப்படி வேலைகளுக்குப் போவதை அவர் மகிழ்ச்சியாகச் செய்தார். 'வருசக் கணக்கா ஆடே ஒலகம்னு கெடந்துட்டன். இப்பப் பையன் வந்து வேற ஒலகத்தப் பாருப்பான்னு அனுப்பீட்டான்' என்று பெருமை பேசுவார்.

அவ்வப்போது அவன் ஆடு மேய்க்கும் இடத்துக்கும் வருவார். ஏதாவது கோளாறு சொல்வார். அவர் நன்றாக மரம் ஏறுவார். அவனுக்கு மரம் ஏற வராது. அதுதான் அவருக்குக் குறை. மரம் ஏறத் தெரிந்தால் வாதநாராயண மரம், பூவரசு, கிளுவை என ஆடுகள் தின்னும் மரங்களில் ஏறி அவ்வப்போது ஒவ்வொரு கிளையைத் தரித்துப் போடலாம். ஆடுகள் குதூகலமாகத் தின்னும். அது அவனுக்கு முடியாது. கைச்சல்லையில் எட்டும் வாதைப் பிடித்து கருவேலங்காய்களை உலுக்கிவிடுவான். அவர் வரும்போதெல்லாம் ஏதாவது ஒரு மரத்தில் ஏறி ஒரு கிளையைத் தரித்துப் போடுவார். அப்போது முணுமுணுப்பார். 'பூன வம்சத்துல புலி வந்து பொறந்து மானத்த வாங்கறான்.' அவனுக்குக் கேட்கிற மாதிரி சொல்ல மாட்டார். அப்படிச் சொன்னால் அவனால் பதிலடி கொடுக்க முடியும்.

சின்ன வயதில் பலவிதமான மரங்களிலும் ஏறி விளையாடியவன் தான் அவன். வேம்பின் கிளை பற்றி அதில் தூரிக் கயிற்றை லாவகமாகக் கட்ட அவனால் முடிந்தது. உச்சானிக் கிளையில் ஏறி அதை உலுக்கி 'மரம் பேயாடுது' என்று பேய் விளையாட்டும் கூட விளையாடியிருக்கிறான். எல்லாம் அவரால்தான் கெட்டுப் போயிற்று. அவனுக்குப் பனைமரம் ஏறிப் பழக்குவதாகச் சொல்லி ஒரு சித்திரையில் கூட்டிப் போனார். அப்போது அவன் ஐந்தாம் வகுப்பு படித்துக்கொண்டிருந்தான். நுங்கு உறிஞ்சுவதில் அவனுக்கு ஆசை அதிகம்.

பனை ஏறுவதில் இரண்டு விதங்களைக் காட்டினார். கால் கயிறு மட்டும் போட்டுக்கொள்ள வேண்டும். ஏறும்போது கால்கள் விரிந்து அகன்றால் பிடிப்பு நழுவிவிடும். நீள்வட்டத்தில் கயிறு பின்னி அதன்மேல் பனைநார் சுற்றிக் கட்டிய கால்கயிறு வைத்திருந்தார். இரண்டு பாதத்தையும் இணைத்துக் கால்கயிற்றை மாட்டிக்கொண்டு பனை ஏறினார். சின்னப் பனை ஒன்றில் அதைக் கட்டியணைத்து நெஞ்சை மரத்திற்குக் கொடுத்து ஏறிக் காட்டினார். நெஞ்சைக் கொடுத்து ஏறினால் பனையின் சொரசொரப்பு கீறிக் காயம் வரும். காயம் ஏற்படாமல் ஏறுவது கடினம். எப்பேர்ப்பட்டவரையும் பனை காயப்படுத்திவிடும்.

நெஞ்சைக் கொடுக்காமல் கையூன்றி ஏறுவதுதான் நல்ல முறை. அதில் விரைவாகவும் மேலே போய்விடலாம். அதில் அவர் கில்லாடி. மரத்தில் ஏறிய பிறகு சேட்டைகளும் செய்வார். பனையோலைக் கருக்குகளிடம் தப்பித்து நுங்குக் குலைகளைப் பற்றிக் குருத்துக்கு ஏறி ஓலைப்பட்டையில் உட்கார்ந்து கொள்வார். குனிந்து ஒரு குலையில் ஒரே ஒரு நுங்கைக் கொத்தி எடுத்துச் சீவி உறிஞ்சுவார். அப்படியே ஒவ்வொரு குலையிலும் ஒவ்வொரு நுங்கு. பதம் பார்த்து வெட்ட வேண்டுமானால் அப்படித்தான் என்பார். நுங்கு உறிஞ்சலாம் என்று ஆசையாய் வந்து கீழே காத்திருப்பவருக்கு எரிச்சலாகிவிடும். அவன் அப்படிப் பொறுமை இழந்து 'நான் போறன் போப்பா' என்று கிளம்பியும் இருக்கிறான். அப்புறம்தான் வெட்டிப் போடுவார்.

நெஞ்சைக் கொடுத்து ஏறும் முறையைத்தான் முதலில் அவனுக்குச் சொல்லிக் கொடுத்தார். பாதி தூரம் ஏறியவனுக்குக் கை நடுங்கியது. கீழே இறங்கியவனுக்குக் காலும் வெடவெடவென்று நடுங்கியது. 'எருவுகாலி' என்று சிரித்தார். அவர் இல்லாதபோது ஏறிப் பழகிக் கொஞ்சம் கொஞ்சமாக மரத்தின் உச்சிக்குப் போய்விட்டான். அப்படி ஒருநாள் அவருக்கு ஏறிக் காட்டினான். அவருக்குச் சந்தோசமாகவே இருந்தது. கொடுவாளை முதுகுப்பக்கம் செருகிக்கொண்டு ஏறவும் சொன்னார். மரத்தின் கழுத்துப் பகுதியில் நின்றுகொண்டு கொடுவாளை எடுத்து எட்டி நுங்குக்குலையின் காம்பில் வெட்டுவதைப் பற்றியும் சொன்னார்.

ஒவ்வொன்றையும் அவன் ஆர்வமாகத் தெரிந்துகொண்டு செய்தான். பனம்பழப் பருவத்தில் முடிந்தவரைக்கும் மரம் ஏறக் கூடாது என்றார் ஒருநாள். பனம்பழ வாசம் பிடித்து வில்லரணை போன்ற பாம்புகள் சில மரம் ஏறிப் படுத்திருக்கும் என்றார். அப்படிப் பாம்பைக் கண்டுவிட்டால் கொடுவாளால் ஒரு போடு போட்டுத் துண்டிக்கத் தைரியம் வேண்டும். இல்லாவிட்டால் சரசரவென்று கீழே இறங்கிவிட வேண்டும். அவர் இறங்குவதற்கு ஏறும் நேரத்தில் பாதிதான் எடுத்துக்கொள்வார். இன்னும்

பெருமாள்முருகன்

வேகமாகவும் இறங்கிக் காட்டினார். வழுக்கு மரத்தில் கைகளை வைப்பது போல லாவகமாகச் சறுக்கி அவர் வருவதைப் பார்க்க அதிசயமாகத்தான் இருந்தது.

நுங்குப் பருவத்தில் மரமேறிக் குலை வெட்டிப் போட்டு விட்டுப் பெருமிதமாக அவன் இறங்கிக் கொண்டிருந்தபோது சட்டென்று 'டேய் பாம்பு பாம்பு' என்று கத்தினார். பதற்றத்தில் அவனுக்குச் சரசரவென்று இறங்கத் தெரியவில்லை. 'அய்யோ' என்று கத்தியபடியே கைப்பிடியை விட்டுவிட்டான். பாதி மரத்திலிருந்து அப்படியே வந்து மண்ணில் பொத்தென்று விழுந்தான். உழுது போட்டிருந்த நிலம். செம்பூக்களை விரித்து வைத்திருந்த நிலம் அவனைத் தாங்கிக்கொண்டது. விழுந்த அதிர்வில் மூர்ச்சை அடைந்துவிட்டான். ஆட்கள் யாரும் இல்லை. பதறிய அப்பன் அவனைத் தூக்கி வந்து நிழலில் படுக்க வைத்து நுங்கைச் சீவி முகத்தில் நீரைத் தெளித்தார். நாக்கையும் நனைத்தார்.

மெல்ல விழித்து எழுந்தவனுக்கு அழுகை வந்தது. உடலை அசைக்க முடியவில்லை. அவனைத் தூக்கி நிற்க வைத்துக் கைகளையும் கால்களையும் உதறிக் காட்டச் சொன்னார். மெதுவாக என்றாலும் அசைக்க முடிந்தது. 'எங்கண்ணே, உனக்கு ஒன்னும் இல்லடா. பூமாதேவி தாங்கிப் புடிச்சிக்கிட்டா. எதோ ஒரு தத்து உனக்கு. பயப்படாதடா கண்ணு' என்று அவனை மடியில் தாங்கிக்கொண்டு ஏதேதோ சொல்லிப் புலம்பினார் அப்பன். அவருக்கும் அழுகை வந்தது. நீர் அதிகம் இருக்கும் இள நுங்குகளைத் தேடி எடுத்துச் சீவிக் கொடுத்தார். நுங்கு நீரை உடல் முழுவதும் பூசிவிட்டார்.

அவன் அம்மாவிடம் பனையிலிருந்து இறங்கும்போது ஓர் ஆள் உயரத்தில் இருந்து குதித்தான் என்றும் அப்போது தடுமாறிக் கீழே விழுந்துவிட்டான் என்றும் சொன்னார். அவன் அழுதானே தவிர அம்மாவிடம் ஏதும் சொல்லவில்லை. பத்துநாள் கட்டிலிலேயே கிடந்தான். உடல் முழுக்க ரத்தக் கட்டு. வர ஒத்தடம், வெந்நீர்க் குளியல் என்று அம்மா கவனிப்பில் மீண்டு வந்தான். அப்பனும் சும்மா இல்லை. அம்மாவிடம் அப்பனைக் காட்டிக் கொடுக்கவில்லை என்பது அவருக்கு ஆறுதலாகவும் அவனை நினைத்து நெகிழ்ச்சியாகவும் இருந்தது. முட்டை, கறி என்று எடுத்துக் கொண்டுவந்து கொடுத்தார். புறாக் குஞ்சுகளைத் தேடி எடுத்து வந்து அவரே சாறு காய்ச்சிக் கொடுத்தார். எப்படியோ தேறி எழுந்தான். ஆனால் மரம் ஏறுவதை விட்டுவிட்டான்.

மரம் ஏற நினைத்தாலே மனதில் நடுக்கம் வந்தது. மரத்திற்கு அருகில் போனால் கால்கள் வெடவெடவென்று அடித்துக் கொண்டன. ஒரு வேம்பில் ஏறக்கூடத் தயக்கமாக இருந்தது.

பனையை அண்ணாந்தே பார்க்க முடியவில்லை. கைகளை விட்ட கணத்திற்கும் நிலத்தில் வந்து விழுந்த கணத்திற்கும் இடையே என்னவாயிற்று என்பதை அவனால் நினைவுக்குக் கொண்டுவரவே முடியவில்லை. கையை விட்டோம், கீழே விழுந்தோம், அவ்வளவுதான். இடைப்பட்ட கண நேரம் நினைவுக்கு வந்துவிட்டால் அதைக் கடந்துவிடலாம், மீண்டும் மரம் ஏறலாம் என்று நினைத்தான். ஆழ்ந்த தூக்கக் கணம் போலவே அது ரகசியமாக இருந்தது. ஒரு கட்டத்தில் இனிமேல் மரம் ஏறுவதைப் பற்றி நினைக்கவே வேண்டாம் என்று விட்டுவிட்டான். அப்பன் என்னென்னவோ சொல்லிப் பார்த்தார்.

'இங்க பாரு பீடி பத்த வெக்கறன் . . . ஒருக்கா தீ கையச் சுட்டுப்புடுச்சு. அதுக்காவ இன்னொருக்காப் பீடி பத்த வெக்காத இருக்க முடியுமா? அடுத்த தடவ பத்த வெக்கும்போது சுடாத எச்சரிக்கையாகப் பத்த வெக்கோனும். அவ்வளவுதான?' என்றார் ஒருமுறை. 'பீடி பத்த வெக்கறதும் மரம் ஏறறதும் ஒன்னா?' என்று கோபத்தோடு கத்தினான். 'நீ மரமே ஏற வேண்டாண்டா கண்ணு. மரம் ஏறத் தெரியாதவங்க இந்த ஒலகத்துல பொழைக்கலையா என்ன?' என்றார் அம்மா. அந்த வாசகமே அவனுக்கு நல்ல பிடிமானமாகிவிட்டது. அப்பன் அவ்வப்போது முனகுவார்; முணுமுணுப்பார். என்னவென்று கேட்டால் 'ஒன்னுமில்ல போடா' என்பார். அவனுக்கு மரம் ஏறத் தெரியவில்லை என்பது அவருக்குப் பெரிய மனக்குறையாகவே இருந்தது.

'இனிமேல் ஆடுகளை நான் பார்த்துக்கொள்கிறேன்' என்று கையிலிருந்த புத்தகங்களை வீசிவிட்டு அவன் சொன்னபோது 'இவனுக்கு மரம் ஏறத் தெரியாதே' என்பதுதான் அப்பனின் மனதில் முதலில் தோன்றிய கவலை. அவ்வப்போது அதை வெளிப்படுத்திக் கொண்டும் அவராகவே வந்து மரம் ஏறி ஆடுகளுக்குத் தழை வெட்டிப் போட்டும் போவார். சிலசமயம் செல்லமாகவும் சிலசமயம் கோபமாகவும் எரிச்சலாகவும் அவரது வாய் முனகும். தெரிந்தாலும் அவன் காட்டிக்கொள்வதில்லை. ஆடு மேய்க்கும் வேலையே செய்கிறேன் என்று அவன் வந்து சேர்ந்தபோது ஒன்றும் சொல்லாமல் அனுமதித்தாரே அதுவே போதும், அவரைப் பொறுத்துக்கொள்ளலாம் என்று நினைத்துக்கொள்வான். கோபம் கொஞ்சம் தாழ்ந்துவிடும்.

ஆடு மேய்ப்பது அவனுக்குப் பிடித்துத்தான் இருந்தது. மனிதர்களைப் பார்ப்பதை விடவும் இது நல்லதுதான் என்றும் நினைப்பான். அவனாகவே ஒரு முறையை ஏற்படுத்திக் கொண்டான். கரிக்குருவி கீச்கீச்சென்று கத்தும் போதே எழுந்து விடுவான். முகத்தில் தண்ணீரை அடித்துத் தூக்கச் சடவைப் போக்குவான். கையில் ஒரு குண்டா. கொடாப்பில் ஒரு குட்டி

மட்டும் இருந்தால் கையில் எடுத்து மாரோடு அணைத்துக் கொள்வான். ஒன்றுக்கு மேற்பட்ட குட்டிகள் இருந்தால் கூடைக்குள் வைத்துத் தலையில் ஏற்றிக்கொள்வான். நேராகப் பட்டிக்கு நடை. வாலாட்டி வரவேற்கும் நாயை அவிழ்த்துவிடுவான். அது குஷியோடு பட்டியைச் சுற்றிச் சுற்றி ஓடிக் குதிக்கும். குட்டியும் தாய் ஆடும் அதற்குள் கத்திக் கத்தித் தீர்த்துவிடும். உள்ளே விட்டதும் குட்டி ஓடித் தாய் ஆட்டின் மடியில் பரவசத்தோடு முட்டுவதைப் பார்த்தபடி நிற்பான். அப்புறம், வளர்ந்த குட்டியைக் கொண்ட தாய் ஆடு ஒன்றைப் பிடித்துக் குண்டாவில் பால் பீய்ச்சுவான். அவனுக்குப் பழகிய ஆடுகள் என்பதால் பேசாமல் நிற்கும். வீட்டுக்குக் கொண்டு வந்து பால் காய்ச்சிக் காப்பி போடுவான். ஆட்டுப்பாலுக்கும் காப்பிக்கும் அத்தனை பொருந்தும்.

'மொச்சப் பால்ல எப்படித்தான் காப்பியப் போட்டுக் குடிக்கறானோ' என்று அம்மா அனத்துவார். 'குடிச்சுப் பாரும்மா' என்று சிரிப்பான். 'ஆடாப் பொறந்திருக்க வேண்டியவண்டா நீ' என்று அம்மா சிரிப்பார். பெரிய டம்ளர் ஒன்றில் ஊற்றிக்கொண்டு வாசல் வேம்படியில் உட்கார்ந்து கால் மணி நேரம் குடிப்பான். கைப்பையில் ஒரு புட்டித் தண்ணீர், ஒரு புத்தகம், நீளத் துண்டு எல்லாம் எடுத்துக்கொள்வான். இருள் அகன்று பொழுது புலராத நிழல் நேரத்தில் பட்டிக்குப் போய் ஆடுகளை வெளிவிடுவான். காலையில் பசியோடு இருக்கும் ஆடுகள் ஓரிடத்தில் நின்று மேயாது. அதனால் ஒரு கல் தொலைவில் உள்ள கரட்டுக்கு ஓட்டிப் போவான். அங்கே விட்டுவிட்டு ஏதேனும் ஒரு மரத்தடி நிழலில் உட்கார்வான். புத்தகத்தை எடுத்துப் பிரிப்பான். புத்தகம் படிப்பது அவனுக்குப் பிடித்தமான விஷயம். மாதம் ஒருநாள் பிற்பகல் நேரம் அவன் விடுப்பு எடுத்துக்கொள்வான். அது பௌர்ணமி நாளாக இருக்கும். அன்றைக்கு மாலை நேர ஆடு மேய்ப்பு அவன் அப்பன் வேலை.

வீட்டுக்கு அருகிலேயே வரும் சிற்றுந்தில் ஏறி நகரத்துக்குப் போவான். அரசு கிளை நூலகம், ஒரு புத்தகக் கடை எல்லாம் சுற்றித் தனக்குத் தேவையான புத்தகங்களைப் பெற்றுக்கொண்டு ஒரு திரைப்படம் பார்ப்பான். அவனுக்குப் பிடித்த கடையில் சில புரோட்டாக்கள் சாப்பிடுவான். நகரப் பேருந்து ஏறிப் பிரதான சாலையில் இறங்கி வீட்டுக்கு நடப்பான். நிலவு தலைமேல் குடை போல் விரிந்திருக்க நடைத்தூரம் தீராமல் இருக்க வேண்டும் என்று விரும்புவான். அதுதான் அவன் வெளியே செல்லும் ஒரே சந்தர்ப்பம். புத்தகத்தை வாசிப்பதோடு அவ்வப்போது ஆடுகளின் குரலுக்குச் செவி கொடுப்பான். ஆடுகளின் போக்கை ஒட்டி மரநிழலை மாற்றிக்கொள்வான். கரட்டில் கள்ளிப்பழம் பறிப்பான். பறவைகளைப் பார்த்துக் கொண்டிருப்பான். கொஞ்ச நேரம்

கண்ணயர்ந்து கோழித் தூக்கமும் போடுவான். வெயில் மேலேறி கொளுத்த ஆரம்பிக்கும் போது ஆடுகளுக்குத் தாகம் எடுத்துவிடும். அவை கீழிறங்கினால் எண்ணிக்கையைச் சரிபார்த்தபடி பின்னால் இறங்குவான்.

அப்போதுதான் மற்றவர் ஆடுகள் எல்லாம் ஒவ்வொரு பட்டியாய் வந்து கொண்டிருக்கும். தடத்தில் ஒன்றிரண்டு பட்டிகளையாவது எதிர்கொண்டு ஆடுகளைப் பிரித்து ஓட்ட வேண்டியிருக்கும். அந்தப் பகுதியில் இருக்கும் பட்டிகளில் அவனுடையதுதான் பெரிது. மற்றவர்கள் பத்துப் பதினைந்து உருப்படிக்குள்தான் வைத்திருப்பார்கள். மேய்ப்பர்கள் எல்லோரும் வயதானவர்கள். 'இந்தக் காலத்துப் பையன் ஆடு மேய்க்க வர்றானே' என்று அவர்களுக்கு எல்லாம் ஆச்சரியம். 'காத்தால வேலைய முடிச்சிட்டு ஆடு வெளியுடறதுக்குள்ள நீ மேச்சு ஓட்டிக்கிட்டு வந்தர்ற' என்று ஏக்கமாகச் சொல்வார்கள். 'அன்னன்னைக்குத் துளிர் விடற புல்ல மொதல்ல என்னோட ஆடுதான் மேயோணும். எச்சப் புல்லுதான் உங்க ஆட்டுக்கெல்லாம்' என்பான். 'படிச்ச பையன் என்னமாப் பேசுது பாரு' என்று கன்னத்தில் விரல் வைப்பார்கள்.

தண்ணீர் காட்டி ஆடுகளைப் பட்டிக்குள் ஓட்டிவிடுவான். பட்டிக்குடுசுக்குள் படுத்து அவை பாட்டுக்கு அசை போட்டுக் கொண்டிருக்கும். அப்புறம்தான் அவனுக்குக் காலைச் சாப்பாடு. ஏதாவது வீட்டு வேலை. கட்டிலில் படுத்துப் படிப்பு, தூக்கம். மூன்று மணிவாக்கில் எழுந்து மதிய உணவு உண்பான். சற்றே பொறுத்து வெயில் தாழப் போய் ஆடுகளை வெளிவிடுவான். இப்போது ஏரியோரம், கொறங்காடுகள் என்று ஆடுகளை ஓட்டுவான். அந்த நேரத்தில் மற்றவர்களோடு பழமை பேசுவான். கிழடுகள் பழங்கதைகளை ரசமாகச் சொல்வார்கள்.

பொழுது மறைந்து ஒளிக்கீற்று மட்டும் தெரியும் நேரத்தில் ஆடுகளை நகர்த்துவான். வழிகளில் இருக்கும் புற்களை மேயும் நேரம் அது. செம்மறிகள் மும்முரமாகவும் அமைதியாகவும் மேயும் நேரம் அதுதான். அவற்றின் நகர்வுக்கு ஏற்ப அவனும் பின்னால் நகர்ந்தால் போதும். இருள் அடரும்வரை செம்மறிகள் புற்களைக் கரண்டு கரண்டு மேயும். கண்ணுக்குப் புற்கள் மறைந்தாலும் மூக்கை உறிஞ்சி உறிஞ்சி மணம் பிடித்து மேயும் ஆடுகளைக் குட்டிகளே அழைத்துச் செல்லும். அது குட்டிகள் குதியாளம் போடும் நேரம். வந்து பட்டி சேர கருகும்மென்று இருள் அடையும்.

ஆடுகளைப் பட்டிக்குள் ஓட்டிய பிறகும் வேலை முடியாது. சேட்டை செய்யும் ஆடுகளுக்கெல்லாம் வெகுதூரம் ஓட முடியாதபடி கழுத்தையும் முன்னங்காலையும் இணைத்து

அண்ணாங்கால் போட்டிருக்கும். அதையெல்லாம் பார்த்து அவிழ்த்து விட வேண்டும். பட்டியிலிருந்த ஒரே கிடாய் செய்யும் அழிம்பு தாங்காது. ஆடுகளையும் குட்டிகளையும் நாக்கைத் துருத்திக்கொண்டு விரட்டியபடியே இருக்கும். ஒருபக்கம் நிற்க முடியாமல் ஆடுகள் தவிக்கும். அதனால் கிடாய்க்கு மட்டும் கயிறு போட்டுக் கட்டுவான். மரத்தாலான முளைக்குச்சிகளை எப்படியாவது அசைத்து இழுத்துப் பிடுங்கிவிடும். அதனால் ஆழச் செல்லும்படியான இரும்பு முளைக்குச்சி தயார் செய்து வைத்திருந்தான். சின்ன வட்டத்திற்குள் சுழன்று வரும்படி நீளம் விட்டு அதில் கட்டிவிடுவான்.

பூங்குட்டி ஏதேனும் இருந்தால் அதைக் கையில் தூக்கிக் கொண்டு வந்து வீட்டில் உள்ள கொடாப்பில் விடுவான். தாய் ஆட்டின் குரல் அவன் வீடு வந்து சேரும் வரைக்கும் கேட்டுக் கொண்டேயிருக்கும். அவன் வருகையை எதிர்பார்த்துக் கொண்டிருக்கும் பட்டிநாய் வாலை வீசி வீசி ஆட்டும். அம்மா தயாராக வைத்திருக்கும் நாய்ச்சோற்றுப் போசியை எடுத்துக் கொண்டு மீண்டும் பட்டிக்கு நடப்பான். நாய் திரும்பித் திரும்பிப் பார்த்துக்கொண்டே முன்னால் ஓடும். நாய்ச்சட்டிக்கு முன்னால் ஓடி நின்றுகொண்டு தலையை நிமிர்த்திப் பார்க்கும்.

அருகில் அவன் வரவர அதன் இடுப்பிலிருந்து தொடங்கி வாலின் நுனிவரை பின்பகுதி முழுக்க நடனமாடும். சோற்றை அவன் ஊற்றியதும் சட்டிக்குள் நாய் வாய்விட்டுக் கொள்ளும். கொஞ்சம் கருவாட்டுத் தூளையும் அம்மா சோற்றில் போட்டிருப்பார். அதனால் ஒரு துளி விடாமல் நாய் நக்கிச் சாப்பிட்டுவிடும். நாயைச் சங்கிலியில் கட்டிவிடுவான். பட்டி முழுதையும் சுற்றி ஒருமுறை பார்த்துவிட்டு வீட்டுக்கு வருவான். இரவு உணவு, தொலைக்காட்சி, உறக்கம். உறக்கம் என்றால் நல்ல உறக்கம்.

அவன் அம்மாதான் புலம்பிக்கொண்டிருப்பார். ஆடுமேய்க்கும் பையனுக்கு இந்தக் காலத்தில் யார் பெண் கொடுப்பார்கள் ? மாதம் இரண்டு குட்டி விற்றாலும் போதும். வெளியே போய் வேறு வேலை செய்து சம்பாதிப்பதைவிட அதிகமாகவே பணம் கிடைத்துவிடும். அதை யார் யோசிக்கிறார்கள் ? அவன் சொல்வான், ‘உடும்மா. எங்க தலைவரு ஆடு மேய்க்கறத அரசு வேலை ஆக்கறன்னு சொல்லீருக்கறாரு. சீக்கிரத்துல ஆடு மேய்க்கறது அரசாங்க வேலையாயிரும். அப்பப் பாரு நான் நீன்னு பொண்ணுக் குடுக்க ஆயிரம் பேரு வருவான்.’ அதுவரைக்கும் பெண் பார்ப்பதைத் தள்ளிப் போட முடியாது. அப்பன் வேலைக் காட்டுக்குப் போகும் போதெல்லாம் பெண் பார்க்கும் வேலையும் சேர்த்துச் செய்தார். பத்துப் பேரிடம் சொல்லி வைத்தால்தான் பெண் அமையும்.

‘பையங்கிட்ட ஒரு கெட்ட பழக்கம்கூடக் கெடையாது. புஸ்தவம் படிக்கற பையன். ஒருத்தங்கிட்டப் போயிக் கைகட்டி வேல செய்யறது அவனுக்குப் புடிக்கல. ஆடு மேய்க்கறதுனாலும் சொந்த வேல. ஒருத்தனுக்குப் பதில் சொல்ல வேண்டீது இல்ல அப்படீங்கறான். பிரவக்குட்டி ஒன்னக்கூட விக்க உடமாட்டான். அப்படியே வளத்து வளத்து இன்னம் அஞ்சாறு வருசத்துல நூறு ஆடு ஆக்கிருவான். எனக்கிருக்கற ஒன்னர ஏக்கராக் காடுதான் தீவனத்துக்குப் போதாது’ என்று அவனைப் பற்றிச் சொல்வார். கடைசியாக ‘ஒன்னும் வேண்டாம். பொண்ணுக் குடுத்தாப் போதும். எங்காச்சும் இருந்தாச் சொல்லுங்கப்பா’ என்பார்.

அன்றைக்கும் அப்படித்தான் வேலைக்காட்டில் சொல்லிக் கொண்டிருந்தார். ‘அட ஏம்ப்பா நீ வேற? ஜீன்ஸ் பேண்ட் போட்டுக்கிட்டு டவுனுக்கு வேலக்கிப் போற பசவளுக்கே பொண்ணு கெடைக்க மாட்டீங்கீது. லுங்கி வேட்டி கட்டிக்கிட்டுப் பனியனோட திரியற உம்பையனப் பிள்ளைவல்லாம் பைத்தியகாரன்னு சொல்லுவாங்க. உம் பேச்சக் கேட்டுக்கிட்டு அன்னைக்கி ஒரு ஊட்டுல போயிப் பேசிப் பாத்தன். பேசிக்கிட்டு இருக்கறப்பவே அந்த ஊட்டுப் பொண்ணு, ஆட்டு மொச்ச வீசறவன் பக்கத்துல எப்பிடிப் படுக்கறதுன்னு வெடுக்குனு சொல்லீட்டுப் போவுது. பையன வேற எதுனா வேலக்கிப் போவச் சொல்லப்பா’ என்று உடன் வேலை செய்யும் ஆள் எடுத்தெறிந்து பேசிவிட்டார். அதை அவரால் சீரணித்துக்கொள்ள முடியவில்லை.

அவனுக்குப் பெண் கிடைக்குமா, எந்த ஊரில் போய்ப் பெண் தேடலாம், ஆடு மேய்க்கிறான் என்று சொல்லலாமா, விவசாயம் பார்க்கிறான் என்று சொல்வது இன்னும் கொஞ்சம் நன்றாயிருக்குமா என்றெல்லாம் அவர் யோசனை ஓடிக் கொண்டிருந்தது. அதனூடே டாஸ்மாக் பக்கம் போய் ஒரு கட்டிங் போட்டுவிட்டு வந்தார். அவர்கள் காட்டிலேயே ஆடுகளை மேய விட்டிருந்தான். கொடுவாளோடு போனவர் ‘இந்தப் பனையில நொங்கு முத்திருமாட்டம் இருக்குது. ஏறி வெட்டத்தான் தெரியாது. எங்கிட்டயாச்சும் வந்து வெட்டிப் போடுன்னு ஒரு வார்த்த சொல்லீருக்கலாமுல்ல. என்னடா பையன், தானும் படுக்க மாட்டான், தள்ளியும் படுக்க மாட்டான்னு செலவாந்தரம் சொல்றாப்பல’ என்று எச்சிலைக் காறித் துப்பிக்கொண்டே மரத்தில் ஏறினார்.

அவன் ஒன்றும் பேசவில்லை. ‘நீ திங்காட்டிப் போ. நொங்குத் தொரட்டிய ஆடுவ கரண்டு கரண்டு திங்குமுன்னு ஒரு பையனுக்குத் தெரியாதா?’ என்றார். மரத்தின் மேலிருந்து

அவர் பேசுவது ஊருக்கே கேட்கும் போலிருந்தது. சீவிய நுங்குத் தொரட்டிகளை ஆழம் வரைக்கும் கரண்டு தின்பது ஆடுகளுக்கு மிகவும் விருப்பமானது. நுங்குக் குலைகள் இரண்டை மட்டும் வெட்டிப் போட்டுவிட்டு இறங்கினார். அருகிலேயே அவன் போகவில்லை. ஆடுகள் ஓடின. 'ஆட்ட முடுக்க மாட்டியாடா? ஊமக் கோட்டானாட்டம் நிக்கறதப் பாரு' என்றார். அவன் போய் ஆடுகளை விரட்டினான்.

ஒரு குலையிலிருந்து நுங்குகளைச் சீவினார். அவர் சீவுவதைப் பார்த்து ஆடுகள் அருகில் வரத் துடித்தன. அவன் ஆடோட்டும் குச்சியை நீட்டிக்கொண்டு ஆடுகள் நுங்கின் பக்கம் செல்லாமல் அரணாய் நின்றுகொண்டான். 'இந்தாடா வந்து உறிஞ்சு. ஏறத் தெரியாட்டியும் திங்கத் தெரியுமில்ல' என்று எகத்தாளமாகச் சொல்லிக்கொண்டு சீவிய நுங்குக் காய்கள் இரண்டை அவன் பக்கம் நகர்த்தி வைத்தார். நுங்கைக் கையாலும் தொட விரும்பவில்லை அவன். 'வந்து எடுத்துத் தின்னுடா. திங்கறயின்னு சொன்னா அய்யாவுக்கு ரோசம் வந்திருதா? ரோசம் இருக்கறவனா இருந்தா ஆடு மேய்க்க வந்திருப்பியா?' என்றார் மேலும்.

அவனால் பொறுக்க முடியவில்லை. தடத்துப் பக்கம் போகும் குட்டி ஒன்றை விரட்டுவது போல அந்தப் பக்கம் நகர்ந்தான். அரண் உடைந்ததும் ஆடுகள் அவரை நோக்கி ஓடின. வெட்டி வைத்திருந்த நுங்குக் காய்களைச் சில கரண்டன. அவருக்கு முன்னால் இருந்த நுங்குக் குலையைச் சில கடிக்க முயன்றன. அவர் கையிலிருந்ததை ஒன்று பிடுங்கித் தரையில் உருட்டியது. அவரைச் சூழ்ந்து கொண்ட ஆடுகளின் கூட்டத்திலிருந்து விடுபட முடியாமல் 'தூய் தூய்' என்று கத்தினார். மேலும் மேலும் ஆடுகள் அவர் மேல் பாய்ந்தன. ஆடுகளுக்குள் மூழ்கிய அவர் தலையே தெரியவில்லை. 'தூய் தூய்' என்னும் சத்தம் மங்கிக் கொண்டிருந்தது.

உட்கார்ந்திருந்தவர் அப்படியே கீழே சாய்ந்துவிட்டார் போலத் தெரிந்தது. ஆடுகள் அவர் உடல்மேல் மொய்த்திருந்தன. அதுவரை பார்த்துக்கொண்டிருந்த அவன் விபரீதம் அறிந்து தடியைத் தூக்கிக் கொண்டு ஓடினான். 'ச்சீய்... அறிவு கெட்ட ஆடுவளா' என்று கத்தியபடி ஆடுகள் மேல் தடியை வீசினான்.

25–04–20

போதும்

முருகேசுவின் மனம் கல்யாணத்திற்குப் போகலாம் என்று ஒருமுறை சொல்கிறது. ஓரிரு நொடியில் அதுவே 'வேண்டாம்' என்று பேசுகிறது. இந்நேரம் கல்யாணம் முடிந்திருக்கும். பிரம்ம முகூர்த்தம். கோயிலில் கல்யாணம். கோயிலை ஒட்டியுள்ள மண்டபம் ஒன்றில் சடங்குகள். எல்லாம் முடிந்து எட்டு மணியிலிருந்து பத்து மணி வரைக்கும் வரவேற்பு விருந்து. அதற்குத்தான் அவனுக்கு அழைப்பு. மாப்பிள்ளை, மணப்பெண் இருவருமே அவனுடன் படித்தவர்கள். இருபக்கம் இருந்தும் அழைப்பு வந்திருக்கிறது. போனால் என்னவாகும், போகாவிட்டால் என்னவாகும் என்று தனித்தனியாக மனதில் பட்டியல் போட்டும் பார்த்துவிட்டான். தராசுத்தட்டு இரண்டு பக்கமும் சமமாக நிற்பது போலிருக்கிறது.

வண்டியில் அரைமணி நேரத் தூரம் பயணம் செய்ய வேண்டும். அவன் அம்மா ஏழு மணிக்கே முதுகில் ஓர் அடி போட்டு எழுப்பினார். அப்படியும் அவன் எழவில்லை. விழித்துக்கொண்டு கண்களை மூடிப் படுத்திருந்தான். எழ வேண்டும் என்று தோன்றவில்லை. கொஞ்ச நேரம் இடைவெளி விட்டுவிட்டு 'கல்யாணத்துக்குப் போறமின்னு சொல்லீட்டுக் கவுந்தடிச்சுத் தூங்குது பாரு, நாயி' என்று திட்டி நினைவுபடுத்திக் கொண்டிருந்தார் அம்மா. எட்டு மணிக்கு வேறு வழியில்லாமல் எழுந்து தயாரானான். கல்யாணத்திற்குப் போயாக வேண்டும் என்பதற்கான காரணங்களை வலுப்படுத்தி மனதைத் தயார் செய்ய ஆரம்பித்தான்.

இருவரும் அவனுக்கு வகுப்புத் தோழர்கள் என்பது முக்கிய மான காரணம். அதைவிடப் 'போகவில்லை என்றால் அவள் என்ன நினைப்பாள்?' என்பதை எண்ணி மனதுக்கு வைராக்கியத்தை ஏற்றினான். ஏற்கனவே அவனைப் 'பயந்தாங்கொள்ளி' என்று சொல்லியிருக்கிறாள். இப்போது போகாமல் விட்டால் தொடைநடுங்கி, கோழை என்று மிச்சமிருக்கிற வார்த்தைகளை எல்லாம் அவள் சொல்லக் கூடும். ஒரே ஊரில் இருந்துகொண்டு ஒருவரை ஒருவர் பார்க்காமல் இருக்க முடியாது. நாளுக்கு ஒருமுறையேனும் கண்ணுக்குப் படும்படியே வீடுகள்.

குளித்து முடித்துவிட்டு வந்தபோது மனம் திடமாகியிருந்தது. கல்யாணத்திற்குப் போகவென்று வெள்ளை வேட்டியும் வெள்ளைச் சட்டையும் அம்மா எடுத்து வைத்திருந்தார். பட்டுக்கரை வேட்டி பளீரிட்டது. இதை உடுத்திக்கொண்டு போகலாமா என்று ஒருகணம் யோசித்தான். பிறகு இதைத்தான் உடுத்திக்கொண்டு போக வேண்டும் என்று தோன்றியது. இப்படிப் போவதன் மூலம் தனக்கு எந்த வருத்தமும் இல்லை, ஏமாற்றமும் இல்லை என்பதை உணர்த்த முடியும். இதுமாதிரி விசேசத்திற்குப் போகும்போது எப்போதாவதுதான் வேட்டி. அதனால் கட்டு மறந்துவிடுகிறது. வெகுநேரம் முயன்று ஓரளவு திருப்தியாகக் கட்டி முடித்தான்.

வீட்டிலிருந்து புறப்படும்போதே ஒன்பதரை ஆகிவிட்டது. 'காத்தால சோத்துக்குக் கூப்பிட்டா மத்தியானத்துக்குப் போயி நிக்கப் போற... மிச்ச மீதி இருக்கறத வழிச்சு நாய்க்குப் போடுவாங்க' என்று அம்மா அவனுக்குக் கேட்கும்படியே முனகினார். 'கல்யாணம்னா சோறுதானா?' என்று பதில் சொல்லிக்கொண்டே வண்டியை எடுத்தான். புதிய என்பீல்டு புல்லட் வண்டி. வாங்கி ஆறுமாதம்தான் ஆகிறது. இதன் பின்னால் உட்கார்ந்து அவள் தன் இடுப்பைக் கையால் வளைத்துக் கொண்டிருப்பதாகப் பலமுறை கற்பனை செய்திருக்கிறான். கொடுத்து வைக்கவில்லை. இனியென்ன, அவளுக்குத்தான் கொடுத்து வைக்கவில்லை. நினைவுப்பரிசாகப் பொருள் எதுவும் வேண்டாம் எனவும் ஒரு உறையில் கொஞ்சம் பணம் வைத்துக் கொடுத்துவிடலாம் எனவும் நினைத்துக்கொண்டு போனான். அவன் நினைவு அவளிடம் எதற்கு இனிமேல்?

அவனும் அவளும் ஒன்றாம் வகுப்பிலிருந்து எட்டாம் வகுப்பு வரைக்கும் ஒன்றாகவே படித்தார்கள். அவ்வூரில் இருந்தது நடுநிலைப் பள்ளி. வீட்டிலிருந்து நடந்து செல்லும் தூரம். ஒழுகும் மூக்கைப் பாவாடையைத் தூக்கித் தூக்கித் துடைத்தபடி நடக்கும் பருவத்திலிருந்து அவளைத் தெரியும். ஐந்தாம் வகுப்புப் படிக்கும்போது அவனை அறியாமலே அவள் மீது அப்படி ஒரு பிரியம் வந்திருந்தது. வீட்டில் எது செய்தாலும் எடுத்து ஒளித்து

வைத்திருந்து மறுநாள் அவளுக்குக் கொண்டுபோய்க் கொடுப்பான். அப்பா வாங்கி வரும் தின்பண்டங்களிலும் அவளுக்குப் பங்கு போகும். அவனுக்கு அப்போது 'தின்னிப் பண்டாரம்' என்று பள்ளியில் பெயர் இருந்தது. யாராவது அப்படிப் பெயர் சொல்லிக் கூப்பிட்டால் அவனுக்குக் கோபம் வரும். அடிக்கப் பாய்வான். அவள் அவனைத் 'பேய் தின்னி' என்றுதான் கூப்பிடுவாள். அவளை ஒன்றும் சொல்ல மாட்டான். அவள் கூப்பிடுவதைக் கேட்க ஏனோ விருப்பமாக இருக்கும். அப்போது அவளுக்கு வயிறு மட்டும் கொஞ்சம் புடைத்துத் தெரியும். அதனால் 'என்னடி பன்னி' என்பான். அவளும் கோபித்துக் கொண்டதில்லை.

ஏழாம் வகுப்புப் படிக்கும்போது அவள் பெரியவள் ஆனாள். வீட்டிலேயே எளிமையாக விசேசம் வைத்திருந்தார்கள். அவனும் போயிருந்தான். அலங்காரம் செய்து அவளை உட்கார வைத்திருந்ததைப் பார்த்தால் சின்னப் பெண் போலவே தெரியவில்லை. அவளா, இத்தனை அழகா என்றெல்லாம் மனதுக்குள் வியந்து போனான். பெரியவள் ஆகிவிட்டால் பள்ளிக்கு அனுப்ப மாட்டார்கள் என்று நினைத்தான். அப்படித்தான் அங்கு பல பெண்களுக்கு நடந்தது. ஆனால் அவள் பள்ளிக்கு வந்தாள். இப்போதும் அவள் 'பேய் தின்னி' என்றுதான் கூப்பிட்டாள். அவனுக்கு அவளைப் பழைய மாதிரி கூப்பிட வாய் வரவில்லை. அவளுக்கு இப்போது வயிறு சிறுத்து முகம் பொலிவாகி இருந்தது. முன்பு இருந்ததை விடவும் அவளுடைய சேட்டை அதிகமாகிவிட்டதாகவே தோன்றியது. எட்டாவது படிக்கும்போது அவளை ஒருமுறையாவது இறுக்கிக் கட்டிப்பிடித்துவிட வேண்டும் என்று வெறியாக இருந்தது. அதற்கு வாய்க்கவில்லை. உடல் அப்படிச் சொன்னாலும் மனம் ஏனோ தயங்கிக்கொண்டே இருந்தது.

ஒன்பதாவதும் பத்தாவதும் இன்னொரு பள்ளியில் படித்தார்கள். இப்போது கல்யாண மாப்பிள்ளையாக இருக்கிறவன் ஒன்பதாவதில்தான் அவர்களோடு இணைந்தான். வகுப்பில் அவனை யாரும் பொருட்படுத்த மாட்டார்கள். ஒரு சோனியைப் போலவே வருவான், உட்கார்ந்திருப்பான், போவான். அவன் காட்சிக்கே வரவில்லை. பத்தாம் வகுப்பு முடிவதற்குள் தன் காதலை எப்படியாவது சொல்லிவிட வேண்டும் என்று தவித்தான். ஏனோ தைரியமே வரவில்லை. தன் எல்லா விஷயங்களையும் பகிர்ந்துகொள்ளும் நண்பன் தீரேஷ் அவனைப் பலவிதமாகத் தூண்டிப் பார்த்தான். அவளிடம் எத்தனையோ விஷயங்களைப் பேச முடிந்த அவனால் காதலைச் சொல்ல இயலவில்லை. அவள் மறுத்துவிட்டால் அதைத் தாங்க முடியாது என்பதும் காரணமாக இருக்கலாம். அவளை அத்தனை ஆசையாக

மனதுக்குள் வைத்திருந்தான். அவளிடம் காதலைச் சொல்லாமலே பள்ளிக்காலம் முடிந்தது.

பத்தாம் வகுப்பில் கணக்குப் பாடத்தில் மட்டும் நிறைய மதிப்பெண்ணோடு தேர்ச்சி பெற்றான். அவன் கணக்குப் புலி. அறிவியல் பாடத்தில் கணக்கு வரும் கேள்விகளுக்கு எல்லாம் நன்றாகப் பதில் எழுதிவிடுவான். தமிழில் இலக்கணப் பகுதி அவனுக்குப் பிரச்சினையே இல்லை. கணக்கைத் தவிர ஒன்றுமே வராமல் ஒரு பையன் இருப்பான் என்பது ஆசிரியர்களுக்கு எல்லாம் புதிராக இருந்தது. மற்ற பாடங்களை எல்லாம் எழுதித் தேர்ச்சி பெறுவதில் அவனுக்கு ஆர்வம் இல்லை. ஆனால் பத்தாவது தேர்ச்சி பெற்றுவிட்டால் ஒரு வேலைக்கு அனுப்பலாம் என்று அம்மா நினைத்தார். ஆறுமாதம் வீட்டிலிருந்து படித்தான். இன்னொரு ஆறுமாதம் தனிப்பயிற்சிக் கல்லூரிக்குப் போய்ப் படித்தான். தமிழிலும் சமூக அறிவியலிலும் தேர்ச்சி பெற்றான். இன்னும் இரண்டு பாடங்களைப் படிக்க மனம் ஒன்றவில்லை. 'படிக்கச் சொன்னா நாயி படுத்துத் தூங்குது' என்று அம்மா திட்டினார்.

வேலைக்குப் போய்க்கொண்டே படித்து விடுகிறேன் என்று சொல்லி முட்டைக் கம்பெனி ஒன்றில் வேலைக்குப் போனான். அட்டை தூக்கும் வேலை. பண்ணைகளில் முட்டை அடுக்கி வைத்திருக்கும் அட்டைகளைத் தூக்கி முட்டை லாரியில் பாரம் ஏற்ற வேண்டும். பிற்பகல் நேரத்தில் போனால் இரவு வெகுநேரம் வரைக்கும் வேலை இருக்கும். தூக்கித் தூக்கிக் கைகள் மடிந்து போகும். நடந்து நடந்து கால்கள் நோகும். அவனைவிட மூத்தவர்கள் 'வலுசப்பையன் என்னடா இப்பிடிச் சொனங்கற?' என்று திட்டுவார்கள். வாரத்தில் மூன்று நாள்தான் வண்டிகள் கிளம்பும். அந்த நாட்களில் மட்டும்தான் வேலை.

ஒரு பண்ணையில் அட்டை ஏற்றும்போது முட்டைக் கம்பெனி முதலாளி ஏதோ வேலையாக அங்கே வந்திருந்தார். ஏற்றியவை, ஏற்ற வேண்டியவை பற்றி அவர் விவரங்கள் கேட்டபோது சட்டெனப் பதில்கள் சொன்னான். இன்னும் சில விவரங்கள் அவர் கேட்டார். பதில் சொன்னான். அவனிடம் கேட்க வேண்டுமென்றே கேட்டது போலிருந்தது. என்ன படித்திருக்கிறான் என்று கேட்டார். சொன்னான். அலுவலகத்தில் மறுநாள் வந்து பார்க்கும்படி சொல்லிவிட்டுப் போனார். வண்டியில் கணக்குப் பிள்ளை வேலைக்கு அனுப்பப்போகிறார் என்று உடனிருந்தவர்கள் சொன்னார்கள்.

முட்டை ஏற்றிக்கொண்ட வண்டி லைனுக்குப் போகும். முட்டை வாங்கும்கடைகளின்வரிசை. ஊரிலிருந்து புறப்பட்டால்

இரண்டு அல்லது மூன்று சிறிய பெரிய ஊர்களில் இருக்கும் கடைகளுக்கு விநியோகிக்க வேண்டும். ஒவ்வொரு கடைக்கும் எவ்வளவு முட்டை தேவை என்று கேட்டுப் போட வேண்டும். ஏற்கனவே போட்ட முட்டைக்குப் பணம் வாங்க வேண்டும். பாக்கி வைத்திருப்பவர்களிடம் கறாராகக் கேட்டு வாங்க வேண்டும். பணத்தைக் கொண்டு வந்து ஒப்படைக்க வேண்டும். கணக்கு வழக்கில் தெளிவானவர்களையும் பணத்தில் நாணயமாக இருப்பவர்களையுமே அந்த வேலைக்கு அனுப்புவார்கள். அந்த வேலைக்குக் கூப்பிட்டால் போகலாமா வேண்டாமா என்பதில் அவனுக்குக் குழப்பமாக இருந்தது. இரண்டு அக்காக்களுக்குப் பிறகு பிறந்த ஒரே பையன் என்பதால் அவன் அம்மா 'எங்கயும் ஓட வேண்டாம், நாயி ஊட்டக் காவல் காத்துக்கிட்டுக் கெடந்தாப் போதும்' என்று சொல்லிவிட்டார்.

மறுநாள் முதலாளியைப் பார்க்கப் போனான். அந்தச் சிறுநகரத்தில் இடுக்குச் சந்து ஒன்றுக்குள் ஒரே ஒரு அறையில் அலுவலகம் இருந்தது. அவருக்கு எதிரே இருந்த நாற்காலியில் உட்கார வைத்துச் சில நோட்டுக்களைக் கொடுத்தார். எழுத வேண்டிய ஒரு கணக்கு விவரம் சொன்னார். ஒருமுறை அவர் சொன்னதோடு சரி. பிறகு எந்தச் சந்தேகமும் கேட்கவில்லை. சிலசமயம் மட்டும் கால்குலேட்டர் பயன்படுத்தினான். கணக்கு எழுதி முடித்து நிமிர்ந்தான். மேஜைமேல் டீ ஆறிக் கிடந்தது. அவன் எழுதிய கணக்கை அவர் வெகுநேரம் சரிபார்த்தார். எந்தக் குறையும் கண்டுபிடிக்க முடியவில்லை. அவன் கையெழுத்தும் முட்டை போலப் பளிச்சென்று இருந்தது.

அடுத்தடுத்த நாளும் அலுவலகத்திற்கே வரச் சொன்னார். லைனுக்குப் போய் வந்த லாரிகளின் கணக்குப் பிள்ளைகள் பணத்தையும் கணக்கையும் ஒப்படைத்தார்கள். அவற்றை வாங்கி எண்ணிச் சரிபார்க்கவும் கணக்கு எழுதிக்கொள்ளவும் சொன்னார். உடன் அவரும் இருந்தார். இரண்டு வாரம் இது நடந்தது. அதுவரைக்கும் அவர் பார்த்து வந்த கம்பெனி மேனேஜர் வேலையை இனிமேல் அவன் பார்க்க வேண்டும் எனவும் மாதச் சம்பளம் இவ்வளவு என்றும் சொல்லித் தனி மேஜை போட்டு உட்கார வைத்துவிட்டார். அவருக்கு வயதானதாலும் வசதி கூடிவிட்டதாலும் விவரமான ஆள் கிடைக்க வேண்டும் என்று எதிர்பார்த்திருந்தார் போல. அவரது வாரிசுகள் எல்லாம் படித்து வெளிநாடுகளில் குடியேறியிருந்தார்கள். அப்படித்தான் பதினேழாவது வயதில் மேனேஜர் ஆனான்.

அவளும் பத்தாம் வகுப்பில் தேர்ச்சி பெற்ற போதும்மேலே படிக்கவில்லை. அவள் அப்பாவுக்குப் பழக்கமான கடிகாரக்

கடை ஒன்றிற்கு வேலைக்குப் போனாள். கைக்கடிகாரம், சுவர்க் கடிகாரம் ஆகியவற்றை விற்பனை செய்யும் கடை. அவற்றைப் பழுது பார்த்துத் தருவதற்கும் தனிப்பிரிவு உண்டு. செல் மாற்றித் தருவதில் தொடங்கிச் சின்னச் சின்ன வேலைகளை எல்லாம் அவளும் கற்றுக்கொண்டிருந்தாள். அவ்வப்போது கடிகாரம் தொடர்பாக அந்தக் கடைக்கு முருகேசு போனான். எந்த விசேசத்திற்குப் பரிசுப்பொருள் வாங்குவது என்றாலும் கடிகாரம்தான். நண்பர்கள் யாருக்கேனும் கடிகாரம் வாங்க வேண்டும், பழுது பார்க்க வேண்டும் என்றாலும் அவனே அந்தக் கடைக்குக் கூட்டிச் செல்வான். அவளைப் பார்க்க வேண்டும் என்று தோன்றினால் சும்மா போய் ஒரு கடிகாரத்தை வாங்கி வருவான். வீட்டில் எங்கே பார்த்தாலும் கடிகாரம். அவன் அம்மா தன் மகள்களின் வீடுகளுக்கும் சிலவற்றைக் கொடுத்தனுப்புவார். ‘எதுக்குடா இத்தன கடிகாரம்?’ என்றால் ‘நேரம் ரொம்ப முக்கியம்மா. எந்தப் பக்கம் பாத்தாலும் மணி தெரியோணும்’ என்பான். ‘ஆமா, நாய்க்கு நிக்க நேரமில்ல, செய்ய வேலையில்ல. முக்காவாசிக் கெடியாரத்துல செல்லக் காணாம். இதுல நேரம் முக்கியமாம் நேரம்’ என்று பேசுவார்.

அவள் கடைக்கு அவன் போய்வந்து கொண்டிருந்த இந்தச் சில வருசங்களில் அவனிடம் உண்டான மாற்றங்களை அவள் கவனித்துக் கொண்டிருந்தாள். முதலில் எக்ஸெல் வண்டியில் வந்தவன் படிப்படியாக என்பீல்டு வரைக்கும் வந்துவிட்டான். மாரில் சற்றே நீளத் தங்கச் சங்கிலி தொங்கிற்று. ஒரு கையில் கடிகாரமும் இன்னொரு கையில் பிரேஸ் லெட்டும் பளபளத்தன. விலையுயர்ந்த ஆடைகளையே அணிந்தான். அவன் முன்னேற்றத்தை அறிந்தவளுக்கு அவனுடைய காதல் புரியவில்லை. பத்து வருசம் ஒன்றாகப் படித்தவன் என்னும் உரிமையில் வருகிறான், பேசுகிறான் என்றுதான் இருந்தாள். ஒரு வருசத்திற்கு முன்னால்தான் அதை அறிந்தாள்.

அவள் நடந்து போய்க்கொண்டிருந்த போது வழியில் பார்த்தான். வண்டியில் ஏறிக்கொள்ளச் சொன்னான். புல்லட் வண்டியில் அவள் உட்கார்ந்ததில்லை. அதில் போக அவளுக்கும் ஆசைதான். ஏறிக்கொண்டாள். பின்னால் அவள் உட்கார்ந்ததும் அவனை வெட்கம் வந்து மூடிக் கொண்டது. எல்லோரும் தன்னையே பார்ப்பது போல உணர்ந்தான். சிறிது தூரம் குனிந்தபடி வண்டியை நகர்த்தியவன் பிறகு மெல்ல நிமிர்ந்து கர்வம் சூழ வண்டியைஓட்டினான். அவளுக்கு எந்த அளவு வேகம் போனால் பிடிக்கும் என்று தெரியவில்லை. அதனால் நிதானமாகவே ஓட்டினான். உணவகம் ஒன்றுக்கு வற்புறுத்தி அழைத்துச் சென்று குளிர்சாதன வசதி கொண்ட தனியறைக்குள் அமர்ந்தான்.

அப்படிப்பட்ட இடத்திற்கு அவள் வந்ததேயில்லை. சாப்பிட என்ன வேண்டும் என்று கேட்டு ஆர்டர் செய்தான். 'இன்னும் தின்னிப் பண்டாரந்தானாடா நீ?' என்றவள் 'ஆமா, ஆளு நல்லா வசதியாயிட்டயே எப்படா கல்யாணம்?' என இயல்பாகக் கேட்டாள். அந்தச் சூழலும் வயதும் இப்போதைய அவனுடைய சமூக அந்தஸ்தும் அவனுக்குள் தைரியத்தை வளர்த்திருந்தன. 'நீ சரின்னா எப்ப வேண்ணா பண்ணிக்கலாம்' என்றான். அவள் புரியாதது போல அவன் முகத்தைப் பார்த்தாள். அவளிடம் நேரடியாகவே கேட்டான். 'உனக்குப் புரியுதா இல்லையா? உன்னயவே சுத்திச் சுத்தி வர்றனே, எதுக்குன்னு தெரியலயா?' என்றான்.

அப்போதுதான் அவள் யோசிப்பது போலத் தோன்றிற்று. இருவரும் சிறுவயதிலிருந்து ஒன்றாகப் படித்த உரிமையில் அவன் வருவதும் பேசுவதும் பழகுவதும் சாதாரணம்தான் என்று நினைத்திருந்தாள். அவனை அப்படி ஓரிடத்தில் வைத்து அவள் பார்த்ததில்லை. தொடக்கப் பள்ளி முருகேசே அவளுக்குள் இருந்தான். அந்தச் சிறுவனிடம் பேசுவது போலத்தான் சந்தோசமாகப் பேசினாள். அவன் சொன்னான், 'உனக்காகத்தான் இதுவரைக்கும் நூத்தி இருவத்தி நாலு கெடியாரம் வாங்கியிருக்கறன்.' ஐந்தாம் வகுப்பிலிருந்து அவள் எப்படித் தன் மனதில் இருக்கிறாள் என எல்லாவற்றையும் விவரமாகச் சொன்னான். தன் தத்தளிப்பையும் தயக்கத்தையும் கடிந்து பேசினான்.

அவள் நன்றாகச் சாப்பிட்டுக்கொண்டே எல்லாவற்றையும் கேட்டாள். பிறகு தன் நிலையைச் சுருக்கமாகச் சொன்னாள். அவளுக்குக் காதல் விஷயத்தில் நம்பிக்கை எதுவும் இல்லை. அதற்கு அவளது குடும்பச் சூழலும் காரணமாக இருக்கலாம். பையன் வேண்டும் என்பதற்காக அவள் பெற்றோர் தொடர்ந்து பெண் குழந்தைகளாகப் பெற்றுக் கொண்டிருந்தார்கள். அவள் மூன்றாவது பெண். அவளையடுத்து இன்னும் இரண்டு தங்கைகள். இரண்டு மூன்று பெண் சிசுக்கொலை. நான்கைந்து கருக்கலைப்பு. இனிமேல் கருவுற்றால் அவள் அம்மா செத்துப் போவாள் என்று மருத்துவர் எச்சரித்த பிறகுதான் அவள் அப்பா விட்டார். காதல் கல்யாணம் செய்துகொண்டால் தங்கைகளுக்குத் திருமணம் ஆவதில் பிரச்சினை உண்டாகும். அக்காக்களுக்கும் குடும்பத்தில் சிக்கல் வரலாம். அப்புறம் அவளும் அவனும் வெவ்வேறு சாதி. படிநிலையில் அவன் கொஞ்சம் கீழ். வீட்டில் ஒத்துக்கொள்ள மாட்டார்கள். அதையும் இதையும் மீறிக்கொண்டு கல்யாணம் செய்து கஷ்டப்படுவதில் அவளுக்கு விருப்பமில்லை. அவன்

சோர்ந்து போவதைக் கண்டு 'உனக்கு என்னைவிட நல்ல பெண் கிடைப்பாள்' என்று ஆறுதல் சொன்னாள்.

அவன் முகம் சுண்டி வதங்கிப் போனதைப் பார்த்துவிட்டு ஒரு வழியையும் சொன்னாள். இப்போது அவளிடம் சொல்வதற்குத் தைரியம் வந்ததைப் போல அவள் வீட்டிற்குப் பெண் கேட்க வரட்டும். பெற்றோர் ஒப்புக்கொண்டால் அவனைக் கல்யாணம் செய்துகொள்ள அவளுக்குச் சம்மதம்தான். 'முடிந்தால் வா' எனச் சவால் போல அழைப்பு விடுத்தாள். 'ஆனா நீ பயந்தாங்கொள்ளின்னு எனக்குத் தெரியும்' என்றாள். அவளுக்கு மாப்பிள்ளை பார்த்துக்கொண்டிருப்பதாகவும் பெரிய எதிர்பார்ப்பு எதுவும் இல்லை எனவும் வீட்டாருக்குப் பிடித்திருந்தால் தானும் ஒத்துக்கொள்ளப் போவதாகவும் தெரிவித்தாள். அவனிடமிருந்து விடைபெற்றுச் செல்லும்போது 'கவலப்படாத. கல்யாணத்துக்கு அப்பறம் ஒன்னும் வித்தியாசம் தெரியாது' என்று சொன்னாள். அவள் சொன்னதன் அர்த்தம் அவனுக்கு விளங்கவில்லை. பலவிதமாக யோசித்துப் பார்த்தும் குழப்பமாகவே இருந்தது.

எப்படி இந்த வயதில் ஒரு பெண்ணுக்குக் காதல் பற்றிப் பரவசம் எதுவும் தோன்றாமல் இருக்கும்? ஐந்தாம் வகுப்பிலிருந்து தன்னை ஒருவன் காதலிக்கிறான் என்றால் பெருமிதம், கர்வம் ஏதாவது வெளிப்பட வேண்டாமா? எல்லாம் ஆண்டு அனுபவித்து முடித்தவள் போலத் தத்துவம் பேசிவிட்டுப் போகிறாளே? அத்தனை முறை கடைக்குப் போனபோதும் அவன் கண்கள் பேசிய மொழியைப் புரிந்துகொள்ளாமல் இருக்க முடியுமா? என்னதான் சகஜமாகப் பேசினாலும் பேச்சில் தெறிக்கும் கனிவுக்கு அர்த்தம் காண்பது கடினமா? தன்னால் அப்படிப் பார்வையில் உணர்த்த முடியாமல் போய்விட்டதா? கடைக்குப் போகும் போதெல்லாம் ஒரு வாடிக்கையாளரைப் போலத்தான் நடந்து கொண்டானா? வழியில் பார்க்கும்போது ஒரு வழிபோக்கனின் அந்நியத்தையே உணர்த்தினானா?

ஒரே ஒரு மகிழ்ச்சி, அவனை அவள் புறக்கணிக்கவில்லை என்பதுதான். அவனைக் கல்யாணம் செய்துகொள்ளச் சம்மதம்தான். நல்லவேளை, நீ என் சகோதரன் போல என்று ஏதும் வசனம் பேசவில்லையே என்று நிம்மதி கொண்டான். அவள் சொன்னது போலத் தன் அப்பா அம்மாவிடம் விவரம் சொல்லி அவள் வீட்டில் போய்ப் பெண் கேட்கச் சொல்லலாமா என்று யோசித்தான். அப்பாவும் அம்மாவும் ஒத்துக்கொள்வார்களா? 'சொறிநாய்க்குச் சொக்கத் தங்கத்துல சங்கிலி வேணுமா?' என்று அம்மா கேட்கக்கூடும். வேண்டிப் பெற்ற பையனிடம் அம்மா பாசம் காட்டும் முறையே அதுதான். ஒருநாளைக்கு

ஒருமுறையாவது அவனை 'நாய்' என்று திட்டாவிட்டால் அவள் பொழுது கழியாது.

இத்தனை வருசமாய் அவன் நினைத்தும் பார்த்திராத விசயங்களை எல்லாம் அவள் பேச்சு கிளறிவிட்டது. தன்னைவிட அவள்தான் கணக்கில் கெட்டி என்றும் தோன்றியது. காதலிப்பவர்களைக் கொலை செய்யும் திருப்பணி புரியும் சாதியிடம் போய் மாட்டிக்கொள்ளக் கூடாது என்று அவள் நினைப்பதும் சரிதான். தன் மேல் கொண்ட காதலைக்கூட அதனாலேயே அவள் மறைத்துக் கொண்டிருக்கலாம். அவள் வீட்டில் போய்ப் பேச வாய்ப்பில்லை. அவளும் வீட்டைப் பகைத்துக்கொண்டு வர மாட்டாள். என்னதான் செய்வது? விதவிதமாக யோசித்துக் குழம்பினான். காதலைக் கைவிட்டு விடத்தான் வேண்டுமா? பலநாள் தூக்கம் இல்லாமல் போனது.

கடிகாரக் கடைக்குப் போவதையும் நிறுத்திவிட்டான். நூற்று இருபத்தைந்தாம் கடிகாரம் வாங்கப் படாமலே இருந்தது. எப்போதாவது அந்தப் பக்கமாகப் போனால் தூர இருந்தே ஒரு பார்வை பார்த்துக்கொள்வான். அவள் நிற்கும் இடத்தில் மட்டும் ஒரு ஒளிவெள்ளம் பாய்ந்து அவளை ஜொலிக்கச் செய்யும். அந்த ஒளியாக மாறி அப்படியே தழுவிக்கொள்ளக் கைகள் பரபரக்கும். அவ்விடத்தை விட்டு நகர முடியாமல் தவிப்பான். அவளிடம் உணவகத்தில் வைத்துப் பேசியது பற்றி நண்பன் தீரேஷிடம் சொன்னான். 'அஞ்சாப்புக் காதல் அம்பதுலதான் வெளியாவும்னு நெனச்சன். இப்பவே சொல்லீட்டயா' என்று கேலி செய்தான். அவன் சொன்ன உபாயம் அவளைக் கடத்திக் கொண்டுபோய் எங்காவது கோயிலில் வைத்துத் தாலி கட்டிவிடலாம் என்பதுதான். அவளை வலுவந்தமாகக் கடத்துவது சரியென்று தோன்றவில்லை. கல்யாணம் செய்துகொண்ட பிறகு இங்கேதான் வந்தாக வேண்டும். அப்புறம் வரும் பிரச்சினைகளை எப்படி எதிர்கொள்வது?

இப்படியெல்லாம் யோசித்து மயங்கிக் கிடந்து தெளிவதற்குள் அவள் கல்யாண அழைப்பிதழை நீட்டிவிட்டாள். பார்த்தால் மாப்பிள்ளை பத்தாம் வகுப்பில் உடன் படித்த அந்தச் சோனிப்பயல். அவளுக்கு அருகில் அவனை நிறுத்திப் பார்க்கவே கண் கூசிற்று. வாய் அடக்க முடியாமல் 'இந்தச் சோனியவா கட்டிக்கப் போற?' என்றான். 'உன்னயக் கட்டியிருந்தா எவனாச்சும் ஒருத்தன் அந்தத் தின்னியவா கட்டிக்கப் போறன்னு கேட்டிருப்பான்' என்று சிரித்துவிட்டுக் 'கல்யாணத்துக்கு வந்திரு. கடிகாரம் வேண்டாம், வேறெதுனாக் குடு. பணமாக் குடுத்தயின்னா ரொம்ப நல்லது' என்றாள். சோனியும் வந்து அழைத்தான். இனிச் செய்வதற்கு ஒன்றுமில்லை என்று தெரிந்தது. கடைசிப் பிரச்சினை கல்யாணத்திற்குப் போகலாமா வேண்டாமா என்பது

மட்டும்தான். அதிலும் ஒருவழியாக முடிவெடுத்துக் கல்யாண மண்டபத்திற்குப் போய்ச் சேர்ந்தபோது விருந்து முடியும் நேரம். மாப்பிள்ளையும் பெண்ணும் மேடையை விட்டு இறங்கும் நேரம். மாப்பிள்ளையும் பெண்ணும் சேர்ந்து சிரித்துக்கொண்டிருக்கும் பதாகைகள் அங்கங்கே இருந்தன. அதில் அந்தச் சோனியை இழுத்துத் தள்ளிவிட்டுத் தன்னை இருத்திப் பார்த்தபடி உள்ளே போனான்.

கிளம்புவதற்காக வெளியே வந்த தீரேஷ் அவனைப் பார்த்துவிட்டு 'என்னடா மாப்பிள்ளையாட்டம் வந்திருக்கற' என்று முதுகில் தட்டிச் சிரித்தான். தீரேஷும் மேடைக்கு வந்தான். மொய் உறையை அவள் கையில் கொடுத்தான். 'இனிமே கடிகாரமில்ல' என்றான். அவன் சொன்னது அவளுக்குக் கேட்டதோ என்னவோ? 'போய்ச் சாப்பிடு' என்று சொன்னாள். பந்தி முடியும் நேரம். ஒரே ஒரு வரிசையில் மட்டும் இலை போட்டிருந்தது. சிலர் உட்கார்ந்தார்கள். அவனும் போய் உட்கார்ந்தான். இலையில் தண்ணீர் தெளிக்கும்போது மாப்பிள்ளையும் பெண்ணும் பந்திக்கு வந்தார்கள். 'பந்திக்குப் பிந்தலாமாடா... தின்னிப் பண்டாரமாடா நீ' என்று சொல்லிக்கொண்டே அவனுக்கு அருகே வந்து அமர்ந்தாள். பூ வாசம் அவனுக்கு மூச்சு முட்டியது. அவளை அடுத்து உட்கார்ந்த மாப்பிள்ளையின் உருவமே அவன் கண்ணுக்கு மறைந்துவிட்டது.

அவனும் அவளும் சிரித்துப் பேசிக்கொண்டார்கள். அவன் இலைக்குப் பதார்த்தங்கள் வைக்கும்படி அவள் உபசரித்தாள். என்ன சாப்பிட்டோம் என்றே அவனுக்குத் தெரியவில்லை. அவள்தான் முதலில் எழுந்தாள். பின்னாலேயே எழுந்து போனான். தீரேஷ் வந்து கையைப் பற்றாவிட்டால் அவனுக்கு உணர்வே வந்திருக்காது. 'கையக் கழுவுடா' என்று குழாயைக் காட்டினான் தீரேஷ். கை கழுவிக்கொண்டு வந்தவனிடம் 'போட்டோ அனுப்பியிருக்கறன் பாரு' என்றான். கை ஈரத்தோடே செல்பேசியை எடுத்துப் பார்த்தான். பந்தியில் சாப்பிட்டபோது எடுத்த படங்கள். முருகேசும் அவளும் மட்டும் இருக்கிற மாதிரி ஐந்தாறு படங்கள். அவன் மாப்பிள்ளை போலவே இருந்தான். அவள் மணப்பெண். இருவரும் சிரித்துப் பேசுகிற மாதிரி அருமையான படம் ஒன்று. 'போதும்டா. இது போதும்டா' என்று நண்பனைக் கட்டியணைத்துக் கொண்டான்.

22-04-20

வீராப்பு

முருகேசு வேலையிடத்தில்கூடப் பேசுவதை நிறுத்திவிட்டான். ஏற்கனவே சேர்ந்து வேலைக்குப் போய்க்கொண்டிருந்த குழுவில் அவனுக்கு நிறைய நண்பர்கள் இருந்தார்கள். அவர்கள் முகத்தைப் பார்க்கக் கூடாது என்பதற்காகவே அக்குழுவில் இருந்து வெளியேறி வேறொரு குழுவில் சேர்ந்துகொண்டான். இந்தக் குழுவில் யாரையும் நட்பாக்கிக் கொள்வதில்லை என்பதில் தீர்மானமாக இருந்தான். அந்த நண்பர்கள் எத்தனையோ விதங்களில் வருந்தியும் கெஞ்சியும் மன்னிப்புக் கேட்டும் அவன் பிடிவாதமாக இருந்தான். வேலை நேரத்திற்குத்தான் வீட்டிலிருந்து வெளியே வருவான். வேலை நேரம் முடிந்ததும் ஒரு நிமிடமும் தாமதிப்பதில்லை. வண்டியை எடுத்துவிடுவான். கைகால் கழுவுவதும் வீட்டுக்குப் போய்த்தான். வீடும் மாற்றி கொண்டான். வடக்குத் தலைவாசல் வீடே அவனுக்குப் பொருந்தும் என்று மாமனார் அழைத்துச் சென்ற ஜோசியர் சொல்லிவிட்டதால் தேடிப் பிடித்து கொஞ்சம் வாடகை கூடக் கொடுத்து அப்படி ஒரு வீட்டுக்குக் குடி போய்விட்டான்.

சுற்று வட்டாரத்தில் இருபது கிலோ மீட்டருக்குள் வேலை என்றால்தான் வருவான். அரை மணி நேரத்தில் வீட்டுக்குப் போகும் தூரமாக இருக்க வேண்டும். வேலை நேரமும் ஐந்து மணியோடு சரி. இன்னும் ஒரு அரை மணி நேரம் செய்தால் வேலை முடிந்துவிடும் என்றாலும் ‘நீங்க பாத்துக்கங்க’ என்று சொல்லிவிட்டுப் பதிலை எதிர்பார்க்காமல் கிளம்பிப்

போய்க்கொண்டே இருப்பான். வீட்டுக்குள் நுழைந்துவிட்டால் மறுநாள் காலையில் வெளியே வருவான். இப்படி ஒரு வீடடங்கிய பையனாக அவன் ஒருபோதும் இருந்ததில்லை. அவன் உலகமே வெளியாகத்தான் இருந்தது. கொஞ்ச நேரம் தூங்கி எழ ஓர் இடமாகவே வீட்டை நினைத்திருந்தான். இப்போது வீடுதான் எல்லாம். அவன் அப்படி ஆனதுக்குக் காரணம் ஒரு சம்பவம்.

கூரைகளுக்கு அட்டை போடும் வேலை செய்தான் முருகேசு. சிமிட்டி அட்டை என்னும் ஆஸ்பெஸ்டாஸ் போடும் வேலைக்குத்தான் முதலில் போய்க் கொண்டிருந்தான். வேலை பழகியதும் அதில்தான். வீடுகளுக்குத் தளம் போடவோ ஓடு வேயவோ வசதி இல்லாதவர்கள் இந்த அட்டையைத்தான் போடுவார்கள். வெப்பத்தை அப்படியே பிடித்து வைத்து துளி விடாமல் வீட்டுக்குள் இறக்கும் அட்டை அது. அந்த அட்டை வேயும் வேலை ரொம்பவும் கடினம். அட்டை அப்படிக் கனக்கும். மூன்று பேர் சேர்ந்து தூக்கினாலும் கனம்தான். அதைக் கூரையில் பொருத்த மேலே நிற்கும்போது எச்சரிக்கையாக இருக்க வேண்டும். கண்ணுக்குத் தெரியாமல் லேசாக விரிசல் இருந்தாலும் அதன்மேல் கால் வைத்துவிட்டால் சட்டென உடைந்து போகும். கால் வைத்த ஆள் ஓட்டை வழியாகக் கீழே விழுவார். அவன் வேலை செய்தபோது அப்படி ஒரு விபத்து நடந்து ஐம்பத்தைந்து வயது ஆள் ஒருவர் கீழே விழுந்து ஒரு கால் உடைந்து போயிற்று. அதன்பின் அவரால் இந்த வேலைக்கு வரவே முடியவில்லை.

அந்த விபத்தை நேரில் பார்த்த அதிர்ச்சியில் அவன் அட்டை போடும் வேலையை விட்டுவிட்டுக் கொஞ்ச நாள் கோழிப்பண்ணை வேலைக்குப் போனான். ஊரில் பல கோழிப் பண்ணைகள் உண்டு. ஓரளவு மரியாதையாக நடத்துபவரின் பண்ணைக்குப் போனான். கோழிப் பீ அள்ளுதல், தீவனம் வைத்தல், முட்டை எடுத்தல் என்று பலவிதமான வேலைகள் இருக்கும். பீ நாற்றமும் மருந்து வாசனையும் அவனுக்கு அருவருப்பாக இருந்தன. அதை விட்டு வேறு வேலைக்குப் போகலாம் என்னும் யோசனை வந்தபோது அட்டை வேயும் வேலையில் பெரிய மாற்றம் ஏற்பட்டிருந்தது.

கலர் ஷீட் என்றும் ஜப்பான் ஷீட் என்றும் சொல்லப்பட்ட தகர அட்டை சந்தைக்கு வந்து அதைப் பலரும் விரும்பி வேய்ந்தார்கள். பனையோலை, தென்னங்கீற்று போட்டு வேய்கிற வழக்கத்தையே இந்தத் தகர அட்டை இல்லாமல் செய்து கொண்டிருந்தது. சிமிட்டி அட்டை போடுவது போல அல்ல, இது மிகவும் எளிமையான வேலை என்று சொன்னார்கள். அவன் வயதுப் பையன்கள் ஐந்தாறு பேர் ஒரு குழுவாகச் சேர்ந்து தகர அட்டை போடும் வேலைக்குப் போனார்கள். அவர்கள் அவனையும் அழைத்தார்கள்.

மாயம்   43

மாட்டுக் கொட்டகை, ஆட்டுப் பட்டி, பெரும் கிடங்குகள், வீடுகள், மொட்டை மாடிகள் என எங்கு பார்த்தாலும் தகர அட்டைதான்.

ஒருநாள் அந்த வேலைக்குப் போய்ப் பார்த்தான். வேலை மிகவும் பிடித்திருந்தது. மேலேறிச் செய்யும் வேலை அவனுக்கு ஏற்கனவே பழக்கமானதுதான். இதில் கால் வைத்தால் அட்டை உடைவதில்லை. எங்காவது சில இடங்களில் லேசாக ஒடுங்கலாமே தவிர உடைவதற்கு வாய்ப்பே இல்லை. ஆள் யாரும் கீழே விழும் விபத்து நடக்காது என்பது அவனுக்கு நிம்மதி கொடுத்தது. கனமான அட்டைகளையும் தூக்க வேண்டியதில்லை. இந்த அட்டை காற்றில் பறந்துவிடுவது போன்ற லேசு. ஆளுக்கொரு பக்கம் பிடித்துத் தூக்க இருவர் வேண்டும். விளிம்புப் பகுதி கத்தி போல இருக்கும். அதைப் பிடிக்கும்போது மட்டும் எச்சரிக்கையாக இருக்க வேண்டும். அட்டையின் நிறங்களும் அவனுக்குப் பிடித்திருந்தன. இந்த அட்டைகள் வெப்பத்தை அவ்வளவாகக் கீழிறக்குவதில்லை. மழை பெய்தால் மட்டும் துளி பட்பட்டென்று தலையிலேயே விழுவது போலச் சத்தம் கொடுக்கும். அந்த வேலை அவனுக்குப் பிடித்திருந்ததால் தொடர்ந்து போனான். சம்பளமும் போதுமான அளவுக்கு இருந்தது.

தகர அட்டை போடப் போனதில் அவனுக்கு நிறைய நண்பர்கள் அறிமுகம் ஆனார்கள். மிகவும் உற்சாகமான உலகமாக அது இருந்தது. கல்லூரியில் அவன் படித்த காலத்தில் கிடைத்தது போன்ற உற்சாகம் அது. பன்னிரண்டாம் வகுப்பு முடித்தபோது குறைந்த மதிப்பெண்ணில் தேர்ச்சி பெற்றிருந்த காரணத்தால் அவனுக்கு அரசு கல்லூரியில் ஆங்கில இலக்கியப் படிப்பில்தான் இடம் கிடைத்தது. கிடைக்கும் ஏதாவது ஒன்றில் சேர்ந்தால் பிறகு மாற்றிக் கொள்ளலாம் என்று சொன்னார்கள் என்பதால் அப்படிப்பில் சேர்ந்தான். ஆனால் மாற்றிக்கொள்ள வாய்ப்பு அமையவில்லை. முதல் பருவ முடிவில் தமிழ்ப் பாடத்தில் மட்டுமே தேர்ச்சி பெற்றான். அவனைப் போலவேதான் பெரும்பான்மையான மாணவர்கள் இருந்தனர். அதனால் அவனுக்கு வருத்தம் வரவில்லை.

மூன்று ஆண்டுகளை மகிழ்ச்சியாகக் கழிக்கலாம் என்று முடிவு செய்து கல்லூரிக்குப் போய் வந்தான். வெளியே வரும்போது தேர்ச்சி பெற்ற தாள்களின் எண்ணிக்கை ஒற்றைப்படையிலும் தேர்ச்சி பெற வேண்டிய தாள்களின் எண்ணிக்கை இரட்டைப் படையிலும் இருந்தன. அவனோடு படித்த மாணவர்களில் ஒரே ஒருவன் தேர்ச்சி பெற்றுப் பட்டம் பெறுகிறான் என்பதைக் கல்லூரியே அப்படிக் கொண்டாடியது. அதன் பிறகு அவன் கல்லூரிப் பக்கமே போகவில்லை. ஆனால் அந்த மூன்றாண்டு

காலம் அத்தனை மகிழ்ச்சியானதாக அவன் மனதில் இருந்தது. அதே உற்சாகத்தை இந்த வேலையிலும் அவன் பெற்றான்.

நண்பர்கள் புதிய புதிய திரைப்படங்களுக்குப் போவார்கள். அந்தச் சிறுநகரத்தில் இருந்த விதவிதமான உணவகங்களுக்குச் சென்று சாப்பிடுவார்கள். எப்போதாவது ஒருமுறை அருகிலிருந்த மலைப்பகுதி அருவிக்குப் போய்க் குளித்து வருவார்கள். சம்பள நாளன்று ஆளுக்கொரு பீர் குடிப்பார்கள். புதுப்புதுச் செல்பேசிகளை வாங்கிப் பயன்படுத்துவார்கள். மாசி, பங்குனி மாதங்களில் அப்பகுதிகளில் நடக்கும் திருவிழாக் கலை நிகழ்ச்சிகளுக்குப் போய் வருவார்கள். பெண்களைப் பற்றிப் பேசிக் குதூகலிப்பார்கள். அது ரொம்பவும் சந்தோசமான காலமாக இருந்தது. தகர அட்டை போடும் வேலைக்குப் போகத் தொடங்கியதிலிருந்து அவன் சம்பளத்தை அப்பாவும் அம்மாவும் கை நீட்டி வாங்கவில்லை. அண்ணன்கள் இருவருக்கும் கல்யாணம் முடிந்துவிட்டது. அடுத்து அவன் கல்யாணம்தான். சம்பளப் பணத்தைக் கல்யாணத்திற்குச் சேர்த்து வைத்துக்கொள்ளச் சொல்லிவிட்டார்கள்.

எத்தனை விரைவாகப் பணம் சேர்க்கிறானோ அத்தனை விரைவில் கல்யாணம். பெண் பார்ப்பது என்று முடிவு செய்துவிட்டால் ஒரு மாதம் போதும். அவனும் சீக்கிரமாகக் கல்யாணம் செய்துகொள்ள வேண்டும் என்றே விரும்பினான். அதனால் செலவுகளை எல்லாம் குறைத்துப் பணம் சேர்த்தான். ஆறு மாதத்தில் ஐம்பதாயிரம் சேர்த்துவிட்டான். 'எவ்வளவு சேர்ந்திருக்கிறது?' என்று அவ்வப்போது கேட்கும் அப்பனும் அம்மாவும் அப்போது கேட்கவில்லை. அவனாகவே வெட்கத்தை விட்டு விவரம் சொன்னான். அப்பன் கொஞ்சம் பணம் போடுவார், வேலை தரும் ஒப்பந்தக்காரரிடம் கொஞ்சம் முன்பணம் வாங்கலாம் எனக் கணக்கிட்டுக் கொண்டார் அப்பா. அவனை அழைத்து அருகில் உட்கார வைத்துக்கொண்டு ஐந்தாறு பெண்களைச் சொல்லி உனக்கு எந்தப் பெண் பிடித்திருக்கிறது என்று யோசித்துச் சொல் என்றார். பெண்களை விசாரித்து ஜாதகம், பொருத்தம் எல்லாம் பார்த்து வைத்திருந்தார் அப்பா. ஒவ்வொரு குடும்பத்தின் விவரமும் சொன்னார்.

அவர் சொன்ன பெண்களை எல்லாம் விதவிதமான இடங்களில் பார்த்தான். சுடிதார் தைக்கும் கடையில் பார்த்த பெண்ணை மிகவும் பிடித்திருந்தது. மாந்தளிர் பச்சையேறும் முன் காணும் மெல்லிய கறுப்பு. கையை வைத்து ஒருமுறை துடைத்தால் பளிச்சென்று நிறம் வந்துவிடும் போலிருந்தது. தைத்து மாட்டியிருந்த சுடிதார்களின் பின்னணியில் பளீரென்று சிரித்த அவள் மனதில்

சட்டென ஒட்டிக்கொண்டாள். தையல் வேலை தெரிந்ததால் வீட்டிலிருந்தே கொஞ்சம் வருமானமும் பார்த்துக்கொள்ளலாம் என்றும் தோன்றியது. பெண்ணும் விவரமானவளாகத் தெரிந்தாள். அவள் வீட்டில் மூன்று பெண்கள், ஒரு பையன். இருவருக்கு ஏற்கனவே கல்யாணம் ஆகிவிட்டது. இவள் மூன்றாவது. அவன் கொஞ்சநாள் வேலை செய்த கோழிப்பண்ணையில்தான் மாமனார் வேலை செய்தார். அவரையும் அவனுக்குத் தெரியும். பிரச்சினை இல்லாத ஆள். வேலையை மாங்கு மாங்கென்று செய்வார்.

தை மாதத்தில் வைக்கலாம் எனப் பேச்சு முடிந்து கல்யாண ஏற்பாடு நடந்தபோது கல்யாணத்திற்குப் பிறகு எங்கே குடி வைப்பது என்றும் யோசித்தார்கள். ஊரில் இருந்த இரண்டு வீடுகளில் ஒன்றில் பெரியண்ணன் குடியிருந்தான். சின்னண்ணன் வெளியூர்வாசி. அப்பனும் அம்மாவும் இருந்த வீட்டில் சமைக்கச் சிறிய அறை தவிர ஒரே ஒரு அறைதான். அதில் குடும்பம் நடத்துவது என்றால் அம்மாவும் அப்பனும் வெளியே போக வேண்டும். ஊரில் வாடகைக்குக் கிடைக்கிற மாதிரி வீடு ஏதும் இல்லை. என்ன செய்யலாம் என்று குழம்பிய போது மாமனார் அந்த யோசனையைச் சொன்னார். அவர் வேலை செய்த கோழிப்பண்ணையில் இரவில் தங்கிக்கொள்ள ஆள் இல்லை. தினம் தினம் ஓர் ஆளை எப்படியாவது ஏற்பாடு செய்ய வேண்டியிருந்தது. இல்லாவிட்டால் முதலாளி வீட்டிலிருந்து யாராவது ஒருவர் வந்து தங்கிக்கொள்ள வேண்டும்.

சில ஆண்டுகளுக்கு முன் விவசாயமும் பண்ணையும் சேரப் பார்த்துக்கொண்டு முதலாளி வீடு இங்கேதான் இருந்தார்கள். பண்ணை வருமானம் கூடிவரவும் பிள்ளைகள் பெரிய படிப்பு படிக்கவும் வசதியாக நகர்ப் பகுதிக்குப் போய்விட்டார்கள். புறநகர்ப் பகுதியில் மூன்று மனை ஒருசேர வாங்கி பெரிய பங்களா கட்டிக் குடியிருக்கிறார்கள். கார்களே மூன்று இருக்கின்றன. நிலத்தில் அவர்கள் குடியிருந்த பெரிய ஓட்டு வீடு இப்போதும் அப்படியே இருந்தது. அவர்கள் தங்கிக்கொள்ளவும் விவசாயப் பொருட்கள், கோழிப்பண்ணைப் பொருட்கள் போடவும் அது பயன்பட்டது. வீட்டின் பின்புறத்தை ஒட்டிச் சாய்ப்பாக நீண்ட அறை ஒன்று. யாராவது வேலையாள் தங்குவதற்கு அது பயன்பட்டுக் கொண்டிருந்தது. முன்பெல்லாம் அங்கேயே குடும்பத்தோடு தங்கிக்கொண்டு விவசாய வேலையும் பண்ணை வேலையும் பார்த்த ஆட்கள் குடியிருந்தார்கள். இப்போது அப்படி யாரும் இல்லை.

அந்த வீட்டை வாடகை எதுவும் இல்லாமல் கொடுப்பார்கள். ஒரு குடும்பம் அங்கே இருந்தால் இரவுக் காவலுக்கு ஆள் தேட வேண்டியதில்லை. தண்ணீர்ப் பிரச்சினை இல்லை. நிலத்தில்

வளரும் காய்கறிகளைப் பறித்துக்கொள்ளலாம். முற்றி விழும் தேங்காய்கள் கிடைக்கும். முட்டைக்குப் பஞ்சமில்லை. அட்டை போடும் வேலை முருகேசுக்கு இல்லாத நாட்களில் பண்ணை வேலைபார்க்கலாம். அவன் மனைவியும் பண்ணை வேலையோ விவசாய வேலையோ செய்யலாம். எப்போதும் வேலைக்கு ஆள் தேவை அங்கே இருக்கும்.பகலில் அவன் அட்டை போடும் வேலைக்குப் போனாலும் மாமனார் அந்தப் பண்ணைக்குத்தான் வேலைக்கு வருவார் என்பதால் மகளைத் தினமும் பார்த்துக்கொள்வார். கொடுக்கல் வாங்கலுக்கும் பிரச்சினையில்லை.

அந்த முதலாளி மரியாதையோடு நடத்துவார் என்பது அவனுக்குத் தெரியும். பண்ணை இருக்கும் காடும் ஊரிலிருந்து எட்டிப் பிடிக்கிற தொலைவுதான். தனக்குப் பிறக்கும் குழந்தைகளை நன்றாக வளர்க்க வேண்டும் என்னும் ஆசை அவனுக்கு அதிகம். பலவிதமான கற்பனைகள் வைத்திருந்தான். செலவு, வசதி எல்லாவற்றையும் யோசித்தால் அந்த ஏற்பாடு உகந்ததாகத் தோன்றியது. பண்ணை முதலாளி உடனே சரி என்று சொல்லிவிட்டார். அவருக்குப் பண்ணைக் காவலுக்கு ஆள் வேண்டும். முருகேசு மாதிரி இளவயதுப் பையன் இருந்தால் நல்லது. குடும்பமாக இருந்தால் ரொம்பவும் நல்லது. 'ஊருக்கு எங்காவது போனாலும் இரவுக்கு வந்துவிட வேண்டும். வர முடியவில்லை என்றால் நீங்களே காவலுக்கு ஆள் ஏற்பாடு செய்துவிட வேண்டும்' என்பதுதான் முதலாளி போட்ட ஒரே நிபந்தனை.

கல்யாணம் முடிந்த மூன்றாவது நாளே அந்த வீட்டுக்குக் குடி வந்தார்கள். நீள அறையில் அலமாரிகளும் இருந்ததால் பொருட்களை எல்லாம் அடுக்கி முடித்த பின்னும் வீடு மிகப் பெரிதாகவே இருந்தது. நடுவில் தடுப்பு எதுவும் இல்லை. யாராவது வந்தால் தங்குவது சிரமம். அதற்கும் அவன் மாமனாரே வழி செய்தார். தென்னங்கீற்றால் நடுவில் ஒரு தடுப்பு வைத்தார். தடுப்புக்குப் பின்னால் ஒரு படுக்கையறை உருவாகிவிட்டது. அந்த வீடு அவன் மனைவிக்கும் பிடித்திருந்தது. ஓரிரு நாள் உறவினர்களின் போக்குவரத்து இருந்தது. பிறகு இருவரும்தான். புதுமணத் தம்பதிகளுக்குத் தேவையான தனிமை அங்கே முழுமையாகக் கிடைத்தது. இருவரும் சுதந்திரமாகப் பேசிக்கொண்டார்கள். சத்தம் போட்டுச் சிரித்தார்கள். ஓடிப் பிடித்து விளையாடினார்கள். சேர்ந்து சமைத்தார்கள். ஒருவருக்கு ஒருவர் ஊட்டினார்கள்.

வேலைக்குப் போகும் நேரத்தில் கட்டியணைத்து முத்தம் கொடுத்தார்கள். சில நாள் அணைப்பின் நெருக்கத்தில் வேலைக்குப் போவதைத் தவிர்த்துவிட்டு வீட்டிலேயே இருக்கும்படியும் ஆனது. அடர்ந்த மீசையின் நுனியைச் சற்றே முறுக்கி விட்டிருப்பான்.

அதுதான் அவளுக்கு விளையாட்டுச் சாமான். மீசையைப் பற்றிக் கீழே தாழ்த்துவாள். 'நல்லாயில்ல' என்று சொல்லி மீண்டும் முறுக்கி மேலேற்றுவாள். அவள் காதோரம் அலையும் முடிகளில் வாய் வைத்து இழுப்பது அவனுக்குப் பிடித்த விளையாட்டு. வெளியே போகும் போதெல்லாம் தன் உடலில் பாதியைத் தவிக்க விட்டுவிட்டுப் போவது போலவே தோன்றிற்று. அப்படி அவளை மனதிலும் உடலிலும் ஏற்றியிருந்தான்.

இரவுப் பொழுது சொர்க்கத்தில் கழிந்தது. தனித்திருந்த ஓர் இரவில் அவள் வயிற்றில் காதை வைத்து 'நம்ம கொழந்த வந்திருக்குமா?' என்றான். 'இத்தன அவசரமா?' என்றாள். 'ஆமா, பத்துக் கொழந்த பெத்துக்கணும்னு எனக்கு ஆச' என்று சிரித்தான். கல்யாணமாகிப் பத்தாவது நாள் அவள் வீட்டுக்கு விலக்கானாள். 'என்ன இப்படி ஆயிருச்சி?' என்று வருத்தமாகக் கேட்டான். 'என்னமோ வருசக்கணக்கு ஆயிட்டாப்ல பேசற? ஒருவேள கொழந்த பொறக்கலீன்னா என்னய உட்டுட்டுப் போயிருவியா?' என்று அவள் அழுதாள். அவள்தான் அவனுக்கு முக்கியம் என்று சொல்லி அன்றைக்கு இரவெல்லாம் தேற்றினான். அவன் கை மேல் தலை வைத்திருந்த அவள் கண்ணிலிருந்து வழிந்த கண்ணீர் இவ்வளவு என்றில்லை. கண்ணீரைத் துடைப்பதும் முத்தம் கொடுப்பதுமாக இரவு முழுக்கவும் அவளைத் தேற்ற வேண்டியிருந்தது. அதன்பின் குழந்தையைப் பற்றி அவன் பேசவேயில்லை.

அடுத்த மாதம் அவள் விலக்காகவில்லை. நாள் தள்ளிப் போனதும் அவனிடம் சொன்னாள். உடனே மருத்துவமனைக்குப் போய்ப் பரிசோதனை செய்துகொள்ளலாம் என அவசரப்பட்டான். சிலசமயம் விலக்காகப் பத்துப் பதினைந்து நாள் அதிகமாவது உண்டு என்றும் கொஞ்சம் பொறுத்திருக்கலாம் என்றும் சொன்னாள். அவன் ஒத்துக்கொண்டாலும் குழந்தை உருவாகிவிட்டது என்பதில் தீர்மானமாக இருந்தான். அவள் வயிற்றுப் பகுதியை மென்மையாகக் கையாண்டான். 'என்ன ரண்டு கொழந்த பேசற மாதிரி கேக்குது' என்று வயிற்றில் காதை வைத்து அழுத்திக்கொண்டு சொன்னான். 'ஆமா, பத்துக் கொழந்தையும் ஒன்னாப் பெத்துக் குடுத்திட்டுப் போயிச் சேந்தர்றன். நீ வெச்சுக்கிட்டுக் கொஞ்சு' என்றாள். தான் ஏன் இப்படி அவசரப்படுகிறோம் என்று அவனுக்குத் தோன்றிச் சாதாரணமாக இருப்பது போலக் காட்டிக்கொண்டான்.

அவன் வேலைக்குப் போய்விட்டு வந்த ஒருநாள் மாலை நெய் மணக்கும் கேசரியும் குலோப்ஜாமுனும் செய்து வைத்திருந்தாள். அவனுக்கு இனிப்பு மிகவும் பிடிக்கும். அதுவும் அவள் செய்த இனிப்பு அத்தனை தித்திப்பாயிருந்தது. அவன் அசந்து போகும்படி

ஏதாவது செய்து வைத்துக்கொண்டு காத்திருப்பது அவள் வழக்கம். அதுமாதிரி இன்றைக்கு இதைச் செய்திருக்கிறாள் என்று நினைத்து ஆவலாகச் சாப்பிட்டான். அவன் காதைப் பிடித்துத் திருகி 'நீ அப்பனாயிட்ட' என்று காதுக்குள் கிசுகிசுத்தாள். அவள் அம்மாவை அழைத்துக்கொண்டு மருத்துவமனைக்குப் போய்ப் பரிசோதனை செய்து வந்திருந்தாள். கர்ப்பம் உறுதி. இந்தப் பிறவிக்கென விதித்திருந்த பிரியம் முழுவதையும் அன்றைக்கு அவளிடம் காட்டினான்.

'உன்னயத் தெரியாதா? இதெல்லாம் எனக்கா? உன் கொழந்தைக்கு' என்று சிணுங்கினாள். 'நம்ம கொழந்த' என்று திருத்தினான். அந்த மாதமெல்லாம் மகிழ்ச்சியாகப் போயிற்று. 'வாந்தி வர்ல, மசக்கையக் காணோம்' என்று கேட்டுக்கொண்டிருந்தான். 'சில பேருக்கு வராது', 'மூனாவது மாசத்துக்கு அப்புறம்தான் வரும்' என்றெல்லாம் சொல்லிக் கொண்டிருந்தாள். அவள் மீது தன் பாரம் அழுத்தாமல் இருக்கும்படி பார்த்துக்கொண்டான். நிலவொளி நாட்களில் கிணற்றுக்கு அருகே உட்கார்ந்து வெகுநேரம் தங்கள் குழந்தையைப் பற்றிப் பேசிக் கொண்டிருந்தார்கள். அவள் அனுமதியோடு பீர் வாங்கி வந்து குடித்துவிட்டுக் கிறக்கத்தோடு அவளைக் கொஞ்சினான். அவளையும் ஒரு மிடறு குடித்துப் பார்க்கும்படி வற்புறுத்தினான். அந்த 'நாத்தம்' தனக்குப் பிடிக்கவில்லை என்று சொல்லியும் அவன் கேட்காதபோது 'கொழந்தைக்கி ஆவாதே' என்றாள். 'ஆமாமா' என்று விட்டான்.

அது சித்திரை மாதம்.அக்கம் பக்க ஊர்களில் திருவிழாக்கள் நடந்தன. அட்டை போடும் இடத்தில் நண்பர்கள் சிரித்துச் சிரித்துப் பேசிக் கொண்டிருந்தார்கள். தன்னை ஒதுக்குகிறார்கள் என்று தோன்ற 'என்னடா அப்படிக் குசுகுசுன்னு பேசறீங்க?' எனக் கேட்டு அவனாகப் பேச்சில் கலந்துகொண்டான். 'நீயெல்லாம் இதுக்கு லாயக்குப்பட மாட்டடா' என்று சிரித்தார்கள். 'நீதான் தெனமும் பக்கத்துலயே பாக்கறயே, உனக்கு எதுக்குடா இதெல்லாம்' என்றான் ஒருவன். துருவி விசாரித்ததில் முந்தைய நாள் இரவு ஓர் ஊரில் 'ஆடலுடன் பாடல்' நிகழ்ச்சி நடந்திருக்கிறது. அதற்குப் போயிருக்கிறார்கள். அதைப் பற்றித்தான் பேச்சு. ஆபாச நடனம் இல்லை என்று காவல்துறைக்கு எழுதிக் கொடுத்து அனுமதி வாங்கியிருந்தாலும் கொஞ்சம் அப்படி இப்படித்தான் நடக்கும். நிகழ்ச்சியின் கடைசிப் பாடலே உச்சம்.

அதைப் பற்றிப் பேசியவர்கள் அவனும் அதில் கலந்துகொள்ள ஆர்வம் காட்டுவதைப் பார்த்து 'நீயெல்லாம் வர மாட்டடா. கலியாணம் ஆனவன் எல்லாம் இதுக்கு லாயக்குப்பட மாட்டாண்டா' என்று சொல்லி மீண்டும் சிரித்தார்கள். தான்

49
மாயம்

ஒன்றும் மாறவில்லை, பழைய மாதிரிதான் இருக்கிறேன் என்று காட்டிக்கொள்ள வேண்டியிருந்தது. 'இன்னைக்கு எங்காச்சும் இருந்தாச் சொல்லுங்கடா, நானும் வர்றன்' என்று வீராப்புடன் சொன்னான். அன்றைக்கு எங்கும் இருக்காது என்று நினைத்துக் கொண்டும் எங்கும் இருக்கக் கூடாது என்று வேண்டிக் கொண்டும் அப்படிச் சொல்லிவிட்டான். ஆனால் அன்றைக்கும் ஓர் ஊரைச் சொன்னார்கள். அவன் யோசிப்பதைப் பார்த்து மீண்டும் சிரிப்பு. 'நீயெல்லாம் வர மாட்டடா, எல்லாம் சும்மா' என்றான் ஒருவன். 'கலியாணத்துக்கு அப்பறம் முறுக்கு மீசயெல்லாம் மடங்கிப் போயிக் கெஞ்சும்டா' என்றான் இன்னொருவன். 'இந்த மூனு மாசத்துல எங்காச்சும் வந்திருக்கறயாடா, என்னமோ பேசற' என்று தூண்டினான் மற்றொருவன். அன்றைக்குச் சம்பள நாள். வாங்கிக்கொண்டு ஒரு பீரும் உணவும் சாப்பிட்டுவிட்டு அந்த ஊருக்குப் போகலாம் என்பது அவர்கள் திட்டம்.

'இன்னைக்கி நானும் வர்றண்டா' என்று அழுத்தமாகச் சொல்லிவிட்டு அவன் செல்பேசியை எடுத்துக்கொண்டு சற்றே தள்ளிப் போய் அவளுக்குப் பேசினான். ஒரு நண்பன் வீட்டுத் திருவிழாவுக்கு அழைக்கிறான் என்றும் எல்லோரும் போகும்போது தான் மட்டும் போகவில்லை என்றால் நன்றாக இருக்காது என்றும் போய்ச் சாப்பிட்டுவிட்டு பத்து மணிக்குள் வந்துவிடுவதாகவும் சொன்னான். அதனால் அவளை ஊருக்குள் போய்த் தன் அப்பா அம்மாவோடு இருக்கும்படியும் தான் வந்த பிறகு வீட்டுக்கு அழைத்து வருவதாகவும் சொன்னான். 'பத்து மணிக்குள்ள வந்திருவியா' என்று திரும்பத் திரும்பக் கேட்டாள். என்றைக்கும் இல்லாத எரிச்சல் வந்தது. 'சொன்னாக் கேக்க மாட்டியா? கொஞ்சம் முன்னப்பின்ன ஆவும், அதான் சொல்றன். அங்க போயி இரு' என்று சொல்லிவிட்டுப் பேசியை வைத்தான். பேசி முடித்த பிறகுதான் அவளிடம் இதுவரைக்கும் இப்படிக் கடுமையாகப் பேசியதில்லை எனத் தோன்றியது. வருத்தமாக இருந்தது. இரவு பேசிச் சமாதானம் செய்துவிடலாம் என்று நினைத்துக்கொண்டான்.

நண்பர்களுடன் போனான். வழக்கமாக ஒரு பீர் குடிப்பான். அன்றைக்கு ஒன்றரை பீர் குடித்தான். 'நீ மாறலடா முருகேசு' என்று முதுகில் நண்பன் ஒருவன் தட்டிக் கொடுத்தான். அவர்கள் வழக்கமாகச் சாப்பிடும் கையேந்தி பவனில் சாப்பிட்டார்கள். அவன் நினைத்தது போல அந்த ஊர் அருகில் இல்லை. வண்டியில் போகப் போகப் போய்க் கொண்டேயிருந்தது. தூரம் பற்றி அவன் கவலை தெரிவித்தபோது 'நாளைக்கு லீவு தானடா' என்றான் ஒருவன். பத்து மணிக்குத்தான் அந்த ஊருக்கே போய்ச் சேர்ந்தார்கள். அப்போது அவளிடமிருந்து அழைப்பு வந்தது.

'பத்து மணியாச்சே, இன்னும் எவ்வளவு நேரம் ஆகும்?' என்றாள். சம்பளம் வாங்கவே இன்றைக்கு எட்டு மணி ஆகிவிட்டது என்றும் இப்போதுதான் நண்பன் வீட்டுக்கு வந்து சேர்ந்திருப்பதாகவும் கவலைப்படாமல் நீ தூங்கு, நான் வந்து எழுப்புகிறேன் என்றும் சொன்னான்.

அப்போதுதான் அவள் தன் அப்பா அம்மா இருக்கும் வீட்டுக்குப் போகவில்லை என்பதும் கோழிப்பண்ணை வீட்டில்தான் இருக்கிறாள் என்பதும் தெரிந்தது. சாயங்கால நேரத்தில் முதலாளி வந்துவிட்டார் என்றும் வந்தவர் இருட்டும் போதுதான் கிளம்பினார் என்றும் காவலுக்கு யாரும் இல்லை என்று அவர் நினைத்துவிடக் கூடாது என அவள் ஊருக்குள் போகாமல் இங்கேயே இருந்துவிட்டதாகவும் சொன்னாள். அவள் மேல் கோபம் வந்தது. என்றாலும் தனியாக இருப்பவளிடம் கோபத்தைக் காட்ட வேண்டாம் என்று கருதி 'சரி, நீ நல்லா தாழ் போட்டுக்கிட்டுத் தூங்கு. நான் வந்தர்றன். பயப்படாத' என்று சொன்னான். அவளும் 'எனக்குப் பயமெல்லாம் ஒன்னுமில்ல. பழகுன எடந்தான. இருந்தாலும் நீ சீக்கிரம் வந்திரு' என்றாள்.

அப்படிச் சீக்கிரமாக அவனால் போக முடியவில்லை. நிகழ்ச்சி பதினொரு மணிக்குத்தான் தொடங்கியது. வீராப்பாக வந்துவிட்ட பிறகு பாதியில் கிளம்புவதாகச் சொன்னால் இன்னும் கேலி செய்வார்களே என்றிருந்தது. சரி, அவள் சொன்னது போலப் பழகிய இடம்தானே. தூங்கட்டும், போய் எழுப்பிக் கொள்ளலாம் என்று சமாதானம் கொண்டான். நிகழ்ச்சி பக்தி பாட்டில் தொடங்கியது. கடவுளின் தோற்றத்தில் பெண்ணொருத்தி வந்து ஆடினாள். 'மொதப்பாட்டுல முழுக்க மூடிக்கிட்டு வருவா. கடைசிப் பாட்டுல முழுக்க அவுத்துருவா' என்றான் நண்பன் ஒருவன். இன்னொரு பீர் குடித்தால் நன்றாக இருக்கும் என அவனுக்குத் தோன்றியது. எல்லாருக்கும் அப்படித்தான் தோன்றியது போல. அந்த ஊரில் திருவிழா நடக்கும் பகுதிக்குப் பக்கத்திலேயே டாஸ்மாக் இருந்தது. நேரம் ஆகிவிட்டாலும் திருவிழாவின் காரணமாகத் திறந்து வைத்திருந்தார்கள். கூலிங் இல்லாத பீர் வாங்கி ஆளுக்கு ஒன்றைக் குடித்தார்கள்.

அவன் கணக்கில் அன்றைக்கு இரண்டரை பீர். இடைவெளி இருந்ததால் ஒன்றும் பெரிதாகத் தெரியவில்லை. நிகழ்ச்சி களை கட்டவும் அவன் எல்லாவற்றையும் மறந்து போனான். கடைசி ஆட்டத்தையும் பார்த்துவிட்டு நண்பன் ஒருவனை வழியிலிருந்த ஊரில் விட்டுவிட்டுத் தன் வீட்டுக்கு அவன் வந்து சேரும்போது விடிகாலை இரண்டு மணி ஆகிவிட்டது. அப்போதுதான் அவனுக்கு ஒரு விபரீத ஆசை தோன்றிற்று. 'எனக்குப் பயமில்லை' என்று சொன்னாள் அல்லவா, அவளைப் பயமுறுத்திப் பார்க்கலாம்

என்று நினைத்தான். காட்டுக்குள் நுழையும்போதே வண்டியை அணைத்துவிட்டான். ஆளைத் தள்ளுவது போல வீசிய காற்றை மீறி வண்டியை மெல்லத் தள்ளிக்கொண்டு வந்து முதலாளி வீட்டுக்கு முன் நிறுத்திவிட்டுத் தன் வீட்டுக்குப் போய்க் கதவைத் தட்டினான். அவள் கதவைத் திறப்பதற்கு முன் 'யாரது?' என்றாள். அவன் பேசவில்லை. மறுபடியும் அவள் சத்தமாக 'யாரது?' என்றாள். அவன் பேசவில்லை. கதவருகே போய் மீண்டும் மெல்லத் தட்டினான். இப்போது 'யாரது?' என்று கேட்ட அவள் குரலில் நடுக்கமும் பயமும் நன்றாகத் தெரிந்தன.

அப்போதும் எதுவும் பேசாமல் கீழே குனிந்தவாக்கில் விரல் மடித்து மெல்லக் கதவைத் தட்டினான். 'காத்தே காத்தே, என்னோட வெளையாடதே. அப்புறம் அவங்கிட்டச் சொல்லி நாளைக்கு உன்ன என்ன பண்ணுவம் பாத்துக்க. பாத்ரூம் போயிட்டு வர்ற வரைக்கும் சேட்ட பண்ணாத இரு, ஆமா' என்று சத்தமாகக் காற்றிடம் பேசிக்கொண்டே கதவைத் திறந்தாள். 'பேஎ' என்று கத்திக்கொண்டே கதவுக்கு முன்னால் போனான். 'அய்யோ' என்று அலறியபடி உள்ளே ஓடி விழுந்தவள் பின்னோடி 'நாந்தான் நாந்தான்… பயப்படாத' என்று சொல்லிக்கொண்டே வாரி அணைத்தான். அவள் உடல் கிடுகிடுவென்று நடுங்கியது. நெஞ்சோடு சேர்த்தணைத்து முதுகில் தட்டினான். அடுத்த நிமிடம் அவள் வயிற்றைப் பிடித்துக்கொண்டு 'அம்மா' என்று கத்தினாள். அவன் காலடியில் ரத்தச் சொட்டுகள் விழுந்து தெறித்தன.

20–04–20

✦

பொண்டாட்டி

முருகேசு எட்டு மணிக்குத்தான் கண் விழித்தான். உடனே கை செல்பேசியைத் தேடியது. காலை ஆறு மணிக்கு அவள் செய்தி அனுப்பியிருந்தாள். இன்று வீட்டில் யாரும் இருக்க மாட்டார்கள் என்றும் மதிய உணவுக்கு வாவென்றும் அழைப்பு விடுத்திருந்தாள். அவன் பரபரப்பானான். 'உண்மையாகவா? வரட்டுமா?' என்று பதில் கொடுத்தான். சில நிமிடங்கள் பேசியையே பார்த்துக் கொண்டிருந்தான். பதில் வரவில்லை. அவள் ஏதேனும் வேலையாக இருப்பாள். வீட்டில் அவள் அம்மா, அப்பா, அக்கா, தம்பி ஆகியோர் உண்டு. அவர்கள் எங்கேனும் கிளம்பிக் கொண்டிருக்கக்கூடும். அவர்களை அனுப்பிவிட்டுப் பிறகு செய்தி அனுப்புவாள் அல்லது பேசுவாள்.

பேசியைக் கையில் எடுத்துக்கொண்டே வெளியே போனான். பல் துலக்கியபடி அதைப் பார்த்துக்கொண்டிருந்தான். கழிப்பறைக்குள்ளும் உடன் எடுத்துப் போனான். செய்தி வரும்போது ஒலியும் வரும். என்றாலும் எடுத்துப் பார்த்தால்தான் திருப்தி வரும். இதுநாள் வரை இருவரும் வெளியிடங்களில்தான் சந்தித்திருக்கிறார்கள். இன்று வீட்டுக்கே அழைக்கிறாள். அது வெறும் சாப்பாட்டுக்காக மட்டும் இருக்காது. அவளிடம் எத்தனையோ முறை முயன்று பார்த்திருக்கிறான். அவள் ஒத்து வரவில்லை. கல்யாணத்திற்கு முன்னால் சேர்ந்திருப்பதால் பிரச்சினை ஏதும் வராது; வராதபடி பார்த்துக்கொள்ளலாம்

என்றும் நம்பிக்கை கொடுத்திருக்கிறான். அவள் மசியவில்லை. எல்லாம் கல்யாணத்திற்குப் பிறகுதான் என்பாள். சேர்ந்து ஒட்டி நடக்கவும் இடுப்பில் கை கொண்டு அணைக்கவும் கன்னத்தில் முத்தம் வைக்கவும் இதுவரை அனுமதி கிடைத்திருக்கிறது. அது போதவில்லை.

இருவரும் பழக ஆரம்பித்து ஆறு மாதத்திற்கு மேலாகிவிட்டது. இன்னும் அவன் மேல் முழுநம்பிக்கை வரவில்லை என்று தோன்றியது. 'அப்படி எதாச்சும் ஆயிட்டா உடனே கல்யாணம் பண்ணிக்கலாம்' என்று சொல்லிப் பார்த்தான். 'கல்யாணத்துக்கு அப்பறந்தான்னா இப்பவே கல்யாணம் பண்ணிக்கலாம்' என்றும் சொன்னான். இருவீட்டாரிடமும் பேசிச் சம்மதம் வாங்கியோ வீட்டார் சம்மதம் இல்லாமல் கூட்டிக்கொண்டு போய்த் தாலி கட்டி வருவதோ எதுவென்றாலும் அவனுக்குப் பிரச்சினை இல்லை. அவன் நண்பர்களிடம் உதவிக்காகச் சொல்லியும் வைத்திருக்கிறான். குடும்பத்தில் இரண்டாவது அவன். அக்காவுக்குத் திருமணமாகிவிட்டது. தம்பி பள்ளிக்குப் போய்க் கொண்டிருந்தான். இப்போது அப்பா அம்மாவுடன் அவனும் தம்பியும் மட்டும்தான். கல்யாணம் செய்துகொள்வதில் பிரச்சினை ஏதுமில்லை.

அவனுக்கும் இருபத்திரண்டு வயதாகிறது, கல்யாணம் செய்துவிட்டால் கடமை முடிந்துவிடும் என்று அப்பா சொல்லிக்கொண்டு இருக்கிறார். அவன் இன்னும் பிடி கொடுக்கவில்லை. பிடி அவளிடம் இருக்கிறது. அவளுடைய பிரச்சினை அக்கா. அக்காவுக்குக் கல்யாணம் செய்யாமல் தங்கைக்குக் கல்யாணம் செய்ய வீட்டில் ஒத்துக்கொள்ள மாட்டார்கள். அவனோடு போய்க் கல்யாணம் செய்துகொண்டால் அக்காவுக்குக் கல்யாணம் ஆவது தள்ளிப்போகக் கூடும். ஒருவருசத்துக்குள் அக்காவுக்குக் கலயாணம் ஆகிவிடும், அப்புறம் பிரச்சினை இல்லை, அதுவரைக்கும் பொறுத்திரு என்று சொல்லிப் பார்த்தாள். அவளைப் பார்க்கும்போதும் பேசும்போதும் அடிக்கடி பெருமூச்சு விட்டான். அதன் அர்த்தம் புரிந்து அவள் சிரித்தாள். 'அவசரம்னா எங்கக்காவக் கட்டிக்க' என்றாள் ஒருமுறை. 'நானா மாட்டங்கறன்? அவளுக்குச் சம்மதமான்னு கேட்டுச் சொல்லு' என்றான். அக்காவைத்தான் அவனுக்கு முதலில் தெரியும். அது ஒன்றரை வருசத்திற்கு முந்தைய கதை.

கம்பி கட்டும் வேலைக்கு அவன் போய்க் கொண்டிருந்தான். புறநகர்ப் பகுதியில் வீடு. அங்கிருந்து நகரப் பேருந்தில் போய் இறங்குவான். பொறியாளர் ஒருவருக்குக் கீழ் மேற்பார்வைக்கு என்று இருந்த மேஸ்திரியின் கீழ் அவனுக்கு வேலை. கட்டிடத்தின் இடம் சொல்லி அங்கே போகும்படி அனுப்புவார். சில சமயம்

நடக்கிற தூரமாக இருக்கும். சிலசமயம் இன்னொரு நகரப் பேருந்து பிடித்துப் போக வேண்டும். பத்து மணிக்கெல்லாம் இடத்தில் இருக்க வேண்டும். அவனோடு இரண்டு மூன்று பேர்கள் வேலை செய்வார்கள். கம்பி வெட்டுவது, வளைப்பது, கட்டுப் போடுவது ஆகியன அவன் வேலை. அளவு தொடர்பான விஷயங்களை எல்லாம் அனுபவஸ்தர்கள் பார்த்துக்கொள்வார்கள். ஒருநாளுக்கு அறுநூறு ரூபாய் கிடைக்கும். ஞாயிறு விடுமுறை. மற்ற நாளுக்குத் தேவையென்றாலும் விடுப்பு எடுத்துக்கொள்ளலாம். போனால் சம்பளம்.

ஒன்பதரைக்கு அவன் நகர் நிறுத்தத்திற்கு வரும் பேருந்தில் ஏறுவான். அதே பேருந்தில் அவள் அக்காவும் வருவாள். தனக்கு அடுத்த நிறுத்தத்தில்தான் அவள் வீடு என்பதை அடுத்த நாளே கண்டுபிடித்துவிட்டான். அவளைப் பார்த்ததுமே பிடித்துவிட்டது. ஆனால் முகத்தில் ஒருபோதும் இளக்கம் இருக்காது. சிரிக்கவே மாட்டாளோ என்று தோன்றும். இந்த அழகான முகத்தில் ஒரு சிரிப்பையும் ஆண்டவன் வைத்திருக்கக் கூடாதா என்று ஆதங்கத்தோடு நண்பர்களிடம் சொல்வான். இரண்டு மூன்று முறை அவளிடம் பேச முயன்றான். அவள் முகம் கொடுக்கவில்லை. ஜெராக்ஸ் கடை ஒன்றில் அவள் வேலை செய்தாள். அந்தக் கடைக்கும் அவ்வப்போது போய்ப் பார்த்தான். அவன் பேச முயன்ற ஒருசமயத்தில் 'மூடிக்கிட்டுப் போ. இந்த வேலயெல்லாம் எங்கிட்ட வெச்சிக்காத' என்று சொல்லிவிட்டு வேகமாகப் போனாள். உடன் வேலை செய்யும் நண்பன் ஒருவனிடம் இதைப் பகிர்ந்து 'ஒரு பொண்ணு இப்படியெல்லாம் பேசுமா?' என்று ஆச்சரியமாகக் கேட்டான். 'நீ ஜிப்ப ஒழுங்காப் போட்டிருந்தயா?' என்று கேட்டு அவன் சிரித்தான். அதற்குப் பின் அவள் பக்கமே திரும்புவதில்லை. அவளும் ஜெராக்ஸ் கடையில் ஷிப்ட் மாற்றிக் கொண்டாள். எப்போதாவது அவளைப் பார்க்க நேரும்போது அனிச்சையாகக் கை ஜிப்பை நோக்கிப் போகும்.

பிறகு ஆறேழு மாதங்கள் கழித்து அவள் தங்கை என்று தெரியாமலே இவளோடு பழக்கம் வந்தது. பத்தாவதில் ஆங்கிலத் தாளில் தேர்ச்சி பெறவில்லை என்பதால் பேன்சி ஸ்டோர் ஒன்றில் வேலைக்குச் சேர்ந்திருந்தாள். பழக ஆரம்பித்த சில மாதங்களுக்குள் இருவரையும் சேர்த்துக் கடைவீதியில் பார்த்திருக்கிறாள் அக்கா. வீட்டுக்கு வந்த பிறகு 'அவன் எங்கிட்டச் செருப்படி வாங்கிக்கிட்டு ஓடிப் போனவன். அவங்கூட உனக்கு என்னடி பேச்சு?' என்று கேட்டாள். 'அவன் அப்படியெல்லாம் மோசமானவன் இல்ல, போ' என்று இவள் சொன்னாள். 'ஆமா, ஏமாத்தி வவுத்துல ஏத்திச் செமக்க உட்டுட்டுப் போவான் பாரு, அப்பத் தெரியும் உனக்கு' என்று ஆங்காரமாகச் சொன்னதோடு நிறுத்திவிட்டாள் அக்கா.

அவன் அவளிடம் கொஞ்சம் மீற முனையும் போதெல்லாம் அக்கா சொன்னது நினைவுக்கு வந்து தொலைத்துவிடும். 'அக்கா சொன்ன மாதிரி ஏமாத்திருவியா?' 'அக்கா சொன்ன மாதிரி வவுத்துல ஏத்தி உட்ருவியா?' 'அக்கா சொன்ன மாதிரி செமக்க உட்டுட்டுப் போயிருவியா?' என்று கேட்பாள்.

அவனுக்கு எரிச்சலாக இருக்கும். ஒரு பெண் பேசும் வார்த்தைகள் என்று அவன் நினைத்திருந்ததற்கு மாறாக என்னென்னவோ அக்காக்காரி பேசுவதாக நினைத்தான். 'எங்கக்காகிட்டச் செருப்படி வாங்குனவந்தான நீ?' என்று இவள் கேலி செய்வாள். 'வா, அவகிட்டயே போயிக் கேப்பம். செருப்படி வாங்கியிருந்தனா இப்பவே தூக்கு மாட்டிச் செத்துப் போயிர்றன்' என்று கோபமாகக் கத்துவான். அவனை அவமானப்படுத்துவதற்காக என்னவெல்லாமோ சொல்கிறாள். 'உன்னய விரும்பறன்னு அவளுக்குப் பொறாம. இப்பேர்ப்பட்ட அழகன விட்டுட்டமேன்னு இப்ப நெனச்சு வருத்தப்படுவா. அதான் என்னயப் பத்தி இப்படியெல்லாம் சொல்றா' என்பான். அக்கா பேச்சை எடுத்தால் இருவருக்கும் ஏதோ ஒருவிதத்தில் ஊடல் வந்துவிடும்.

அக்காவுக்கு 'முசுடு' என்று அந்தப் பகுதிப் பையன்கள் மொழியில் பெயர். அவனும் 'அந்த முசுடப் பத்திப் பேசாத. எப்ப அவளுக்குக் கலியாணம் அத மட்டும் சொல்லு' என்பான். ஜெராக்ஸ் கடையில் இப்போது கொஞ்சம் கணினி வேலையும் அக்கா செய்கிறாள் என்றும் இன்னும் கொஞ்சம் நன்றாகப் பழகி அதையும் கற்றுக்கொண்ட பிறகுதான் கல்யாணப் பேச்சு எனப் பிடிவாதமாக இருக்கிறாள் என்றும் சொன்னாள். 'முசுடு எப்ப வேல கத்துக்கறது, நமக்கு எப்ப வேல கெடைக்கறது?' என்று பரிதாபமாக முகத்தை வைத்துக்கொண்டு அவன் கேட்பான். 'ஆமா, எப்பப் பாரு அதே நெனப்புல இரு' என்று அவன் கன்னத்தில் செல்லமாக இடிப்பாள். எல்லாவற்றுக்கும் அவளுக்கும் விருப்பம்தான் என்பது அவனுக்குப் புரிந்திருந்தது. ஆனால் பயப்படுகிறாள். 'பயப்படாத. கடைவீதியில ஒரு மஞ்சக் கவுறு வாங்கியாந்து முருகன் கோயில்ல மூனு முடிச்சுப் போட்றன், கவலப்படாத' என்று எவ்வளவோ எடுத்துச் சொல்லியும் அவள் பயம் இன்னும் போகவில்லை.

இன்றைக்கு எப்படிப் பயம் போய்விட்டது, வீட்டுக்கே கூப்பிட்டுவிட்டாளே என்று ஆச்சரியப்பட்டுக் கொண்டே தயாரானான். புதிய சோப்பு வாங்கி வந்தான். மூன்று முறை சோப்புப் போட்டுக் குளித்தான். உடல் மணம் அவனுக்கே கிறக்கம் கொடுத்தது. அவளும் சேர்ந்து குளித்தால் எப்படி இருக்கும் என்று கற்பனை செய்தான். தன்னிடமிருந்த நல்ல பேண்ட் சட்டைகளை

எடுத்துப் பார்த்தும் போட்டுப் பார்த்தும் முழுவதும் திருப்தி தரவில்லை என்றாலும் ஒன்றைப் போட்டுக்கொண்டான். இப்படி ஒரு அழைப்பு வரும் என்பது நேற்றே தெரிந்திருந்தால் புதிய பேண்ட்டும் சட்டையும் எடுத்திருக்கலாம் என்று நினைத்தான். கிழிசல் இல்லாத ஓரளவு புதிதாகத் தெரிந்த உள்ளாடைகளைப் போட்டிருந்தான். தலையை ஐந்தாறு முறை கலைத்துக் கலைத்துச் சீவினான். சந்தனம் மணக்கும் திரவம் ஒன்றை லேசாக அடித்துக்கொண்டான்.

தயார் ஆன பிறகு என்ன செய்வது என்று தெரியவில்லை. திரும்பத் திரும்பப் பேசியை எடுத்து எடுத்துப் பார்த்துக் கொண்டிருந்தான். '*????????????*' என்று நீளக் கேள்வி போட்டுச் செய்தி அனுப்பினான். அழைப்பாளா மாட்டாளா, விளையாட்டுக்கு இப்படி அனுப்பியிருப்பாளா, ஏமாற்றுகிறாளா என்றெல்லாம் குழம்பினான். ஒன்றும் சாப்பிடப் பிடிக்கவில்லை. ஞாயிற்றுக்கிழமை என்பதால் வீட்டில் கறி மணந்தது. பேசியை எடுத்து எடுத்துப் பார்த்துக்கொண்டே இருந்தான். அம்மா போட்டுக் கொடுத்த கறிச்சோற்றைக் கொஞ்சமாகக் கொரித்தான். 'எப்பப் பாரு, பித்துப் பிடிச்சாப்லயே இரு' என்று அம்மா திட்டும் சொற்கள் ஒருமாதிரி கேட்டன. பதினொன்றரை மணிக்கு அவளிடமிருந்து அழைப்பு வந்தது. பன்னிரண்டரை மணிக்கு வரச் சொன்னாள். வீட்டுக்குள் நுழையும்போது யாரும் பார்க்கக் கூடாது என்றாள்.

வீதித் திருப்பத்தின் மூலை வீட்டில் குடியிருந்தார்கள். அதையொட்டி இரண்டு தெருக்கள் பிரிந்தன. வீட்டு உரிமையாளர் தெற்குப் பகுதித் தெருவில் வாசல் வைத்துக் குடியிருந்தார். கிழக்குத் தெரு வாசல் பகுதியில் வரிசை வீடுகள் ஐந்து. சமையலறை, படுக்கையறை, சின்ன ஹால். பொதுவான குளியல் கழியல் அறைகள். வரிசையில் இரண்டாவதாக அவர்கள் வீடு. மத்தியான நேரத்தில் அதிகமாக யாரும் இருக்க மாட்டார்கள். எதற்கும் சுற்றிலும் நன்றாகப் பார்த்துக்கொண்டு வரும்படி சொல்லியிருந்தாள். வீட்டில் யாருமில்லை, என் கையால் உனக்குச் சமைத்துப் போடத்தான் வரச் சொல்கிறேன், வேறு எதையும் கற்பனை செய்துகொண்டு வராதே என்று சிரித்தபடி சொன்னாள். அவள் சிரிப்பில் 'வா வா' என்னும் அழைப்பு அவனுக்கு இருந்ததாக உணர்ந்தான்.

உடனே கிளம்பிவிட்டான். அவனிடம் வண்டியில்லை. வாங்க வேண்டும் என்று பணம் சேர்த்துக் கொண்டிருந்தான். கல்யாணம் செய்துகொண்டால் பெண் வீட்டிலிருந்து வாங்கிக் கொடுப்பார்கள் என்று அப்பா சொன்னார். இப்போதெல்லாம் வண்டி வைத்திருந்தால்தான் பெண்ணே கொடுப்பார்கள் என்பது

அவருக்குத் தெரியவில்லை என்று சொன்னான். மாதத் தவணை போட்டு வாங்கலாம் என்றும் எண்ணினான். அவள்தான் இன்னும் கொஞ்சம் பொறு, கல்யாணத்திற்குச் சேர்த்து வை என்று சொல்லி வண்டி வாங்குவதைத் தள்ளிப் போட வைத்தாள். நண்பர்கள் யாரிடமாவது வண்டி வாங்கிக் கொண்டு போகலாம். ஆனால் வண்டியில் போய் அவள் வீட்டில் இறங்க முடியாது. எங்கே நிறுத்திவிட்டு நடந்து போவது என்பதில் குழப்பம்.

நிறுத்தம் வந்து பேருந்தேறி அடுத்த நிறுத்தத்தில் இறங்கினான். அதற்குள் வேர்வையில் நனைந்து போயிருந்தான். கைக்குட்டையால் எத்தனை முறை துடைத்தும் வேர்வை நிற்கவில்லை. வெயில் அதிகமா பயமா என்று குழம்பினான். நிழற்குடையில் சற்றே அமர்ந்தான். கொஞ்சம் நிதானம் வந்திருந்தது. அவள் வீட்டுக்குள் நுழைந்துவிட்டால் போதும். அவளைப் பார்த்துவிட்டால் போதும். ஆசுவாசமாகிவிடலாம். தெருவில் ஆட்களே இல்லை. காலி மனை ஒன்றில் மேய்ச்சலுக்காக நீளக் கயிறு போட்டுக் கட்டியிருந்த எருமை தலை தூக்கி அவனைப் பார்த்துக் குரலெடுத்து அழைத்தது. அவிழ்த்துப் போகச் சொல்லி அழைக்கிறது போலும் என்று நினைத்தான். சிறுநீர் கழிக்க வேண்டும் போலிருந்தது. எருமை கட்டியிருந்த மனைக்குள் இறங்கிச் சீமைக் கருவேல முள் மறைப்பில் நின்றான். சுற்றிலும் வீடுகள். எங்கிருந்தாவது தலை தெரிகிறதா என்று பார்த்தான். எங்கும் வெயிலைத் தவிர வேறில்லை. வீடுகளுக்குள் மனிதர்கள் அடைந்து கிடந்தார்கள். ஆயிரம் மீட்டர் தூரம் இருந்த அந்தத் தெருவைக் கடந்து மூலைக்குத்துக்கு வரும் நேரத்திற்குள் ஒரே ஒரு பைக் மட்டும் அவனைக் கடந்து போயிருந்தது. பைக் வரும்போது துடைக்கிற மாதிரி கைக்குட்டையால் முகத்தை மூடிக்கொண்டான்.

நடையை மெதுவாகப் போட்டான். வரிசை வீட்டை நோட்டம் விட்டான். ஐந்து வீடுகளின் கதவுகளுக்கு முன்னும் திரை. எந்தக் கதவு மூடியிருக்கிறது, எது திறந்திருக்கிறது என்று கண்டுபிடிக்க முடியவில்லை. ரொம்பவும் தாமதிக்க வேண்டாம் என்று கருதிச் சாவகாசமாக நடப்பவன் போலச் சென்று சட்டென இரண்டாம் வீட்டுக்குள் நுழைந்து கொண்டான். கதவைத் திறந்துதான் வைத்திருந்தாள். நுழைந்ததும் கதவைச் சாத்தித் தாழிட்டான். பெரும் ஆசுவாசமாக இருந்தது. சத்தம் கேட்டுச் சமையலறைக்குள் இருந்து அவள் வந்தாள். அவள் முகம் பூரித்திருந்தது. சிரிப்புடன் 'வந்திட்டயா. இத்தன சீக்கிரம் வந்திட்டயா? இன்னம் நான் ஒன்னுமே செய்யலியே. எங்க அக்கா போன ஒடனே உனக்குப் போன் பண்ணுனன்' என்று ஏதேதோ சொன்னாள். அவனுக்கு அவள் சொற்களில் சிலவே காதுகளில் விழுந்தன.

பெருமாள்முருகன்

அவள் பின்னாலேயே சமையலறைக்குப் போனான். வெங்காயம் உரித்துக் கொண்டிருந்தவளின் இடையைப் பற்றித் தோளில் முகம் பதித்தான். 'கட்டுன புருசனாட்டம் பண்ற? உடுடா, இந்தா வெங்காயம் தொலிச்சுக் குடு' என்று அவன் கையைத் தட்டிவிட்டு நகர்ந்துகொண்டாள். அவனும் பேசாமல் முகத்தைப் பாவமாக வைத்துக்கொண்டு வெங்காயத்தைத் தொலிக்கத் தொடங்கினான். 'என்னடா புருசா கோவிச்சுக்கிட்டயா?' என்றாள். 'இல்லடி பொண்டாட்டி ... உம்மேல கோவிச்சுக்கிட்டாக் காரியம் ஆவுமா?' என்று சிரித்தான். 'என்ன காரியம்டா புருசா?' என்றாள். ஒவ்வொன்றுக்கும் இருவருக்கும் சிரிப்பு வந்துகொண்டேயிருந்தது. புருசன் என்று அவள் அழைப்பதும் பொண்டாட்டி என்று அவன் சொல்வதும் அவர்களுக்குப் பரவசம் கொடுத்தது. அப்படியே தொடர்ந்து பேசிக் கொண்டார்கள்.

அவனைப் 'புருசா புருசா' என்று ஒவ்வொரு முறை சொல்லும்போதும் அவனுக்கு ஒவ்வொரு முத்தம் கொடுப்பது போல இருந்தது. அவளைப் 'பொண்டாட்டி பொண்டாட்டி' என்று அவன் சொல்லும்போது அது தன்னை மட்டுமே குறிப்பதாகவும் தங்களுக்குள் இருந்த எல்லா இடைவெளிகளையும் நிரப்பிக்கொண்டு அந்தச் சொல் தன்னை நோக்கி ஓடி வருவதாகவும் அவள் உணர்ந்தாள். அப்படியே பேசிக்கொண்டு சமையல் செய்தார்கள். 'நெறைய வேண்டாம் பொண்டாட்டி' என்றான். நேரம் எடுக்குமே என்னும் எண்ணம். அவ்வப்போது அவளை அங்கங்கே தொட்டுக்கொண்டான். அவள் சிரித்துக்கொண்டே 'யாரும் வர மாட்டாங்கடா புருசா . . . பொறுமையா இருடா புருசா' என்று அவன் கன்னத்தை அழுந்தப் பிடித்துக் கிள்ளினாள். அப்படி ஒரு சுகமான வலியை அனுபவித்தான். அவனுக்குப் பிடித்த முருங்கைக்காய்க் குழம்பு. உருளைக்கிழங்குப் பொரியல். பாயசம். எல்லாவற்றையும் ஹாலுக்கு எடுத்துப் போய் வைக்கச் சொல்லிவிட்டு உளுந்துவடை போட்டாள். அவனுக்கு அதுதான் ரொம்பப் பிடிக்கும்.

அவன் இறுக்கமான பேண்ட்டை மேலே இழுத்துவிட்டுக் கொண்டதைப் பார்த்துவிட்டு 'எங்கப்பா லுங்கி தர்றன் கட்டிக்கடா புருசா' என்று படுக்கையறைக்குள் போனாள். அவனும் பின்தொடர்ந்தான். சிறிய அறைக்குள் ஒற்றைக் கட்டில் இருந்தது. மயில் படம் போட்ட இரண்டு பீரோக்கள் நின்றன. ஒன்றைத் திறந்து லுங்கியை எடுத்துக் கொடுத்தாள். 'நீ கட்டிக்கிட்டு உக்காருடா புருசா. ஒடம்பு கசகசன்னு இருக்குது, ஒரு காக்காக் குளியல் போட்டுட்டு வந்தர்றண்டா புருசா' என்று சொல்லிக்கொண்டே கதவைத் திறந்து வெளியே போனாள். அவள் வர ஐந்து நிமிடமாயிற்று. கதவையே பார்த்துக்கொண்டு

உட்கார்ந்திருந்தான். புதுமலர்ச்சியோடு அவள் உள்ளே வந்தாள். வீட்டுக்குள் சமையல் மணத்தை மீறி அவள் உடல் மணம் பரவிற்று. அறைக்குள் போனவளின் பின்னாலேயே போனவன் அவளை இறுகக் கட்டிக்கொண்டு 'கொல்லறீடி பொண்டாட்டி' என்று கழுத்தில் முகம் வைத்து நுகர்ந்தான். 'டேய் புருசா ... டேய் புருசா' என்று முனகிய அவளும் அவனை இறுக்கிக்கொள்ளக் கைகளை அவன் முதுகுக்குக் கொண்டு போனாள்.

'அடியே தேவடியா முண்ட என்னடி பண்ற?' என அலறல் கேட்டது. இருவரும் திடுக்கிட்டுப் பார்த்தார்கள். அறைக்கு வெளியே அவள் அக்கா நின்றாள். வெளிச்சத்தை மறைத்துக் கொண்டிருந்ததால் அவள் முகம் தெரியவில்லை. அறைக்குள் வந்தவள் தங்கையின் மயிரைப் பிடித்து இழுத்துக்கொண்டு ஹாலுக்கு வந்தாள். 'ஆள ஊட்டுக்கே வர வைக்கற அளவுக்குக் கொழுப்பெடுத்திருச்சா' என்று அவள் முதுகில் ஓங்கி இருமுறை குத்தினாள். பரப்பியிருந்த சாப்பாட்டைப் பார்த்தவள் அவற்றைக் காலால் உதைத்து உதைத்துத் தள்ளினாள். அவனுக்கு இந்தச் சமயத்தில் என்ன செய்வதென்று தெரியவில்லை. ஓடிப் போய்விடலாமா என்று ஒருகணம் தோன்றியது. அப்படி விட்டுப் போவது சரியானதில்லை என்றும் நினைத்தான்.

சாப்பாட்டைத் தள்ளி உருட்டிவிட்டு மீண்டும் தங்கையை இழுத்து அடிக்கப் பாய்ந்தாள். அவன் குறுக்கே நின்று 'அவ எம் பொண்டாட்டி . . . கை வெச்சயின்னாக் கொன்னுருவன் பாத்துக்க' என்றான். 'பொண்டாட்டி ஆயிட்டாளா?' என்று பல்லைக் கடித்தபடி அவன் கன்னத்தில் ஓங்கி அறைந்தாள். அவன் அப்படியே கல் போல நின்றான். அவனுக்குப் பின்னால் பிசினாய் ஒட்டி நின்றவளை இழுத்தாள். அக்காவின் இழுப்புக்கு வந்தவள் வாய் 'புருசா புருசா' என்று முனகியது. அது மந்திரம் போல மேலெழ அக்காவின் தலையைப் பற்றிச் சுவரை நோக்கி உந்தித் தள்ளினாள். சுவரில் மோதி ரத்தம் ஒழுக அப்படியே சரிந்து விழுந்தாள் அக்கா.

17–04–20

✦

முத்தம்

முருகேசு அவனது வழக்கமான இடத்திற்கு வந்து காத்திருந்தான். நடுவில் ஊஞ்சமரம் ஒன்றைக் கொண்ட சிறுபுதர் அது. சங்கமுள் செடி அடர்ந்த இலைகளோடு வளர்ந்து மரத்தின் கழுத்துவரை மூடியிருந்தது. அதன்மேல் கோவைக்கொடிகள் ஏறியிருந்தன. அடிப்பகுதி முழுக்கப் புற்கள். அதற்குள் பொந்து போல வழி உருவாக்கி வைத்திருந்தான். கோவைக் கொடிகளைத் தொங்கவிட்டு வழியை அடைத்துவிடுவான். வெளியில் இருந்து பார்ப்பவருக்கு வழியும் தெரியாது; உள்ளே ஆள் இருப்பதும் தெரியாது. உள்பகுதி குகை போல அடக்கமானது. சப்பட்டைக் கல் ஒன்றை உள்ளே போட்டிருந்தான். அதன்மேல் வசதியாக உட்கார்ந்து அடிமரத்தில் சாய்ந்து கொள்ளலாம். ஒவ்வொரு முறையும் உள்ளே நுழைந்ததும் கல்லைப் புரட்டிப் பார்த்துவிடுவான். கல்லுக்கு அடியே ஏதேனும் சீவன் ஒளிந்திருக்குமோ என்னும் பயம். அடிக்கடி வருவதால் அது ஓர் இருப்பிடம் போலாகிவிட்டது. இன்னும் கொஞ்சநாள் போனால் படுத்துத் தூங்கும் அளவுக்கு வசதியாக உருவாகும் என நினைத்தான்.

உள்ளே போய்விட்டால் இரண்டு மூன்று மணி நேரம்கூட அசைவில்லாமல் உள்ளேயே இருப்பான். அவன் எதிர்பார்க்கிற மாதிரி பேச்சுக்குரல் கேட்டால் சங்கமுள் கோல்களை லேசாக விலக்கிப் பார்த்து ஆட்களை உறுதிப்படுத்திக் கொள்ளவும் வசதி செய்திருந்தான். அவன் பார்வை விழும் இடம் இன்னொரு புதர். அது ஒரு வேப்ப மரத்தடி. கூடாரம்

போல விரிந்திருக்கும் நிழல். அதனடியில் இருந்து வெளியே பார்த்தால் ஆகாயம் மட்டுமே தெரியும். மலைப்படிகளில் ஏறிச் செல்வோர் பேச்சுக் குரல் மட்டும் மொனமொனவென்று கேட்கும். பொருள் பிரித்துணர முடியாது. தனியிடம் தேடும் காதலர்களுக்கு அவ்விடம் எப்படியோ கண்ணுக்குப் பட்டுவிடும். அதற்கு வரும் ஒத்தையடித் தடத்தைப் பிடித்தபடி வந்துவிடுவார்கள். அவ்விடம் பணத்திற்குப் பெண்களை அழைத்துவரும் ஆட்களுக்கும் தெரியும். அப்படி யாரேனும் வந்து தொலைத்துவிட்டால் அவன் காத்திருந்து பிரயோசனமில்லை.

பதினொரு மணிவாக்கில் புதருக்குள் நுழைந்தான். பன்னிரண்டு மணியை நெருங்குகிறது. இன்னும் பேச்சுக்குரல் எதுவும் கேட்கவில்லை. இன்றைக்கு ஒன்றும் இல்லாமல் போக வேண்டுமோ என்று நினைக்கவே சோர்வாக இருந்தது. கல்யாணம் வரைக்கும்தான் இது, அதற்குப் பின் இந்த வேலையை நினைத்துக்கூடப் பார்க்கக் கூடாது என்று முடிவெடுத்திருந்தான். அதை அவ்வப்போது தனக்கே சொல்லிக்கொள்வான். பாம்பு வருமோ பல்லி வருமோ என்று இப்படிப் புதருக்குள் கிடப்பது அவனுக்குப் பிடிக்கவில்லை. ஆனால் இதைவிட எளிமையான வழியும் இல்லை என்று தோன்றியது. காதுகள் விடைத்திருந்தன. வெகுதூரத்தில் குரல்கள் கேட்கிற மாதிரி தெரிந்தது. அவை காதல் குரல்களா, எத்தனை வயசிருக்கும் என்பதை அனுமானிக்க முனைந்தான்.

அவனுடைய இலக்கு இளங்காதலர்கள். அதுவும் பதினேழிலிருந்து இருபத்திரண்டு வயதுக்குள் இருக்கும் காதலர்கள். அவர்களுக்குத்தான் சூழல் பற்றிய அனுமானம் இருக்காது. படுவேகமாக இருப்பார்கள். தப்பு செய்கிறோம் என்னும் குற்றவுணர்வு கூடுதலாக இருக்கும். சட்டெனப் பயந்துவிடுவார்கள். ஒருவர் மேல் ஒருவர் அத்தனை ஈர்ப்பு இருக்கும். உயிரைக் கேட்டாலும் கொடுத்துவிடத் தயாராக இருப்பார்கள். அதேசமயம் இருவரையும் சேர்த்துப் படம் எடுத்து இணையத்தில் போட்டுவிடுவேன் என்றாலே 'வேண்டாம் வேண்டாம்' என்று கெஞ்சுவார்கள். இருவரும் வேறுவேறு சாதியாக இருந்தால் கெஞ்சல் மிகும்.

முருகேசுவின் கருவி இரண்டுதான். கண்களை மட்டும் விட்டு முகத்தை மறைத்துத் தலையைச் சுற்றிக் கட்டும் துண்டும் சற்றே நீளமான பளபளக்கும் கத்தியும். கத்தி பயமுறுத்தலுக்கு மட்டும்தான். சண்டை உருவாகும் அளவுக்கு வளர்த்துக்கொள்வதில்லை. அவனுடைய இலக்கும் மிகவும் எளிது. பர்ஸை வாங்கிப் பணத்தை எடுத்துக்கொள்வான். பையன் கழுத்தில் தங்கச் சங்கிலி இருந்தால் அதை வாங்குவான். பெண்ணின் கழுத்தில் காதில் இருக்கும்

நகைகளைக் கேட்பான். பெரும்பாலும் கழுத்தில் இருப்பது தங்கமாகத்தான் இருக்கும். அரைப்பவுன் செயின். கால் பவுன் தோடு. அவ்வளவுதான். அதற்கு மேல் அணிபவர்கள் இந்த மாதிரி இடத்திற்கு வருவதில்லை. அல்லது இந்த மாதிரி இடம் தேடி வருபவர்கள் அதற்கு மேல் அணிந்து வருவதில்லை.

செல்பேசியைத் தொட மாட்டான். அதனால் ஏதேதோ பிரச்சினைகள் வருமென்று தெரிந்திருந்தான். வேலை முடிந்ததும் அவர்களை விரட்டிவிட்டு மலையின் இன்னொரு பகுதிக்குப் போய் அடர்ந்திருந்த புரசமரநிழல் ஒன்றில் ஓய்வெடுப்பான். பிறகு காட்டுத்தடத்தில் மெல்ல நடந்து அடுத்த கிராமத்தை நோக்கிச் செல்லும் சாலைக்குப் போவான். அவ்வழியில் அனாதியான பேருந்து நிறுத்தம் ஒன்று இருந்தது. அங்கே நகரப் பேருந்து வரும் நேரம் அவனுக்குத் தெரியும். அதில் ஏறிக் கிளம்பிப் போய்விடுவான். மாதத்திற்கு ஒருமுறை, இருமுறை வாரநாள் ஒன்றைத் தேர்ந்தெடுத்து இப்படி வந்து போனால் கையில் கணிசமாகப் பணம் புரளும்.

அவன் ஊருக்கு அருகில் இருக்கும் சிறுநகர ஜவுளிக்கடை ஒன்றில் விற்பனையாளராக வேலை செய்தான். நாள் முழுக்க நின்றுகொண்டே இருக்கும் வேலை. பண்டிகை, முகூர்த்த நாட்களில் கூட்டம் மிகும். மற்ற காலங்களில் கூட்டம் இருக்காது என்றாலும் உட்கார அனுமதியில்லை. அனுமதி என்ன, உட்கார எதுவுமே இருக்காது. புதியவை வரும்போது அவற்றைப் பிரிப்பது, ஸ்டிக்கர் ஒட்டுவது என வேலைகள் இருக்கும்போது உட்கார்ந்து செய்யலாம். மற்றபடி துணிகளை எடுத்துக் காட்டுவதும் வாடிக்கையாளர்கள் திருப்திப்படும் வகையில் பேசுவதும் தினசரி அலுவல். ஒன்றும் மீதமாகாத மாதச் சம்பளம். வீட்டுச் செலவுகளுக்கே இழுபறிதான். இந்த நிலையில் அவனுக்குப் பெண் பார்த்துக் கொண்டிருந்தார்கள். இருபத்தேழு வயது தொடங்கி இருக்கிறது. இது முடிவதற்குள் கல்யாணம் செய்துவிட வேண்டும் என்பதில் அவன் அம்மாவும் அப்பாவும் தீவிரமாக இருக்கிறார்கள்.

அவன் எதிர்பார்த்த மாதிரி ஒரு ஜோடி படிகளில் ஏறிப் போவது தெரிந்தது. முகம் தெளிவாகவில்லை என்றாலும் இளஞ்ஜோடிதான் என்பதில் சந்தேகமில்லை. கோயிலுக்குப் போய்விட்டு வருவார்கள். அந்த மரத்தடியைக் காட்டி அவர்கள் பேசுவது தெரிந்தது. கட்டாயம் இந்த இடத்திற்கே வருவார்கள். அடிக்கடி வந்து இடத்தை அடையாளம் வைத்திருக்கக்கூடும். அவன் சுற்றுமுற்றும் பார்த்துக்கொண்டான். இவர்களுக்கு முன் யாரும் மலையேறவில்லை. ஏற்கனவே ஏறியிருந்தவர்கள் இறங்கியதைப் பார்த்திருந்தான். இந்த இடத்திற்கு அவர்கள் வந்து சேரும்வரை வேறு யாரும் மலைக்கு வராமல் இருந்தால்

63
மாயம்

நல்லது. பழகிவிட்ட ஒன்றுதான் என்றாலும் மனதுக்குள் ஏற்படும் பரபரப்பையும் பதற்றத்தையும் தவிர்க்க முடிவதில்லை.

இப்படி ஒரு தொழிலில் ஈடுபடுவது கடந்த ஏழெட்டு மாதமாகத்தான். அப்போது வார நாள் ஒன்றில் நண்பர்கள் சிலரோடு இந்த மலைக்கு வந்தான். மலைக்கு இரண்டு வழிகள் இருந்தன. ஒன்று படியேறுதல். இன்னொன்று தார்ச்சாலை. படியில் ஏறிப் போய்த் தரிசனம் செய்துவிட்டுச் சாலையில் இறங்கினார்கள். சாலைத் திருப்பம் ஒன்றில் கண்களைக் கீழிறக்கிப் பார்த்த நண்பன் ஒருவனுக்கு அந்தக் காட்சி தென்பட்டது. சேய்மைக் காட்சி என்றாலும் தெளிவாகத் தெரிந்தது. புதர் சூழ்ந்த மரத்தடியில் இறுக அணைத்த நிலையில் இளம் காதல் ஜோடி. சத்தம் செய்யாமல் கொஞ்ச நேரம் பார்த்தவர்கள் அப்பெண்ணின் உடையை அவன் கழற்ற முனைவதைப் பார்த்தபோது பொறுக்க முடியவில்லை. 'டேய் . . . என்னடா பண்ற?' என்று ஒருவன் குரலெடுத்துக் கத்த காதலர்கள் திடுக்கிட்டு எழுந்து மேலே பார்த்தார்கள். 'கோயிலுக்கு வந்து என்னடா பண்ற?' என்று இன்னொரு குரல் கொடுக்கவும் புதருக்குள் புகுந்து ஓடினார்கள். அதற்குள் ஒருவன் பாய்ந்து அந்த இடத்திற்குப் போய்விட்டான். ஜோடி யாரென்று பார்க்க முடியவில்லை. அவர்கள் தப்பிப் போக வேறு ஏதோ வழியிருந்தது.

கீழே கிடந்த பர்ஸையும் அப்பெண்ணின் கைப்பையையும் எடுத்துக்கொண்டு திரும்பினான். பர்ஸில் ஆயிரத்து சொச்சம் ரூபாய் இருந்தது. பையில் நூற்றைம்பது ரூபாய். எடுத்துக்கொண்டு இரண்டையும் சாலையோரத்தில் வீசிவிட்டார்கள். 'பாவம்டா . . . பஸ்ஸுக்குப் பணம் இருக்குமோ என்னமோ' என்றான் ஒருவன். 'இந்த மாதிரி நடந்துக்கறவங்களுக்கு வேணும்டா. நடந்து போவட்டும்' என்றான் இன்னொருவன். 'சின்னப் பொண்ணு மாதிரி தெரிஞ்சுதுடா' என்றான் மற்றொருவன். 'சின்னப்பொண்ணு சரி, அவன் கூப்பிட்ட ஒடனெ தைரியமா வந்திருக்கறா பாரு' என்று இழிவான வார்த்தைகளை உதிர்த்தான். அந்தப் பணம் அன்றைக்கு டாஸ்மாக் பாரில் ஜோராகச் செலவழிந்தது. 'இப்படி மாசம் ஒருக்கா மலைக்குப் போனமுன்னா டாஸ்மாஸ்க் செலவுக்கு ஆயிரும்டா' என்றான் ஒருவன் சிரித்தபடி. அவன் சாதாரணமாகச் சொன்னாலும் முருகேசுவின் மனதில் ஆழப் பதிந்துவிட்டது.

அந்தச் சம்பவமும் நண்பனின் பேச்சும்முருகேசுவின் மனதில் சஞ்சலத்தை உருவாக்கி இப்படி ஒரு திட்டம் போடத் தூண்டியது. செயலில் இறங்கும் முன் அவன் பல நாள் இதற்காக உழைத்தான். மலைக்கு அடிக்கடி வந்தான். முதன்மைச் சாலையில் இறங்கிக் கிட்டத்தட்ட ஒரு கல் தொலைவு நடந்து வந்தால் ஏகாந்தமாக நிற்கும் மலை. சுற்றிலும் மேய்ச்சல் நிலங்களும் விவசாயக் காடுகளும்தான். சிறுபையன் ஒரே ஓட்டத்தில் ஏறிவிடும்

உயரம். என்றாலும் எங்கும் அடர்ந்த மரங்கள். கடைகள் இருந்த பொதுவழியை விட்டுப் பின்பக்கக் காட்டுவழியை முருகேசு கண்டுபிடித்தான். பேருந்து வசதியைப் பார்த்தான். எந்தெந்த நாட்களில் கூட்டம் இருக்கும், எப்போது கூட்டம் இருக்காது என்பவற்றைத் துல்லியமாகத் தெரிந்துகொண்டான். காதலர்கள் மலைப்பகுதியில் கண்டுபிடித்து வைத்திருந்த மறைவிடங்களை எல்லாம் அறிந்தான்.

இதில் யாரையும் அவன் கூட்டுச் சேர்த்துக் கொள்ளவில்லை. அவசரப்படவும் இல்லை. முதல் அனுபவம் போலவே சத்தம் போட்டு விரட்டுவதையே முதலில் செய்தான். பர்ஸோ பையோ கிடைக்கும். விடாமல் எடுத்துக்கொண்டும் ஓடிப்போவார்கள். வந்து காத்திருந்து ஒன்றுமில்லாமல் வெறுங்கையோடு ஏமாந்து போவது முடியாது என்று அடுத்த கட்டத்திற்கு இறங்கினான். கத்தியைக் காட்டுவது நன்றாகவே வேலை செய்தது. பெண்கள் அஞ்சி ஒடுங்கிப் போவார்கள். பையன்கள்தான் கதாநாயகத்தனம் காட்டுவதற்காகக் கொஞ்சம் துள்ளுவார்கள். அவன்களையும் அந்தப் பெண்கள் அடக்கி விடுவார்கள். விஷயம் வெளியாகி விட்டால் தனக்குத்தான் அவமானம் என்பதில் பெண்கள் தெளிவாக இருந்தார்கள்.

அவன் எதிர்பார்த்த மாதிரியே அந்த இளங்காதலர்கள் மறைவிடத்திற்கு வந்து சேர்ந்தார்கள். அவள் தன் கைப்பையைக் கீழே வைத்திருந்தாள். அவனிடம் ஏதும் இருக்கவில்லை. பேண்டின் பின்பாக்கெட்டில் கட்டாயம் பர்ஸ் வைத்திருப்பான். கழுத்து விஷயம் அருகில் போனால்தான் தெரியும். இருவரும் சிரித்தபடி ஒருவரை ஒருவர் தொட்டுக்கொண்டு பேசினார்கள். இனிமேல்தான் முக்கியமான கட்டம் இருக்கிறது. அவன் மெல்லத் தன் குகைக்குள் இருந்து வெளியே வந்தான். மறைவிடத்தை நோக்கி மெதுவாக நகர்ந்தான். அவன் அவளை ஏதோ கேட்டு வற்புறுத்துவதும் அவள் வெட்கப்பட்டு மறுப்பதும் தெரிந்தது. பேச்சொலி மெதுவாக இருந்ததால் கேட்கவில்லை. பொதுவாகச் சுடிதார் போட்டுக்கொண்டுதான் வருவார்கள். இந்தப் பெண் சேலை உடுத்தியிருந்தாள். அவனுக்கோ அவளுக்கோ பிறந்த நாளாக இருக்கலாம். சேலையில் பார்க்க அழகாகத் தெரிந்தாள். அவள் முகத்தைத் தொட்டு அவன் திருப்பியபோது வெட்கம் படர்ந்த முகம் சூரிய ஒளியில் அற்புதமாக இருந்தது. ஒருகணம் அவர்களையே பார்த்துக் கொண்டிருந்தான்.

முருகேசு பார்த்துக் கொண்டிருக்கும்போதே சட்டென அவன் தலையை அவள் தன் இருகைகளாலும் பற்றி இழுத்து ஆழ முத்தம் பதித்தாள். உதடுகள் ஒட்டிக் கொண்டன போலிருந்தது. அவன் விடவில்லை. அப்படியே இருந்தார்கள். கண்கள் மூடிக்

கொண்டன. இனி அப்படியே அடுத்த கட்டத்திற்கு நகரக் கூடும். அதுவரை அவனுக்குப் பொறுமை இல்லை. இதுவே போதுமானது என்று தோன்ற முகத்திற்குத் துண்டைக் கட்டிக்கொண்டு நிதானமாக அவர்கள் முன் போய் நின்றான். அவன் பூனை நடை அவர்களுக்குக் கேட்கவில்லை. இன்னொரு ஆள் தங்கள் முன் வந்து நிற்பது தெரியாத மயக்கத்தில் இருந்தார்கள். உதடுகள் பிரிபடவேயில்லை.

அவனுக்கு ஒருமாதிரி இருந்தது. சட்டென 'டேய், என்னடா பண்றீங்க' என்றான் கடுமையாக. அதட்டலுடன் புதுக்குரல் கேட்டதும் அப்பெண் விருக்கென்று விலகி எழுந்து நின்றாள். அவனும் எழுந்துகொண்டான். பையனுக்கு இருபது இருபத்தொரு வயதுதான் இருக்கும். பெண்ணுக்கும் கிட்டத்தட்ட அதே வயதிருக்கலாம். அவன் கழுத்தில் ஏதுமில்லை. அவள் கழுத்தில் வெண்ணிறச் சங்கிலி மினுங்கியது. அது பிரயோசனமில்லை. காதுகளில் தோடுகள் இருந்தன. 'யாருடா நீ?' என்று அந்தப் பையன் கோபத்தோடு கேட்டான். ஒடுங்கிய வயிறு; ஒல்லி உடம்பு. ஆக்ரோசம் மிகுந்திருந்தது. இந்தச் சந்தர்ப்பத்தில் ஏற்படும் எந்தத் தடையும் இப்படியொரு ஆக்ரோசத்தையே தரும்.

வேகமாக அவள் பக்கம் பாய்ந்தவன் விரித்துப் பின்னியிருந்த தளர்சடையைத் தவிர்த்துப் பின்மண்டை முடியைக் கொத்தாகப் பற்றிக் கத்தியை அவள் கழுத்தில் வைத்தான். 'எங்க அந்த ஒதட்டக் காட்டு. தேன் தடவியிருக்குதா? அந்த உறிஞ்சு உறிஞ்சறான்' என்று அவள் முகத்தைத் திருப்பி உதடுகளைப் பார்த்தான். எச்சில் நனைத்த சிவப்பு உதடுகள் பயத்தில் துடித்தன. முருகேசுவுக்கு என்னவோ போல இருந்தது. 'டேய் உடுடா . . . டேய் உடுடா' என்று கத்திக்கொண்டே அவன் முருகேசுவின் பக்கம் வந்தான். வர வேண்டாம் எனக் கை நீட்டித் தடுத்தாள் அவள். அப்படியே நின்று 'அவள உட்ருடா. உனக்கு என்னடா வேணும்?' என்றான் அவன். 'பர்ஸ எடு' என்றான் முருகேசு. 'பர்ஸ் இல்ல' என்றான். 'பணம் எவ்வளவு வெச்சிருக்கற?' என்று கேட்டான் முருகேசு. சட்டைப் பாக்கெட், பேண்ட் பாக்கெட் எனத் தேடிப் பத்தும் இருபதுமாக எடுத்துப் போட்டான். இருநூறு ரூபாய் தேறும். 'ச்சீ... நீயெல்லாம் ஒரு ஆளு. ஒரு பொண்ணக் கூட்டிக்கிட்டு வர்ற, வெறும் எரநூறுதான் வெச்சிருக்கறயா? வெக்கமாயில்ல?' என்று அவன் மேல் காறித் துப்பினான். அவன் மெல்லத் தலைகுனிந்து கொண்டான்.

அவள் காதைப் பார்த்தான். தோடுகளும் கவரிங்தான் என்பது அப்பட்டமாகத் தெரிந்தது. இன்றைய முயற்சி வீண். சோர்வுடன் அவளைப் பார்த்தவனுக்குப் புதுயோசனை வந்தது. தன் வழக்கத்தை மீறுவது என்று முடிவு செய்தான். சரி, இது தன்

தொழிலில் அடுத்த கட்டப் பாய்ச்சலாக இருக்கட்டும் என்று மனம் தூண்டியது.அவனுடைய சட்டையைக் கழற்றச் சொன்னான். தயக்கத்தோடு கழற்றினான். சட்டையும் பேண்ட்டும் புதியவை என்றாலும் விலை மலிவானவை. அவன் உள்ளே பனியன் எதுவும் போடவில்லை. தயாராக வந்திருக்கிறான் என்று தோன்றியது. உடலில் பனியன் படிந்த தடமே இல்லை. போடும் பழக்கமே இல்லை போல. மீண்டும் அவன் மேல் காறித் துப்பினான். அவன் உடல் கூச்சத்தால் ஒடுங்கியது. 'எங்கடா வேல செய்யற?' என்றான். அந்த மாவட்டத்தின் தலைநகரில் பெரிய ஜவுளிக்கடை ஒன்றின் பெயரைச் சொன்னான் அவன். தன் இனம் என்று முருகேசுவுக்குத் தோன்றவும் அவன்மேல் இரக்கம் வந்தது. 'உங்க கடையில பனியன் விக்கறதில்லையா?' என்றவன் 'ஜட்டியாச்சும் போட்டிருக்கறயா? தயாரா வந்திருக்கற . . . ம் . . .' என்று கேலி செய்தான். இவ்வளவு பேசுவது அவன் வழக்கமில்லை. இந்தத் தொழிலில் பேச்சை முடிந்தவரைக்கும் குறைத்துக்கொள்ள வேண்டும் என்பதுதான் அவன் எண்ணம். அந்த எச்சரிக்கை மனதில் வந்தது.

அவனை மரத்தருகே போய் நிற்கச் சொல்லிக் கைகளைப் பின்னால் கொண்டு வந்து அவன் சட்டையாலேயே அவளைக் கட்டச் சொன்னான். அவள் தலைமயிரும் கத்தியும் நிலை மாறவில்லை. தடுமாறியபடி கட்டினாள். இறுகக் கட்டியிருக்கிறாளா என்று இழுத்துப் பார்த்தான். அடுத்து அவள் சேலையை அவிழ்க்கும்படி சொன்னான். அவன் நோக்கம் புரிந்ததும் 'அண்ணா வேண்டாண்ணா . . . என்னய உட்ருண்ணா' என்றாள். கண்ணீர் கொட்டிற்று. 'அவுத்து அவன் கால நல்லாக் கட்டுடி' என்றான். 'டேய் . . . அவளஉட்ருடா . . . என்னய என்ன வேண்ணாலும் பண்ணு. அவள ஒன்னும் பண்ணீராத' என்று அவன் குரல் இப்போது கொஞ்சம் இறங்கிக் கெஞ்சலுக்கு வந்திருந்தது. 'உன்னய என்னடா பண்ணறது?' என்று நினைத்துக்கொண்டு கத்தியைச் சற்றே அழுத்தவும் அவள் வேறு வழியில்லாமல் முந்தானையை எடுத்தாள். அவள் கழற்ற வசதியாகப் பிடியைச் சற்றே தளர்த்தினான்.

தோள் மேலிருந்த முந்தானையில் குத்தியிருந்த ஊக்குகளை வேர்த்து வழியும் விரல்களால் கழற்றிவிட்டு அவள் சேலையை மெல்ல அவிழ்க்கும்போது அவளையே பார்த்தான். ஈர்க்கும் உடம்புதான். தான் உணரப் போகும் முதல் உடம்பு இது என்னும் எண்ணம் தோன்றியது. நல்ல அழகி என்றும் நினைத்தான். அவளை இறுக அணைத்துக்கொள்ள வேண்டும் போல உடல் தவித்தது. தன் புதருக்குக் கூட்டிக்கொண்டு போய்விடலாம் என்று நினைத்தான். வருவாளா, உயிரே போனாலும் வர மாட்டேன் என்று வசனம் பேசுவாளா? கத்தியை அவன் கழுத்துக்கு

மாற்றினால் மசிந்துவிடுவாள். சில நொடிகளில் அவனுக்குள் திட்டங்கள் அடுத்தடுத்து உருவாயின. சேலையைக் கீழே முழுக்க அவிழ்க்காமல் குனிந்து அவன் கால்களில் சுற்றப் போனவள் ஏறெடுத்து முருகேசுவின் முகத்தைப் பார்த்தாள்.

'அண்ணா உட்ருண்ணா. இன்னைக்கு இவனுக்குப் பொறந்த நாளுண்ணா. எதுனா நல்ல பரிசாக் குடுக்கலாம்னு பாத்தா எங்கிட்ட எதுவும் இல்ல. வாங்கப் பணமில்லைண்ணா. அதான் ஆசையா ரொம்ப நாளாக் கேக்கறானேன்னு ஒரே ஒரு முத்தம் மட்டும் குடுத்தண்ணா... மத்தபடி நான் அந்த மாதிரி பொண்ணில்லண்ணா...' என்றாள். அவள் அழுகை கூடிற்று. 'இதுதான் மொத முத்தம்ணா... அவன் ஒதடு இன்னம் ஒட்டிக்கிட்டு இருக்கற மாதிரியே இருக்குதுண்ணா...' என்று சொல்லிக் குனிந்துகொண்டாள். அவள் விசும்பல் ஒலி மட்டும் கேட்டது.

ஒருநொடி நிதானித்து அவள் மயிரை விட்டுத் தள்ளியமுருகேசு 'போய்த் தொலைங்க' என்று சொல்லிவிட்டுச் சட்டெனத் தன் வழியில் ஓடிப் புதருக்குள் மறைந்து போனான்.

15-04-20

✦

ஆட்டம்

முருகேசுவிடம் அவன் அப்பா ஏதாவது சொல்லிக் கொண்டேயிருந்தார். பெரும்பாலான சமயம் அறிவுரைகளாக இருக்கும். சிலசமயம் அது ஆலோசனை போலிருக்கும். திட்டுவதும் உண்டு. அடிக்கடி அவன் அம்மாவிடம் புகார்கள் சொன்னார். மிக முக்கியமான புகார் 'பகலில் எந்த நேரமும் தூங்கிக்கொண்டே இருக்கிறான்; இரவில் தூங்காமல் விழித்துக் கிடக்கிறான்' என்பதுதான்.

காலையில் பதினொருமணிக்குத்தான் எழுவான். காலைச் சாப்பாடு பன்னிரண்டு மணிக்கு. பிறகு மூன்று மணிவாக்கில் மறுபடியும் ஒரு தூக்கம். ஐந்து மணிக்கு எழுந்து மதியச் சாப்பாடு சாப்பிடுவான். இரவு ஏழு மணிக்குத்தான் குளிப்பான். குளித்து முடித்ததும் சுறுசுறுப்பு வந்துவிடும். கணினியில் வேலை தொடங்குவான். அதுபாட்டுக்குப் போய்க்கொண்டே இருக்கும். அம்மாவும் அப்பாவும் எட்டரை மணிக்குச் சாப்பிடுவார்கள். அப்போது அவனுக்குப் பசியே இருக்காது. அம்மா அழைத்தால் 'அப்பறம் சாப்பிட்டுக்கறன்' என்பான். 'ஒருவேளயாச்சும் சேந்து சாப்பிட வர்றானான்னு பாரு' என்று அப்பா முனகுவார்.

அவர்கள் படுக்கப் போனபிறகு அவனாகவே தோசை சுட்டுச் சாப்பிட்டுக் கொள்வான். பிறகு மடிக்கணினியைத் திறப்பான். ஏதாவது படம் பார்ப்பான். பாட்டுக் கேட்பான். அவனுக்குப் பிடித்த வேலைகள் எதையாவது அதில் தொடங்குவான். நேரம் போவதே தெரியாது. விடிகாலை இரண்டு

அல்லது மூன்று மணிக்கு அவனை அறியாமல் தூங்கிப் போயிருப்பான். பெரும்பாலான நாட்களில் கணினியும் அணைக்கப்பட்டிருக்காது; விளக்கும் எரிந்து கொண்டிருக்கும்.

அவன் பொறியியல் படிப்பில் கணினி அறிவியல் எடுத்துப் படித்துக் கொண்டிருந்தான். இது கடைசி வருசம். விடுதியில் தங்கியிருந்தான். இப்போது இந்தக் கொரானோ காலத் தனிமைப்படுத்தலில் வீட்டுவாசம். அவனுக்குப் பிடித்த வகைகளை அம்மா சமைக்கிறார். செய்ததைச் சூட்டோடு சூடாக வந்து சாப்பிடுவதில்லையே என்பது அம்மாவின் மனக்குறை. அவன் சார்பாகவே அம்மா பேசுவது போலத் தோன்றினாலும் அப்பாவுக்கு இயையும் தொனியும் அதில் இருக்கத்தான் செய்கிறது. குற்றம் சாட்டுபவரையும் குற்றம் சாட்டப்பட்டவரையும் சமமாகப் பாவித்து ஒவ்வொரு வாக்கியத்தில் இருவருக்கும் பாதகமில்லாமல் நடந்துகொள்ளும் வித்தை அம்மாக்களின் தனித்திறன்.

அவனுக்கு வேறு என்ன செய்வதென்று தெரியவில்லை. பகல் நேரத்தை விடவும் இரவில் விழித்திருப்பது பிடித்திருக்கிறது. இரவுதான் உலகம் போலத் தெரிகிறது. இருவரிடமும் சரியாகப் பேசுவதில்லை என்பதும் குறையாக இருக்கிறது. அவர்களிடம் பேச அவனுக்கு விஷயம் ஏதும் இல்லை. ஒரு விஷயத்தை அவன் சொல்கிற வேகத்தில் அவர்களால் புரிந்துகொள்ள முடிவதில்லை. ஏதோ ஒருவகையில் உரையாடலை அறிவுரையாக்கும் கலை அவர்களுக்குப் பிடிபட்டிருக்கிறது.

வீட்டுக்குள்ளேயே இருப்புக் கொள்ளாமல் இருந்தவரிடம் அம்மா சொன்னார், 'இந்தத் தாயம், சீட்டு எதுனா வெளையாடுங்களே.' உடன் இன்னொன்றையும் இணைத்துக் கொண்டார், 'பையனைச் சேத்துக்கங்க.' அவர் இளமையில் சீட்டு விளையாடியிருக்கிறார். இப்போது சரியாக நினைவில் இல்லை. சீட்டு விளையாடத் தெரியும் என்று சொன்னால் தன் கௌரவம் சற்றே குறைந்துவிடும், தன் ஒழுக்கத்தின் மேல் லேசான கீறல் விழக் கூடும் என்பதால் தெரியாதது போலவே இத்தனை காலமும் பாவனை செய்துவிட்டார்.

முருகேசுக்கும் சீட்டு விளையாடத் தெரியும். செல்பேசியில் பல விளையாட்டுக்கள் வந்துவிட்ட போதிலும் விடுதிகளில் இன்னும் சீட்டு விளையாட்டுக்கு மவுசு போய்விடவில்லை. அதை வீடு வரைக்கும் கொண்டுவர அவன் விரும்பவில்லை. இப்போது எதுவும் பேசாமல் இருந்தாலும் பின்னர் சந்தர்ப்பம் வரும்போது 'சீட்டு வெளையாடிக்கிட்டு இருந்தா படிப்பு எங்க வரும்?' என்று குத்திக் காட்டுவார்கள். அவனுக்குச் சில தாள்கள் நிலுவையாய் இருந்தன. அதனால் சீட்டில் அவனும் ஆர்வம் காட்டவில்லை.

❋ 70 ❋   பெருமாள்முருகன்

தாயம் விளையாடலாம் என்று முடிவானது. ‘ஏரோப்ளான் கரம் வெளையாடலாம். இண்ட்ரஸ்டா இருக்கும். ரொம்ப நேரம் வெளையாடலாம்’ என்று அப்பா சொன்னார். அவனுக்குத் தாயம் தெரியும். அவன் பாட்டி சொல்லிக் கொடுத்திருக்கிறார். இந்தக் கரம் புதிது. கொஞ்சகாலம் லாரி டிரைவராகப் போய்க் கொண்டிருந்தார் அப்பா. அங்கங்கே வண்டி சில நாட்கள் நிறுத்தப்படும். அத்தகைய நேரங்களில் பிற டிரைவர்களோடு சேர்ந்து விளையாடி விதவிதமான தாயக்கரங்களைக் கற்று வைத்திருந்தார். எப்போதாவது இப்படி ஒன்றை எடுத்துவிடுவார். தாயத்தில் ஒருவகைதான் என்பதாலும் புதிதாக ஒன்றைக் கற்றுக்கொள்ளலாம் என்பதாலும் முருகேசு அதற்கு ஒத்துக்கொண்டான்.

வீட்டில் கரம் போடுவதற்குக் காரைத் தரை இல்லை. எல்லாப்புறமும் மொழுமொழுவென்று வழுக்கிச் செல்லும் டைல்ஸ்கள். பல பொருள்களையும் தேடிய பிறகு, அவன் எழுத வைத்திருந்த பேரட்டையின் பின்புறம் கரம் போட்டார் அப்பா. தாயக்கரத்திலிருந்து அமைப்பு முறையிலேயே இது வேறுபட்டிருந்தது. ஒரு மனித உருவம். தலை வட்டம். கழுத்திலிருந்து பிரியும் இருகைகள். முழங்கையை மடித்து மேலே தூக்கிய வடிவம். முன்கையில் ஆறு, பின் கையில் ஆறு எனக் கட்டங்கள். தோளிலிருந்து கால்வரை ஆறு ஆறு. கால்கள் அகட்டிய மாதிரி ஆறு ஆறு கட்டங்கள். இடுப்பிலிருந்து இருபுறமும் பிரிந்து செல்லும் கட்டங்கள் சதுர வடிவம் கொண்டவை.

தாயம் போட்டுக் கால் பகுதியிலிருந்து நாய் தொவைந்து ஓட்ட வேண்டும். இடுப்புக்கு வந்து ஒருபுறமாய்ப் பிரியும் கட்டத்தில் நகர்ந்து சதுரத்தின் ஒவ்வொரு புறமும் இருக்கும் பன்னிரண்டு கட்டங்களைக் கடந்து வர வேண்டும். ஒருபுற இடுப்பில் பிரிந்து ஓடும் நாய் மறுபுற இடுப்பில் வந்து சேரும். அங்கிருந்து உள்கூடாகிய கழுத்துக்கு நகர்ந்து பின் கையில் ஓடிப் பழம் ஆகும். தொவையும் போது முதல் ஆறு கட்டம் தனியுரிமை. அங்கே இருக்கும் போது வெட்ட முடியாது. அதற்கு உள்நாய் என்று பெயர். அதே போலக் கைக்குள் நுழைந்துவிட்டால் அங்கே இருக்கும் பன்னிரண்டு கட்டங்களும் தனியுரிமை. அதற்குள் பழத்து நாய் என்று பெயர். அதையும் வெட்ட முடியாது. மற்றதெல்லாம் இருதரப்புக்கும் பொது. அங்கே இருக்கும்போது பெயர் பச்சை நாய். பச்சை நாய்கள் இருதரப்பிலும் எதிரெதிர் ஓட்டம். ஒன்றையொன்று வெட்டும். மலையிலிருந்தால் தாண்டிச் செல்லும். ஒவ்வொரு பக்கமும் பன்னிரண்டு நாய்கள்.

கரத்தின் அமைப்பும் விதிகளும் முருகேசுக்கு ஆர்வமூட்டின. இந்தக் கரத்தை வைத்துக் கணினியில் ஒரு விளையாட்டு உருவாக்கலாம் என நினைத்தான். முதலில் நன்றாகக்

கற்றுக்கொள்ளலாம்; பிறகு பார்க்கலாம் என்று தீவிரமாக விளையாட்டில் இறங்கினான். முதல்நாள் மதிய உணவுக்குப் பிறகு உட்கார்ந்தார்கள். இரவு உணவுக்கு அம்மா அழைத்த போதும் விளையாட்டு தொடர்ந்தது. இரண்டே இரண்டு ஆட்டம்தான். பக்கத்துக்குப் பன்னிரண்டு நாய்கள் என்பதால் ஒன்றையொன்று மாறிமாறி வெட்டிக்கொள்வதும் மீண்டும் தொவைந்து வருவதுமாக இருப்பதால் ஆட்டம் முடியாமல் தொடர்ந்து கொண்டேயிருந்தது.

அவ்வப்போது அப்பா விதிகளை அவனுக்கு நினைவுபடுத்தினார். புதிய கரம் என்பதால் அவனுக்கு எண்ணிக்கை பிறழும்போது சுட்டிக் காட்டினார். பழகிய அவருக்கு நாயோட்டும் உத்திகள் நன்றாகவே தெரிந்திருந்தன. அவனுடைய வெட்டுக்கு அதிகமாகச் சிக்காமல் நாய்களைப் பாதுகாக்கவும் அவனுடைய நாய்களை அடிக்கடி வெட்டிச் சாய்க்கவும் அவரால் முடிந்தது. ஒவ்வொரு வெட்டின் போதும் சிரித்து ஆர்ப்பாட்டம் செய்தார். மனைவியை அழைத்து வெற்றிப் பெருமிதத்தைக் காட்டினார். அம்மாக்கள் எப்போதுமே பிள்ளைகள் பக்கம்தான் இருப்பர் என்பது அவருக்கும் தெரியும்.

‘சின்னப் பையன ஏமாத்திருப்பீங்க’, ‘அவனும் கத்துக்கிட்டு உங்கள ஜெயிச்சிருவான் பாருங்க’ என்றெல்லாம் மகனுக்குப் பரிந்து பேசினார். வெற்றி தோல்வி பற்றிப் பெரிதாகக் கவலைப்படாமல் விளையாட்டின் நுணுக்கங்களை அறிவதில்தான் முருகேசு கவனமாக இருந்தான். மலையில் இல்லாதபோது ஒருவரின் நாயை இன்னொருவர் நாய் தாண்டிப் போகலாம் என்னும் விதியைக் கொண்டிருந்தால் ஒருவகை. நாய் தாண்டிச் செல்லக் கூடாது என்றிருந்தால் அது கொஞ்சம் கடினமான இன்னொரு வகை. இந்த விளையாட்டுக்கு எப்படி எப்படி எல்லாம் புரோகிராம் எழுத வேண்டும் என்று அவன் மனசுக்குள் யோசனை ஓடியது. அன்றைக்கு இரண்டு ஆட்டத்திலும் அப்பாவே ஜெயித்தார்.

மறுநாளும் ஆட்டம் தொடர்ந்தது. அன்றைக்குக் காலை உணவுக்குப் பின் உட்கார்ந்தார்கள். முதல்நாளின் வெற்றிப் பெருமிதத்தோடு அப்பா ஆடினார். ஆட்டத்தின் கால்வாசியிலேயே எதிரில் ஆடுபவன் நேற்றைய ஆள் இல்லை என்பது அவருக்குத் தெரிந்தது. முதல்நாள் தன் நாய்களை மலையிலேற்றி ஏற்றிக் காப்பாற்றிக் கொள்ளும் பாதுகாப்பு ஆட்டமே ஆடினான். மறுநாள் அப்படியில்லை. நடுநடுவே நாயை நிறுத்தி அவர் கடந்து விரைந்தோடி விடாதவாறு தடுக்கும் ஆட்டத்தை ஆடினான். அவன் எல்லைகளைக் கடக்க முடியாமல் அவர் நாய்கள் தடுமாறின; வெட்டுப்பட்டன. இறுதியாக எப்படியோ தடுமாறி வெற்றியைக் கைவசப்படுத்தினார்.

மதிய உணவுக்குப் பிறகு இன்னொரு ஆட்டம் ஆரம்பித்தார்கள். இந்த ஆட்டத்தில் முருகேசு தாக்குதலைத் தொடங்கினான். அவன் நாய்கள் ஒருபோதும் மலையேறவே இல்லை. வெளியிலேயே வைத்து வைத்து அவர் நாய்களைத் தைரியமாக எதிர்கொண்டான். ஒரே சமயத்தில் அவருடைய ஆறு நாய்கள் வெட்டுப்பட்டுக் கிடந்தன. உயிர் கொடுக்கத் தாயமும் விழவில்லை. தன் சக்தி, யுக்தி எல்லாவற்றையும் பிரயோகித்து ஆடியும் வெற்றி அவன் பக்கமே போயிற்று. இந்த ஆட்டத்தில் முதல் வெற்றி அவனுக்கு. பல கோணங்களைப் பரிசோதித்துப் பார்த்த திருப்தியோடு சிரித்து ஆர்ப்பாட்டம் செய்தான்.

மகனின் முதல் வெற்றியை எதிர்பார்த்து ஏற்கனவே வாங்கி வைத்து மீதமிருந்த மாவில் குலோப்ஜாமுன் செய்தார் அம்மா. அவற்றைத் தனித்தனித் தட்டில் பாகோடு சேர்த்துக் கொண்டு வந்து கொடுத்தார். 'சூப்பர்மா' என்று சொல்லிக்கொண்டே ஆர்வத்துடன் சாப்பிட்டான் அவன். 'கொரானோ சமயத்துல சளிகிளி புடிச்சிக்கிட்டா என்ன பண்றது? சளி கட்டி நொரையீரலப் பாதிக்குதுங்கறாங்க. இப்பப் போயி இதப் பண்றியா? எப்பத்த மாவோ? கொஞ்சமாச்சும் பொறுப்பிருக்குதா?' என்று மனைவியைக் கடிந்துகொண்டார்.

'பையங்கிட்டத் தோத்துப் போயிட்டமேன்னு கவலப்படாதீங்க. நாளைக்கு ஜெயிச்சிக்கலாம். இந்தா பிகு பண்ணாத சாப்பிடுங்க' என்று தட்டை நீட்டினார். அவர் அசையவில்லை. 'ரண்டு நாள்ல நாந்தான மூனு ஆட்டம் ஜெயிச்சிருக்கறன். ஒரு ஆட்டத்துல ஜெயிச்சிட்டு என்ன பெரிய வீராப்பு? எனக்கு வேண்டாம். இப்பவே பயமா இருக்குது. இதத் தின்னுட்டு இன்னம் பயந்துக்கிட்டுக் கெடக்க முடியாது' என்று சொல்லித் தவிர்த்துவிட்டார். 'செரி, பிரிட்ஜ்ல வெக்கறன். நாளைக்குச் சாப்பிடுறா பையா' என்று அம்மா கொண்டு போனார். 'நாளைக்கத்த ஆட்டத்திலயும் ஜெயிச்சிட்டுத் திங்கலாம் வைம்மா' என்றான். இரவு உணவின்போதும் ஆட்டம் பற்றியே பேச்சு நடந்தது. அவர்களின் உற்சாகத்தைத் தடுக்க அவரால் முடியவில்லை. எங்கே எப்படி விட்டோம் என்று யோசித்துக் கொண்டிருந்தார்.

அன்றைக்கு இரவில் தூங்காமல் இந்த ஆட்டத்திற்குப் புரோகிராம் எழுதும் வேலையைத் தொடங்கியிருந்தான் முருகேசு. விடிகாலையில்தான் தூங்கினான். மறுநாள் காலை உணவைப் பத்து மணிவாக்கில் இருவரும் உண்டபோதும் முருகேசு எழவில்லை. 'இருங்க. அவனையும் எழுப்பிக்கிட்டு வர்றன். சாப்பிட்டுட்டு ஆட்டத்தத் தொடங்குவீங்க' என்று அம்மா

சொல்வது அவனுக்குக் கனவில் சொல்வது போலக் கேட்டது. தூக்கம் இன்னும் இருந்தபோதும் எழுந்து போய் ஆட்டத்தைத் தொடங்கலாம் என்றும் மனம் ஆர்வப்பட்டது. 'பையன் ராத்திரி ரொம்ப நேரம் முழிச்சிருக்கறான். அசந்து தூங்கறவன எதுக்கு எழுப்பற? தூங்கட்டும் தூங்கட்டும். ஆட்டத்துக்கென்ன நாளைக்கு ஆடினாப் போவுது' என்று அப்பா அம்மாவுக்குப் பதில் சொல்வதும் அவனுக்குக் கேட்டது.

14–04–20

✦

தொடை

முருகேசு பத்து நாட்களாக வேலைக்குப் போகவில்லை. இன்னும் எத்தனை நாட்கள் ஆகுமோ தெரியவில்லை. அம்மா சொன்னது போல ஒத்தடம் கொடுத்தும் வெந்நீர் ஊற்றியும் பார்த்தான். 'எங்க காட்டுடா... பாக்கலாம்' என்ற அம்மாவிடம் 'போம்மா' என்று வெட்கப்பட்டான். வேட்டியைத் தூக்கித் தொடையைக் காட்ட அவனுக்கு வெட்கமாக இருந்தது. 'அட உம் மாணியப் புடிச்சுக் கொஞ்சித் தண்ணி வாத்து உட்டது இந்தக் கையிதாண்டா. இப்ப என்னமோ தொடையக் காட்டச் சொணங்கற. போடா தொட்டாச்சிணுங்கி' என்று எகத்தாளம் பேசினார் அம்மா.

தொடையில் புடைத்திருந்த கட்டியை என்னவென்று காட்டுவது? வட்ட வடிவில் கண்ணிப் போயிருந்தது. தொட்டால் கல் போலக் கட்டி தெரிந்தது. வலி பொறுக்க முடியாமல் ஊசி போட்டுக் கொண்டு வந்த பிறகுதான் ஓரளவு பரவாயில்லை. இன்னும் சிலநாள் அப்படியே விட்டிருந்தால் அறுவை சிகிச்சை செய்ய நேர்ந்திருக்கும் என்றார் மருத்துவர். வண்டியில் அழைத்துச் சென்ற அவன் தம்பி 'எப்படி ஆச்சுண்ணா' என்று துருவித் துருவிக் கேட்டான். 'தொடையில என்னமோ கட்டி மொளச்சிருக்குது' என்று மட்டும் சொன்னதை எல்லோரையும் போலத் தம்பி நம்பவில்லை. டாக்டரைப் பார்த்தபோதும் தம்பியை வெளியிலேயே உட்காரச் சொல்லிவிட்டான். இந்தக் காலத்தில் ஒரு விஷயத்தை மறைப்பது பெரும்பாடாக இருக்கிறது. தொடையைக்கூட மறைக்க முடியவில்லை.

வேலைக்குப் போகாததால் சம்பளம் இல்லை என்பதைவிட அவளைப் பார்க்க முடியவில்லை என்பதுதான் பெரும் ஏக்கமாக இருந்தது. மெல்ல நடந்துபோய் வழக்கமானசிற்றுந்தில் ஏறி அதில் பயணம் செய்யும் அவளை மட்டும் பார்த்துவிட்டு அதிலேயே திரும்பி வந்துவிடலாம் என்று தோன்றியது. பேண்ட் போட முடியாது. காலைத் தூக்கி வைப்பதே பாடாக இருக்கிறது. அவளிடம் செல்பேசி இல்லை. அவர்கள் வீட்டில் வாங்கித் தர மறுக்கிறார்கள். அவன் வாங்கித் தருகிறேன் என்று சொல்லிப் பார்த்துவிட்டான். அவள் ஒத்துக்கொள்ளவில்லை. அதை மறைத்து வைத்துக்கொள்வது தன் வீட்டில் அத்தனை சுலபமில்லை என்றாள். எந்நேரமும் பதற்றத்தில் இருக்கத் தன்னால் ஆகாது என்றும் சொன்னாள்.

அவனைக் காணாமல் என்ன நினைக்கிறாளோ தெரியவில்லை. உடல்நிலை சரியில்லை என்று உணர்ந்து சரியாகி வருவான் எனத் தினமும் அவனை எதிர்பார்த்து ஏமாந்து போவாள். யாரிடமாவது சொல்லிவிடலாம் என்றால் தயக்கமாக இருக்கிறது. யாரிடம் சொல்லிவிடுவது? போய்ச் சொல்பவர்கள் சரியாகச் சொல்வார்களா? அவளைச் சீண்டும் விதத்தில் சொல்லி அவள் கோபப்படும்படி ஆகிவிடுமா? உடம்பு சரியில்லை என்பதால் வர இயலவில்லை என்று பொதுவாகச் சொல்லி வேலைக்கு விடுப்பு எடுத்துவிட்டான். உண்மைக் காரணத்தைச் சொன்னால் உடன் வேலை செய்பவர்கள் கூட்டமாகப் பார்க்க வந்துவிடுவார்கள். அவர்களுக்கு விளக்கம் சொல்ல வேண்டும். சங்கரைத் திட்டுவார்கள். அவளைத் திட்டுவார்கள். அப்படியே பரவி எல்லோருக்கும் தெரிந்துவிடும்.

ஒரே ஊர் என்றாலும் சங்கர் இன்னும் இந்தப் பக்கம் வரவில்லை. அவன் குடியிருந்தது ஊருக்கு வெளியே காட்டுக்குள். அவன் அப்பாவும் அம்மாவும் ஒரு தோட்டக்காட்டைக் குத்தகைக்குப் பேசி உழுது கொண்டிருந்தார்கள். முருகேசு ஊருக்குள் குடியிருந்தான். ஒருவேளை அவனுக்கு விவரம் தெரிந்துகூட வராமல் இருக்கலாம். அவன் வராததுதான் நல்லது. தன்னைப் பார்க்காத இந்தச் சில நாட்களுக்குள் அவள் கவனம் வேறு யார் மீதாவது போய்விடுமா என்று அவ்வப்போது வரும் எண்ணத்தைப் பலவந்தமாகத் தூக்கி வீசி அவளைப் பற்றிய நம்பிக்கையை மனதுக்குள் நிரப்பினான். ஊர்க்காரப் பையன்கள் சிற்றுந்தில் பேசிக்கொள்வது மூலமாக அவள் அறிந்திருப்பாளா? எவனாவது ஒருவன் 'முருகேசு எங்க?' என்று கேட்க மாட்டானா? அதற்கு இன்னொருவன் 'அவனுக்கு ஒடம்பு செரியில்லடா' என்று பதில் சொல்லியிருப்பான் அல்லவா? அவனைப் பற்றி யாராவது ஏதாவது சொல்வார்கள் என்று காதுகளைக் குவித்து வைத்துக் கேட்டிருப்பாள்.

என்ன சமாதானம் சொல்லிக்கொண்டாலும் அவனால் பொறுத்திருக்க முடியவில்லை. தொடை வலியைவிடவும் இந்த வலியை அவனால் தாங்க முடியவில்லை. எப்படி அவளுக்குத் தெரிவிப்பது என்று பலவிதமாக யோசித்துக்கொண்டே கிடந்தான். எப்படியும் அவளிடம் போய்ச் சொல்லச் சரியான ஆள் இல்லை. அந்த சூப்பர் மார்க்கெட் பேசி எண்ணையாவது வாங்கி வைத்திருக்கலாம் என்று இப்போதுதான் தோன்றுகிறது. அவள் யாருடனும் அவ்வளவாகப் பேச மாட்டாள். அவனிடம்கூடச் சிற்றுந்தில் போகும்போதும் திரும்பும்போதும் நந்நான்கு வார்த்தை பாராமுகத்தோடு பேசுவாள். எங்கும் வர மாட்டாள்.

சூப்பர் மார்க்கெட் ஒன்றில் வேலை செய்தாள். வீடு, சிற்றுந்து, சூப்பர் மார்க்கெட் அவ்வளவுதான் அவள் புழங்கும் இடங்கள். 'இவ்வளவு நல்ல பொண்ணா நீ?' என்று கேலி செய்வான். 'இவ்வளவு நல்ல பொண்ணுத்தான் இப்படி ஒரு மோசமானவங்கூடப் பேசுது' என்பாள். அவளிடம் தொடர்ந்து பேச அவனாக யோசித்து ஒரு ஏற்பாட்டைக் கண்டுபிடித்தான். பேருந்து நிலையத்தில் இறங்கி சூப்பர் மார்க்கெட்டுக்குப் போகக் கொஞ்ச தூரம் நடக்க வேண்டும். அதே போலத் திரும்பும் போதும் நடை. அந்த நேரத்தில் அவளோடு இணைந்துகொண்டான். பேருந்து நிலையத்தில் இறங்கி வெளியே போய் யாரோ போல அவன் நிற்பான். அவள் வருவாள். சேர்ந்து நடப்பார்கள். பல்பொருள் அங்காடிக்கு நூறு அடி தூரத்திலேயே அவன் நின்றுகொள்ள வேண்டும். அவள் திரும்பிப் பார்க்காமல் உள்ளே போய்விடுவாள். அவன் மட்டும் வெகுநேரம் பார்த்தபடி நிற்பான்.

மாலையிலும் அப்படித்தான். அவன் வேலை முடிந்து அங்காடிக்கு நூறு அடி தூரத்திற்கு முன்னால் நிற்பான். அவள் வருவாள். சேர்ந்து பேருந்து நிலையம் வருவார்கள். அந்தத் தூரம் முடியாமல் இருக்க வேண்டும் என்று மிகமிக மெதுவாக நடப்பான். அப்படியே அவளோடு வெகுதூரம் நடந்துகொண்டே இருக்க வேண்டும் என்று தோன்றும். ஆனாலும் சில நொடிகளில் தூரம் முடிந்துபோகும். பெருமூச்சோடு ஊர்வலம் நிறைவடையும். நிலையத்திற்குள் நுழையும் முன் அவன் தனியாகவும் அவள் தனியாகவும் பிரிந்துபோய் ஒரே சிற்றுந்தில் ஏறுவார்கள். ஒரே ஒருநாள் மாலை நடையின்போது அவ்வூரில் மிகவும் பிரபலமான தள்ளுவண்டிக் கடையில் பேல்பூரி வாங்கிக் கொடுத்திருக்கிறான். அதையும் அவள் ரசித்துச் சாப்பிடவில்லை. யாராவது பார்க்கக்கூடும் என்று நாலாப்புறமும் திரும்பித் திரும்பிப் பார்த்துக்கொண்டே தின்றாள். அதன்பின் அங்கே வர மறுத்துவிட்டாள். அவளுக்குப் பேல்பூரி மிகவும் பிடித்திருந்ததைத் தெரிந்துகொண்டான்.

மாயம்

அதற்கும் அவன் ஒருவழி கண்டுபிடித்தான். பேல்பூரி பொட்டலம் ஒன்றை அவளைப் பார்க்கப் போகும்போதே வாங்கிவிடுவான். அதை அவள் பைக்குள் வைத்துக்கொள்வாள். அவனுடைய ஊரில் கூட்டம் இறங்கிய பிறகு அவளுடைய ஊரை நோக்கிச் சிற்றுந்து போகும். அப்போது கூட்டமே இருக்காது. அந்த நேரத்தில் பிரித்து வைத்துச் சாப்பிட்டுக்கொள்வாள். தங்கள் விஷயம் யாருக்கும் தெரியக் கூடாது என்று அவள் அத்தனை எச்சரிக்கையாக இருந்தாள். காதலின் மெல்லிய சமிக்ஞைகளைக்கூட மிக எளிதாகக் கண்டுகொள்ளும் கூரிய பார்வை உடையவர்கள் நம் மக்கள். ஆகவே இவர்கள் விஷயம் எல்லோருக்கும் தெரிந்துதான் இருந்தது. அதனால் யாருக்கும் ஒன்றும் பிரச்சினையில்லை. இருவர் வீட்டுக்கும் தெரியாதவரை இவர்களுக்கும் பிரச்சினை இல்லை.

பிரச்சினை வந்தது முருகேசுவின் நண்பன் சங்கரால்தான். இருவரும் கட்டிடங்களுக்குப் பெயிண்ட் அடிக்கும் வேலை செய்தார்கள். அவர்களுக்கு ஒரு முகவர் இருந்தார். அவரிடம் இவர்கள் வேலை செய்தனர். பத்துப் பேர்களுக்கு மேல் அவரிடம் வேலைக்கு இருந்தனர். வேலை எடுப்பதும் அந்தந்த இடங்களுக்கு ஆட்களைப் பிரித்து அனுப்புவதும்தான் அவர் பணி. எல்லோரையும் ஒரே இடத்திற்கு அனுப்ப மாட்டார். குறைந்தது மூன்று கட்டிடங்களாவது ஒரே சமயத்தில் பெயிண்டிங் வேலைக்கு எடுத்திருப்பார். பெயிண்ட் கலக்கத் தெரியாத ஆட்கள் போகும் கட்டிடங்களுக்கு மட்டும் அவர் போவார். கலக்கிக் கொடுப்பதோடு அவர் வேலை முடிந்துவிடும். எப்படிக் கலக்க வேண்டும் என்பதையும் சொல்லிக் கொடுப்பார். கட்டிடங்களின் பிரதானக் கதவைத் தேக்கில் வைத்திருப்பார்கள். தேக்கங் கதவுக்குப் பாலிஷ் அடிக்க வேண்டும். அந்தப் பாலிஷ் அப்படியே நெய் போல ஒழுகும்படி இருக்க வேண்டும். அந்தக் கலவையை எப்படி உருவாக்குவது என்பதை மட்டும் யாருக்கும் சொல்லித் தரமாட்டார். அது அவருக்கு மட்டுமே தெரிந்த பரம ரகசியம். தேக்கங் கதவுக்கு மட்டும் அவரே வேலையும் செய்வார்.

முருகேசு அவரிடம்தான் வேலை பழகினான். பத்தாம் வகுப்பு முடித்ததும் வேலைக்கு வந்தவன் இப்போது ஏழாவது ஆண்டாக அவரிடம் வேலை செய்கிறான். மிகவும் நம்பிக்கைக்கு உரிய ஆள் அவன். ஆனால் இன்றைக்கு வரைக்கும் அந்த ரகசியத்தை அவனுக்குச் சொல்லித் தரவில்லை. கேட்டால் ‘இரு. இன்னம் கொஞ்ச நாளுக்கு இரு. அப்பறம் சொல்லித் தர்றன். இப்பவே சொல்லிக் குடுத்திட்டா நீ நாலு பேரக் கூட்டிக்கிட்டு எனக்கே போட்டியா வந்திருவ’ என்று சமாதானம் சொல்வார். அவர் கலக்கும்போது எப்படியாவது அவருக்குத் தெரியாமல்

பார்த்துவிடலாம் என்று முயன்றாலும் ஒன்றும் நடக்காது. சும்மா யாரிடமாவது பேசிக் கொண்டிருப்பது போல இருக்கும். சட்டென்று கலவை தயாராகிவிடும். கண் கட்டு வித்தை ஏதேனும் தெரிந்து வைத்திருக்கிறாரா என்று சந்தேகம் வரும். வேறு ஆளிடம் வேலைக்குப் போய்விடுவேன் என்று எச்சரிக்கை விடுப்பது போலவும் சொல்லிப் பார்த்துவிட்டான். ஒவ்வொரு முறையும் ஏதாவது சொல்லி ஏமாற்றுவார். அதை மட்டும் கற்றுக்கொண்டால் தனியாகத் தொழில் செய்யலாம் என்பது அவன் எண்ணம்.

சங்கருக்கு இந்த நுட்பங்கள் எதிலும் ஆர்வமில்லை. பெயிண்ட் அடிப்பதிலும் நகாசு வேலைகள் எதுவும் தெரியாது. எல்லாமே சுண்ணாம்பு பூசுவது போலத்தான். ஆனால் முருகேசுவிடம் சொல்வான், ‘நீ கத்துக்கிட்டு வேல எடுடா. நான் மொதல்ல உங்கிட்ட வேலைக்கிச் சேந்துக்கறன்.’ இருவரும் ஒரே ஊர்க்காரர்கள். முருகேசுவை விட இரண்டு வயது மூத்தவன் அவன். சிற்றுந்தில் போகும்போது முதலில் அவள்மீது கண் வைத்தவன் சங்கர்தான். அவளிடம் ஒருவார்த்தை பேசியதில்லை. அவள் அருகில்கூடப் போனதில்லை. தூரத்தில் இருந்து அவளையே பார்ப்பான். சிற்றுந்தில் ஏறியது முதல் இறங்கும் வரை பார்வை அகலாது. எதேச்சையாக அவள் பார்த்துவிட்டால் மட்டும் கண்ணைக் கீழிறக்கித் தலையைத் தொங்கப் போட்டுக்கொள்வான்.

அவளை மனதில் வைத்துக் கோயில் கட்டியிருப்பதாகச் சொல்வான். எப்படியாவது அவளிடம் போய்ப் பேசு என்றால் அதற்குத் தைரியம் வராது. ‘காலம் வரும்டா’ என்பான். ‘அதுக்குள்ள வேற எவனாச்சும் கொத்திக்கிட்டுப் போயிருவாண்டா’ என்று முருகேசுவே கேலி செய்திருக்கிறான். அந்த எவன் முருகேசுவாகவே ஆகிப் போனதுதான் துயரம். சுவருக்கு மெல்லிய மஞ்சள் நிறத்தில் பெயிண்ட அடித்தது போல இருப்பாள். பச்சை நரம்போடிய கைகள். முகத்திற்கு எடுக்கிற மாதிரி தினமொரு நிறத்தில் பொட்டு வைத்திருப்பாள். தலைக்குத் தினமும் மல்லிகை. கருநிறத்தில் இடுப்புவரை நெளியும் சடைக்கும் மல்லி வெள்ளைக்கும் அத்தனை முரண். அவள் நிறமே எடுப்பாகத் தெரிகிற மாதிரி உடுப்புகள் இருக்கும். மூன்றே மூன்று பைகள்தான் வைத்திருக்கிறாள். ஆனால் உடுத்தும் ஆடையின் நிறத்திற்கு ஏற்ப மூன்றில் ஒன்றை மாட்டியிருப்பாள்.

சங்கருக்கு ஒருதலை என்றால் ஓட்டுநர், நடத்துநர் முதற்கொண்டு சிற்றுந்தில் வரும் கல்லூரி மாணவர்கள் வரை அவளை நோட்டம் விடாதவர் இல்லை. தனக்குத்தான் அவள் என்பது போலச் சிலர் சென்று அவளிடம் பேச்சுக் கொடுப்பதும் அவள் அவர்களிடம் இயல்பாகப் பேசுவதும் உண்டு. பேச்சு அதிகபட்சம் மூன்று வார்த்தைகள்தான் இருக்கும். யாரிடமும்

தொடர்ந்தும் பேச மாட்டாள். அவள் ஊரில் சிற்றுந்து புறப்படத் தொடங்குவதால் ஜன்னலோர இருக்கை பிடித்து உட்கார்ந்திருப்பாள். அவள் கண்கள் உள்ளே நோட்டமிடுவது அரிது; முழுக்கவும் வெளிப்பார்வைதான். ஒருநாள் வலப்பக்கமும் அடுத்த நாள் இடப்பக்கமும் உட்கார்வாள். காலையில் வலம் என்றால் மாலையில் இடம். காலையில் இடம் என்றால் மாலையில் வலம்.

எல்லோரையும் போலவே அவளைப் பார்க்க முருகேசுவுக்கும் உற்சாகமாக இருக்கும். இருந்தாலும் சங்கரின் ஒருதலையால் முருகேசு முயற்சி எதிலும் ஈடுபடவில்லை. தினசரி அணியும் உடைகளை எண்ணி அவள் மொத்தமாக எத்தனை வைத்திருக்கிறாள் என்பதையும் சொல்வான் சங்கர். அவனைக் கிறுக்கன் என்று கேலி செய்வார்கள். சங்கர் ஒருபோதும் அவளிடம் பேசப் போவதில்லை என்பதும் அவனுக்காக அவள் பிறந்திருக்கவில்லை என்பதும் எல்லோருக்கும் தெளிவாகத் தெரிந்திருந்தது. சங்கருக்கு மட்டும்தான் அது தெரியவில்லை.

முருகேசுக்கும் அவளுக்கும் நேர்ந்த தனிப்பட்ட சந்திப்பு எதிர்பாராதது. அவள் வேலை செய்யும் பல்பொருள் அங்காடிக்கு ஏதோ வாங்க அவன் ஒருமுறை போயிருந்தான். அங்கே அவளைக் கண்டதும்தான் அவள் அங்கே வேலை செய்கிறாள் என்பதே அவனுக்குத் தெரிந்தது. ஆச்சரியத்தை வெளிப்படுத்தும் விதத்தில் 'நீங்க ஆர்த்தி மினிபஸ்லதான் வர்றீங்க?' என்று கேட்டுவிட்டான். 'உங்களுக்கு எப்படித் தெரியும்?' என்றாள். அவள் குரலில் பச்சை வாசம் வெளிப்பட்டு அவனைத் தழுவியது. 'அதுல வர்ற எல்லார்த்துக்கும் உங்களத் தெரியுமே' என்று சிரித்தான். அதிலேயே அவள் அழகின் சிறப்பை முழுக்க உணர்த்தி விட்டான். அவளும் சிரித்தாள். அவன் பேச்சை அங்கீகரித்து வெட்கத்தையும் வெளிப்படுத்தினாள். அதற்கு மேல் பேச்சை வளர்த்துத் தன்னைக் கீழிறக்கிக் கொள்ளாமல் விடைபெற்று வந்தான். மறுநாள் சிற்றுந்தில் அவனைப் பார்த்து லேசாகப் புன்னகைத்துவிட்டுத் தலையைத் திருப்பிக்கொண்டாள். அவள் புன்னகையை ஒவ்வொருவரும் தங்களுக்குத்தான் அது என்று அர்த்தம் பண்ணிக்கொண்ட போதும் அது தனக்குத்தான் என்பது முருகேசுவுக்குத் தெளிவாகத் தெரிந்தது.

தினமும் அந்தச் சிறுபுன்னகை வரவேற்பு கிடைத்தது. அவன் ஏறும்போதே ஜன்னல் வழியாகப் புன்னகையைக் காட்டிவிடுவாள். அதற்காகவே அவள் வழக்கத்தை மாற்றித் தினமும் இடப்பக்கமாகவே உட்கார்ந்து வந்தாள். அவனும் அவள் அங்காடிக்கு ஓரிரு முறை திட்டமிடாமல் போவது போலப் போய் வந்தான். அப்போது அவன் தன் தோற்றத்தில் மிகுந்த கவனம்

கொண்டான். தனக்குப் பிடித்த நடிகர் சமீபத்திய படத்தில் வைத்திருந்த மாதிரி தலைமுடியை நெல்வரப்பெனச் செதுக்கி வந்த அன்றைக்கு அவள் உதடுகள் சற்றே கூடுதலாக விரிந்தன. அத்துடன் வலக்கைப் பெருவிரலையும் ஆட்காட்டி விரலையும் இணைத்துக் காட்டி 'சூப்பர்' என உதடசைத்தாள். அது அவனுக்கு முத்தம் கொடுத்தது போல அத்தனை இனித்தது. கிறங்கிப் போய் நின்றான். அன்றைக்குத்தான் மற்றவர்கள் கவனித்திருக்கக் கூடும் எனத் தோன்றியது.

அதன்பின் அவள் ஊர்க் கோயில் திருவிழாவுக்கு 'ஆடலுடன் பாடல்' நிகழ்ச்சி பார்க்க நண்பர்களுடன் போனபோது அவளைப் பார்க்கும்படி நேர்ந்தது. ஆடல் நங்கையரை அவன் பார்க்கவில்லை. அவளையே பார்த்திருந்தான். அவளும் அப்படியே. அடுத்த நாள் திருவிழாவில் கூத்து. அது பிடித்தமானதல்ல என்ற போதும் நண்பர்கள் யாரும் உடன்வர மறுத்தபோதும் கூத்துப் பார்க்க விரும்பிய தன் தாத்தாவை மிதிவண்டியில் ஏற்றிக் கொண்டு போனான். அவன் எதிர்பார்த்தது போலவே அவளும் வந்திருந்தாள். அன்றைக்குத்தான் அவளிடம் வெளிப்படையாகப் பேசிச் சம்மதம் பெற்றான்.

அவன் பக்கம் அவள் சாய்ந்துவிட்டாள் என்பது எல்லோருக்கும் தெரிந்தது. சங்கர் சில நாள் அவனிடம் பேசாமல் இருந்தான். அதைப் பற்றித் தன்னிடம் சங்கர் பேசினால் என்ன சொல்வது என்னும் பதற்றத்தில் முருகேசுவும் இருந்தான். எத்தனை நாளுக்குத்தான் தவிர்க்க முடியும்? வாராவாரம் சனிக்கிழமை மாலை சம்பளம் கொடுப்பார் முகவர். அவருக்குப் பெரிய ஒப்பந்தம் ஒன்று கிடைத்திருந்தது. அதற்கு ஊழியர்களின் ஒத்துழைப்பு வேண்டும் என்பதால் அந்த வாரச் சம்பள நாளன்று அவர்களுக்கு விருந்து கொடுத்தார். ஊருக்கு வெளியே இருக்கும் டாஸ்மாக் பாரில் பத்துப் பேரையும் அமர்த்தி என்ன வேண்டுமானாலும் குடித்துக் கொள்ளலாம், எந்த நொறுக்கு வேண்டுமானாலும் வாங்கிக் கொள்ளலாம் என்று அனுமதி கொடுத்தார். அவரும் அவர்களோடு சேர்ந்திருந்தார்.

முருகேசு எப்போதாவது ஒரே ஒரு பீர் மட்டும் குடிப்பான். அன்றைக்கு இலவசம் என்பதால் இரண்டு பீர் குடிக்கலாம் என்று முடிவு செய்திருந்தான். சங்கர் என்ன குடித்தான் என்று முருகேசு பார்க்கவில்லை. ஆளாளுக்குத் தங்களுக்கு உகந்த ஆளோடு கூட்டுச் சேர்ந்திருந்தார்கள். அன்றைக்குச் சம்பள நாளாதலால் பாரில் கூட்டம் நிறைந்திருந்தது. பலரும் வந்த சுவடு தெரியாமல் கிளம்பியிருந்தார்கள். இவர்கள் நெடுநேரமாக இருந்தார்கள். முருகேசுக்குப் பீர் குடிக்க இணையாக முருகன் இருந்தான். இரண்டு பீர்களைக் குடித்துவிட்டு மூன்று முறை

மாயம்

சிறுநீர் கழித்தார்கள். இன்னும் ஒரே ஒரு பீர் வாங்கி ஆளுக்குப் பாதியாய்க் குடிக்கலாம் என்று பேசினார்கள்.

அப்போது தலை கண்ட போதையில் சங்கர் இவனைத் தேடி வந்தான். வந்தவன் 'தாயலி... எப்படியோ அவளக் கவுத்திட்ட... கில்லாடிடா நீ' என்றபடி கையை மூடி இறுக்கி முருகேசுவின் வலத்தொடையில் ஓங்கிக் குத்தினான். அவன் குத்து பாறாங்கல்லை இறக்கியது போலிருந்தது. பீர் போதையிலும் தொடையில் கடும் வலியை உணர்ந்தான். என்றாலும் வெளிக்காட்டிக் கொள்ளாமல் தொடையைத் தடவிக்கொண்டு 'மன்னிச்சிருடா மாப்ள' என்று சிரித்து வைத்தான். 'நல்லாருடா' என்று வாழ்த்திய சங்கர் இன்னொரு முறை கையை உயர்த்திய போது காலை இழுத்துக் கொண்டான். இன்னொரு அரை பீரைக் குடித்துவிட்டுக் கிளம்பிய போது தொடை மரத்துப் போனது போலிருந்தது. தடுமாற்றத்தோடு நடந்தான். வீடு வந்து படுத்தான்.

மறுநாள் காலையில் தொடை ரத்தம் கட்டிப் புடைத்திருந்தது. அசைக்க முடியவில்லை.

11-04-20

✦

பெருமாள்முருகன்

அருவி

முருகேசுக்குக் குழப்பமாக இருந்தது. எல்லாம் நடந்து முடிந்து பதினைந்து நாட்கள் ஆகிவிட்டன. விதேஷ் வீட்டுக்குப் போகலாமா வேண்டாமா என்பதைத் தீர்மானிக்க முடியவில்லை. அதைப் பற்றிப் பேசினால் ரமேஷும் சுந்தரும் மௌனமாகிவிடுகிறார்கள். சுந்தருக்கு இன்னும் கால் குணமாகவில்லை. இன்னும் ஓரிரு நாளில் கட்டுப் பிரிக்கலாம் என்றிருக்கிறார்கள். கட்டுப் பிரித்ததும் போகலாம் என்று அவனிடம் சொன்னால் அழுகிறானே தவிரச் சரி என்று சொல்லவில்லை. ரமேஷ் பித்துப் பிடித்த மாதிரி இருக்கிறான். ஒரு கொண்டாட்டம் இப்படித் துயரத்தில் முடியும் என்று யாரும் நினைக்கவில்லை.

நால்வரும் பள்ளியில் ஒன்றாகப் படித்தவர்கள். அந்தச் சிறுநகரத்தின் வெவ்வேறு பகுதிகளில் வீடுகள். ஒரே பள்ளியில் ஆறு முதல் பன்னிரண்டு வரை படித்தார்கள். ஆறாவதில் மட்டும் நான்கு பேரும் ஒரே வகுப்பு. அடுத்தடுத்த வருசங்களில் வகுப்பு பிரிக்கும்போது எப்படியும் இரண்டிரண்டு பேர் ஒரே வகுப்பில் இருப்பார்கள். ஏழாவதில் முருகேசும் விதேஷும் ஒரு வகுப்பு; ரமேஷும் சுந்தரும் ஒரு வகுப்பு. எட்டாவதில் முருகேசும் சுந்தரும் ஒரு வகுப்பு; ரமேஷும் விதேஷும் ஒரு வகுப்பு. ஒன்பதில் முருகேசும் ரமேஷும் ஒரு வகுப்பு; விதேஷும் சுந்தரும் ஒரு வகுப்பு. பத்தாவதில் இரண்டு டாப்பர் வகுப்புகள் இருந்தன. நால்வரும் ஒரே வகுப்புக்கு வர வேண்டும் என்று விரும்பிப் பள்ளி முதல்வரிடம்

போய்க் கேட்டார்கள். அப்படிப் போட முடியாது என்று சொல்லிவிட்டார். முருகேசும் விதேஷும் மீண்டும் ஒரே வகுப்பு; ரமேஷும் சுந்தரும் அதே போல.

ஒவ்வொரு வருசமும் யாரும் யாரும் சேர்வோம் என்று யூகம் செய்வார்கள். சில வருசம் அப்படி நடக்கும். சிலவருசம் ஏமாற்றம். ஒருவருசமும் ஒற்றையாக ஒரு வகுப்புக்கு யாரும் போகவில்லை. அதில் மகிழ்ச்சி. எப்படி இருப்பினும் நால்வரும் அத்தனை நெருக்கமான நண்பர்கள். பதினோராம் வகுப்பில் நால்வரையும் பிரிக்க முடியாதபடி திட்டமிட்டு ஒரே பாடத்தைத் தேர்ந்தெடுத்தார்கள். அப்பள்ளியில் ஒரு பாடப்பிரிவுக்கு ஒரு வகுப்பு என்று மட்டுமே இருந்ததால் அவர்கள் திட்டம் பலித்தது. அந்த இரண்டு வருசமும் நால்வரும் சேர்ந்திருந்ததால் பாடச்சுமைக்கு இடையேயும் மிகுந்த சந்தோசத்தோடு கழிந்தது. வீட்டில் இருக்கும்போது ஒருவராக இருந்ததில்லை. இரண்டு பேராகவே இருப்பார்கள். ஒருநாளைக்கு ஒருமுறையாவது நால்வரும் சேர்ந்திருப்பார்கள். அவர்கள் வீடுகளில் இவர்கள் இப்படிச் சேர்ந்திருப்பதில் மகிழ்ச்சியும் உண்டு; கோபமும் உண்டு. அவற்றைக் கண்டுகொள்ளாமல் இருப்பார்கள்.

கல்லூரியில் சேரும்போது மீண்டும் பிரிவு. கலந்தாய்வில் ஒவ்வொருவருக்கும் ஒவ்வொரு ஊர்க் கல்லூரியில் அவர்கள் விரும்பிய பாடம் கிடைத்தது. விடுமுறை நாட்கள் எப்போது வரும் என்று காத்திருந்து சேர்வார்கள். நான்கு பேருக்கு மட்டும் தனிப் புலனக் குழு வைத்திருந்தார்கள். அதில் தினசரி அலுவல்கள் நிரம்பி வழியும். ஒருங்கிணைந்த அழைப்பில் இரவுப் பேச்சு நடக்கும்.

மூவருக்குமே இது பொறியியல் படிப்பில் இறுதியாண்டு. ஒவ்வொரு கல்லூரியிலும் வளாக நேர்முகத் தேர்வுக்கு நிறுவனங்கள் வந்து கொண்டிருந்தன. நால்வரும் கூடிப் பேசி எப்படி அதை எதிர்கொள்ளலாம் என்றும் நல்ல நிறுவனத்தில் சேர்ந்துவிட வேண்டும் எனவும் திட்டமிட்டார்கள். திட்டப்படி முதலில் விதேஷ் தேர்வு பெற்றான். மற்றவர்களுக்கு இன்னும் கிடைக்கவில்லையே என்று விதேஷ் கவலைப்பட்டான். விதேஷுக்குக் கிடைத்திருக்கிறது என்று மூவரும் சந்தோசப்பட்டார்கள். இந்த நிலையில் ஐந்தாம் பருவத் தேர்வு முடிந்து விடுமுறை வந்தது. கிறிஸ்துமஸ், புத்தாண்டு எல்லாமும் சேர்ந்த விடுமுறை அது. டிசம்பர் 31 அன்று முருகேசுவின் பிறந்தநாள். பிறந்த நாளையும் விதேஷுக்கு வேலை கிடைத்த மகிழ்ச்சியையும் சேர்ந்து கொண்டாடத் திட்டமிட்டார்கள்.

இரண்டு மணி நேரப் பயணத்தில் இருக்கும் மலைப்பகுதிக்குப் போகலாம் என்று முடிவு செய்தார்கள். டிசம்பர் 31 அன்று காலை அங்கே போய் அருவியில் நீராடிவிட்டு இரவு ஒரு விடுதியில்

தங்கி பீர்களுடன் புத்தாண்டைக் கொண்டாடிவிட்டு வரலாம் என்பது திட்டம். ஒவ்வொரு வீட்டிலும் அருவிக்குப் போவதைச் சொன்னார்கள். இரவுக் கொண்டாட்டத்தைச் சொல்லவில்லை. அன்றைக்கு மாலையில் வீட்டுக்குப் பேசி மறுநாள்தான் வருவோம் என்று தகவல் சொல்லிவிடலாம் என்பது ஒருமித்த முடிவு.

பயணம் திட்டமிட்டபடியே அமைந்தது. காலை ஏழு மணிப் பேருந்தைப் பிடித்து நேராக அருவி இருக்கும் இடத்திற்குப் போய்விட்டார்கள். அங்கே மிகவும் பிரபலமான கோயில் இருந்தது. அருகிலேயே பல உணவகங்களும் இருந்தன. அங்கிருந்து கீழே இறங்கிச் சென்றால் அருவி. பலகாலம் மக்கள் அண்ட முடியாமல் தன்னைத் தற்காத்து வைத்திருந்த அருவி. வெகுதூரத்திற்கு அதன் நீரோலம் மட்டும் கேட்கும். அணுக முடியாது. எதிர்மலை மேட்டிலிருந்து பார்த்தால் வானிலிருந்து பால்வெள்ளம் கொட்டுவது போலத் தோன்றும். மலையைச் சுற்றுலாத் தலமாக்கத் திட்டமிட்டு அவ்வருவியை அடைய வழி உருவாக்கி பெரும் பொருட்செலவில் படிகள் அமைத்து இறங்கிப் போய்ப் பார்க்கவும் குளிக்கவும் அரசு ஏற்பாடு செய்தது. இப்போதும் அருவிக்குப் போகப் பெருங்கூட்டம் இருக்காது. ஆயிரம் படிகள் இறங்க வேண்டும். இறங்கியதும் நீர் படர்ந்து கொட்டும் காட்சி.

நீர் இருப்புக்கு ஏற்ப அருகில் செல்ல அனுமதி. இறங்குவது பிரச்சினையல்ல.மீண்டும் படியேறி மேலே வருவதுதான் பிரச்சினை. ஐம்பது வயதுக்கு மேற்பட்டவர்கள் மூச்சிரைத்துத் தடுமாறிப் போவார்கள். ஒருமுறை அந்தக் கஷ்டத்தை அனுபவித்தவர்கள் இன்னொரு முறை அருவியைக் கனவிலும் கருத மாட்டார்கள். இளைஞர்களுக்கு அருவிக்கு இறங்கிச் செல்வதும் ஏறி வருவதும் குஷிதான். இறங்குகையில் ஓடுகிற மாதிரியே ஏறும்போதும் எப்படி ஓடுகிறார்கள் என்பது வயசாளிகளுக்கு வியப்புத்தான்.

அவர்கள் நால்வரும் அருவிக்குப் போனபோது மத்தியானம் ஆகிவிட்டது. மழைப்பருவம் முடிந்து ஒருமாதம்கூட ஆகவில்லை. தண்ணீர் கொப்பளித்து ஊற்றியது. நீரைப் பார்க்கப் பார்க்க ஆர்வம் தாங்கவில்லை. அருவிக்கு மிக அருகில் செல்ல அனுமதியில்லை. கம்பித் தடுப்பு வைத்திருந்தார்கள். காவலுக்கும் ஆளிருந்தது. கூட்டம் மிகவும் குறைவு. புத்தாண்டுக்கு நிறைய வரும். அருவியாடிய சிலருக்கும் முடிந்தவரைக்கும் அதன் அருகில் போக வேண்டும் என்னும் தூண்டுதல் இருந்தது. அருவியின் எல்லாப்புறமும் நின்று நீரை வாங்க வேண்டும் என்றும் தோன்றியது. நீராடிக்கொண்டே அருகில் நகர்வதைப் பார்த்து அவ்வவ்போது காவலர் சத்தம் போட்டார்.

முருகேசுக்கு நீரைப் பார்த்தால் பயம். அவனை 'என்னடா பாத்ரூம்ல குளிக்கற மாதிரி நிக்கற' என்று கேலி செய்தார்கள். விதேஷுக்கு நீர்மேல் பெரும்பரவசம். அவன் அருவியின் சூட்சுமத்தை அறிந்துவிடுபவன் போல நெருங்கி நெருங்கிப் போய்க்கொண்டேயிருந்தான். இரண்டு மூன்று முறை காவலர் அதட்டல் விட்டு முன்னால் வரும்படி செய்தார். அருவியாடல் போதும் என்று முருகேசுக்குத் தோன்றப் 'போலாம்டா' என்றான். வானத்தை அண்ணாந்து பார்த்துவிட்டு 'இந்நேரத்துலயே போயி ரூம்ல என்னடா செய்யப் போறம்? அருவியில இருந்து கடைசியாப் போலீஸ்காரரு போவும்போதுதான் நாமளும் போவணும்' என்றான் விதேஷ்.

கத்திச் சொல்லிக்கொண்டே அருவியை நோக்கிச் சென்றவன் பாறையின் ஒருபக்கம் கால் பதித்து ஏற முயன்றான். அது கால் படாத பாறை போலும். பாசியின் மீது வைத்த கால் வழுக்கிச் சாய்ந்தான். அருவி நீர் அவனையும் சேர்த்துச் சுருட்டிக்கொண்டு இறங்கிப் போயிற்று. அருவிச் சத்தத்தோடு அவன் சத்தமும் சேர்ந்து ஒரே நொடியில் கரைந்தது. நடந்ததை உணர்ந்து அவனைக் காப்பாற்ற ஓடிய சுந்தர் கையை ரமேஷ் பிடித்து இழுத்தான். முருகேசு கத்திக்கொண்டே அவர்களை நோக்கி ஓடினான். எங்கே விழுகிறோம் என்று தெரியாமல் மாறி மாறிப் பாறையில் தடுமாறி விழுந்தார்கள். காவலர் 'போவாத போவாத' என்று கத்தினார். குளித்துக்கொண்டிருந்த சிலர் அவர்களை இழுத்துக் கொண்டு வந்தார்கள். காலைத் தூக்க முடியாத சுந்தரைத் தூக்கிவந்து வெளியே படுக்க வைத்தார்கள். அங்கிருந்த எல்லோரையும் காவலர் விரட்டி அனுப்பினார். யார் யாருக்கோ பேசிச் செய்தி சொன்னார்.

விதேஷ் அருவியில் கலந்துவிட்டான். அருவி அடங்கி ஆறாக ஓடும் தடத்தின் வெகுதூரத்தில் இரண்டு நாள் கழித்து விதேஷைக் கண்டெடுத்தார்கள். மீன்கள் அரித்த உடல் அவனுடையதுதானா என்று அடையாளம் காண்பதே சிரமமாயிற்று. மூவரும் மருத்துவமனையில் இருந்தார்கள். சுந்தருக்குக் கால் முறிந்திருந்தது. ரமேஷுக்கு வலக்கை மணிக்கட்டில் முறிவு. முருகேசுக்கு அவ்வளவு அடியில்லை என்றாலும் அங்கங்கே காயங்கள். காவல்துறை வழக்குப் பதிவு செய்திருந்தது. அதனால் மூவரும் மருத்துவமனையிலேயே இருக்க வேண்டியானது. அவர்களைப் பார்க்க வந்த குடும்பத்தினர் எல்லோரும் கண்டபடி திட்டினார்கள். விதேஷ் வீட்டில் இவர்கள் மூவர் மீதும் கோபமாக இருப்பதாகவும் இப்போதைக்கு அந்தப்பக்கம் போகக்கூடாது என்றும் கட்டளை போட்டார்கள்.

விதேஷ் வீட்டுக்குப் போனால் அவன் அம்மா கேட்கும் கேள்விகளுக்கு என்ன பதில் சொல்வது? இப்படியா ஒரே ஒரு நொடியில் தன் உருவத்தை ஒருவன் கரைத்துக் கொள்வான்? ஏதோ ஒளிந்து விளையாட அருவியின் அந்தப்பக்கம் இறங்கியது போல இருந்ததே. 'நாலு பேரா எப்பவும் இருப்பீங்களே, அவன் ஒருத்தன மட்டும் ஏண்டா உட்டுட்டீங்க?' என்று அவன் அப்பா கேட்பாரே, எப்படி அவர் முகத்தைப் பார்த்துப் பதில் பேசுவது? 'இதற்குத்தானா என் பையனைக் கூட்டிப் போனீர்கள்?' என்றால் என்னதான் சொல்ல முடியும்?

முருகேசுக்குக் குழப்பமாக இருந்தாலும் அவர்கள் வீட்டுக்குப் போய்த்தான் ஆக வேண்டும் என்பதில் உறுதியாக இருந்தான். போகவில்லை என்றால் அவர்கள் மீதான அபவாதம் கூடிக்கொண்டே போகும். ஏதோ திட்டமிட்டு அவர்கள் அவனைக் கொலை செய்துவிட்டதாகப் பேச்சு பரவியிருந்தது. நால்வரில் அவன் ஒருவனுக்கு மட்டும் வேலை கிடைத்துவிட்டதால் அதைப் பொறுக்க முடியாமல் அருவிக்குக் கூட்டிப் போய்த் தள்ளிவிட்டதாகப் பேச்சு. 'நாலு பேரு போனாங்க. மூனு பேருத்துக்கு ஒன்னும் ஆவுல. இவன் ஒருத்தனுக்கு மட்டும் இப்படின்னா நம்பறாப்பலயா இருக்குது? நாலு பேரும் ஒன்னாச் சுத்திக்கிட்டு இருந்தாங்க. இவன் ஒருத்தனுக்கு மட்டும் நல்ல கம்பெனியில வேல கெடச்சிருச்சு. நம்மளோட இருந்தவனுக்கு இப்படி ஒரு வேலையான்னு தாங்க முடியாத தள்ளி உட்ருக்கறானுங்க' என்று விதேஷின் மாமா சொல்லிக் கொண்டிருந்தாராம். பிரேதப் பரிசோதனையின்போது மருத்துவமனைக்குப் போன முருகேசின் அப்பா அதைக் கேட்டுவிட்டு வந்து மிகவும் பயந்திருந்தார். விதேஷ் வீட்டுக்கு இவர்கள் போனால் என்ன களேபரம் நடக்குமோ அடித்து விடுவார்களோ என்று மூன்று வீட்டார்களுமே பயந்தார்கள்.

ரமேஷும் சுந்தரும் வர மறுத்தாலும் தான் மட்டுமாவது போய்விட வேண்டும் என முடிவு செய்துமுருகேசு அவர்களிடம் சொன்னான். 'அடிச்சாலும் வாங்கிக்கலாண்டா. அவன் இல்லாத நமக்கே இப்படி இருக்குது. அவங்க வீட்ல எப்படி இருக்கும்' என்று அவன் சொன்ன பின் அவர்களும் மறுப்புச் சொல்லவில்லை. விதேஷின் அம்மா கத்திக் கூப்பாடு போடலாம். 'எங்கடா வந்தீங்க?' என்று கேட்டுக் கண்டபடி திட்டலாம். வீதியில் ஆட்கள் கூடிவிடலாம். சொந்தக்காரர்கள் இருக்கலாம். எல்லோரும் சேர்ந்து அவர்களை அடிக்கலாம். என்ன செய்தாலும் மௌனமாகத்தான் இருக்க வேண்டும் என்று இருவரிடமும் சொல்லியிருந்தான்.

ஒரு கார் வரவைத்து அதில் சுந்தரை முன்பக்க இருக்கையில் காலை நன்றாக நீட்டிக் கொள்ளும்படி அமர்த்தினார்கள். மாவுக்கட்டை அவிழ்த்துவிட்டாலும் கட்டுத்துணியால் சுற்றியிருந்தார்கள். ரமேஷும் மணிக்கட்டில் துணியைச் சுற்றியிருந்தான். மூவரும் போயிறங்கிய அந்த மதிய நேரத்தில் விதேஷ் வீடு அமைதியாக இருந்தது. அழைப்பு மணியை அடித்துவிட்டுச் சுந்தரைப் பிடித்து இறக்கினார்கள். மூவரும் நுழைவாயில் இரும்புக் கதவை நோக்கிப் போனபோது அவன் அம்மா வந்து திறந்தார்.

'கால் பரவாயில்லயாப்பா?' என்று விதேஷின் அம்மா சுந்தரைப் பார்த்துக் கேட்டதும் மூவருக்கும் கண்கள் கலங்கின. 'செத்துப் போனவங்களுக்குப் பிரச்சின இல்லப்பா. இருக்கறவங்களுக்குத்தான் பிரச்சின. உங்கள எனக்குத் தெரியும். வாங்கப்பா' என்று அவர் உள்ளே அழைத்தபோது மூவரும் வாய்விட்டுக் கதறி அழ ஆரம்பித்தார்கள்.

09—04—20

நாய்

முருகேசு விழித்தெழுந்து வெளியே வந்தபோது திண்ணையோரம் அந்தப் பெண் மட்டும் தனியாக உட்கார்ந்திருந்தாள். தங்கையை அழைத்து அந்தப் பெண்ணைக் காட்டிப் 'பாத்துக்க' என்றான். வீட்டில் கழிப்பறையும் குளியலறையும் இருந்தன. அவற்றைப் பெண்கள் மட்டுமே பயன்படுத்தினார்கள். ஆண்கள் எப்போதும் போலக் காட்டுப்பக்கம் போவதுதான். இருந்தாலும் புதிய இடத்தில் இருப்பவளுக்கு எதையும் கேட்கக் கூச்சமாக இருக்கும். தங்கை 'பாத்துக்கறன் போ' என்றாள் அசட்டையாக.

நேற்று மாலை மசங்கலில் அவளும் ரமேஷும் வந்தபோது சரியாகப் பார்த்திருக்கவில்லை. லேசான வெள்ளை படிந்த கருந்திராட்சை போல அவள் முகம் மினுங்கியது. தோளிலிருந்து இடுப்பு வரைக்கும் டால்டா டின் ஒன்றைக் கட்டி வைத்த மாதிரி உடல் கொண்டவன் ரமேஷ். ஜோரான பெண்ணைத்தான் பிடித்திருக்கிறான் என்று நினைத்துக்கொண்டான். ரமேஷ் எங்கே என்று அவளிடம் கேட்கத் தயக்கமாக இருந்தது. நண்பன் என்று நம்பி ஒரு பெண்ணைக் கூட்டிக்கொண்டு இரண்டு மாவட்டம் கடந்து வந்திருக்கிறான். நாடி வந்தவனை விரட்டவா முடியும்? பேசிக் கொண்டிருந்துவிட்டு ராத்திரித் தூங்க நேரமாகிவிட்டது. வீட்டிலிருப்பவர்களையும் சமாதானப்படுத்த வேண்டியிருந்தது. அதனால்தான் காலையில் எழத் தாமதம். எங்காவது வெளிக்காட்டுக்குப் போயிருப்பான், வந்து கேட்டுக்கொள்ளலாம் என்று நினைத்து நடந்தான்.

முருகேசு மலைப்பகுதியைச் சேர்ந்தவன். சில வருசம் படிப்புக்காக மாவட்டத் தலைநகருக்குப் போனான். அங்கே நண்பர்களோடு சேர்ந்து தங்கியிருந்தான். அது ஒரு தோட்டத்திற்குள் ஓடு வேய்ந்த வீடு. இரண்டு அறைகள். தோட்டத்துக்காரர் முதலில் குடியிருந்த வீடு. பிறகு பெரிய வீடு கட்டிக்கொண்டு வேறு இடத்திற்குப் போய்விட்டார்கள். தோட்டத்துக்கும் காவல்; வாடகையும் வரும் என்று கல்லூரி மாணவர்களுக்கு வாடகைக்கு விட்டார்கள். வாடகை, சாப்பாடு, போக்குவரத்து என ஆகும் செலவுகளுக்கு அவனே சம்பாதித்துக்கொள்ள வேண்டியிருந்தது. பகுதி நேரமாக விதவிதமான வேலைகள் செய்தான்.

அப்போது சில மாதங்கள் கையேந்தி பவன் ஒன்றில் வேலை செய்தான். மாலையில் ஆறு மணிக்குப் போனால் இரவு பதினொரு மணி வரை வேலை. பரிமாறுவதும் பொட்டலம் கட்டிக் கொடுப்பதும். இரவுச் சாப்பாட்டுக்கும் பிரச்சினை இல்லை. வேண்டுமளவு சாப்பிட்டுக் கொள்ளலாம். மீதமிருக்கும் சாம்பாரில் ஒரு பொட்டலம் கட்டி எடுத்துக்கொண்டு வந்து காலையில் சோறு மட்டும் வைத்துச் சாப்பிடலாம். எட்டு மணியிலிருந்து ஒன்பது மணி வரைக்கும் நல்ல கூட்டம் இருக்கும். கைகள் வலி எடுத்துவிடும். ஒன்பதிலிருந்து பத்து வரைக்கும் ஓரளவு கூட்டம். சமாளிக்கலாம். வேலை கஷ்டம் என்றாலும் ரொம்பவும் வசதியாக இருந்தது.

அங்கேதான் ரமேஷ் அறிமுகம் ஆனான். கடைக்கு அவனும் வேலைக்கு வந்தான். கடைக்காரர் அவன் அப்பாவுக்குத் தெரிந்தவர். இந்த வேலைக்கு அனுப்புவதில் அவன் அம்மாவுக்கு விருப்பமில்லை. இரவில் விதவிதமாகச் சாப்பிடலாம் என்பதாலும் கைச்செலவுக்குக் கொஞ்சம் பணம் கிடைக்கிறது என்பதாலும் அவனே விரும்பி வந்தான். அவன் இன்னொரு கல்லூரியில் படித்துக் கொண்டிருந்தான். அவனுக்கு நகரப் பேருந்தில் போகும் அளவுக்கு அருகில் ஊர். பத்தரை மணிக்குக் கடைசிப் பேருந்து. கடைக்கு அருகிலேயே நிறுத்தம் இருந்ததால் பேருந்து வருவதைப் பார்த்து ஓடி ஏறிக்கொள்வான்.

இருவருமே வேதியியல் படித்தார்கள். அதனாலும் நெருக்கம் கூடிற்று. சில நாட்களில் இரவு வேலை முடிந்துமுருகேசுவின் வீட்டுக்கு வந்து தங்கிக்கொள்வான். அவன் அம்மா ஏதாவது விசேசத்திற்கு வெளியூர் போயிருக்கும் நாட்களாக இருக்கும். அம்மா இருந்தால் அவனை எங்கும் வெளியே விடமாட்டார். முருகேசுவுடன் தங்கியிருந்த எல்லோருமே ‘மலைப்பசங்கள்.’ ரமேஷ் மலைப்பகுதிக்குப் போனதேயில்லை என்று ஒருமுறை ஏக்கமாகச் சொன்னான். ஊர்க்கோயிலுக்குத் திருவிழா போட்ட

போது அவன் அம்மாவிடம் அனுமதி வாங்கிக்கொண்டு முருகேசு தன் ஊருக்கு அழைத்து வந்தான்.

ரமேஷ் அப்போது வந்து நான்கு நாட்கள் இங்கே தங்கியிருந்தான். மலையின் ஒவ்வொரு விஷயமும் அவனுக்கு ஆச்சரியமாக இருந்தது. 'இதையெல்லாம் நான் பாத்ததே இல்லடா' என்று அடிக்கடி சொல்லிக் கொண்டிருந்தான். முதன்முதலாக மலைச்சாராயத்தைக் கொஞ்சம் ருசித்துப் பார்த்தான். 'இது தப்பில்லையாடா' என்று பரிதாபமாகக் கேட்டான். 'எங்கம்மாவுக்குத் தெரிஞ்சா கொன்னே போட்டிரும்' என்றும் சொன்னான். இருவருக்கும் நெருக்கம் கூடுவதற்கும் அந்த நான்கு நாள் இருப்பே காரணம்.

ரமேஷ் ஊருக்கு முருகேசும் போயிருக்கிறான். ரமேஷ் அவன் வீட்டுக்கு ஒரே பையன். செல்லம் அதிகம். அவன் அம்மாவுக்கு வேலைக்குப் போகும் நேரம் தவிர மற்ற நேரங்களில் அவனைக் கவனிப்பதுதான் வேலை. தானிருக்கும்போது சொம்புத் தண்ணீரைத் தூக்கிக் குடிக்கவும் விடாது. 'கை வலிக்கும்டா கண்ணு' என்கும். 'பொட்டலம் கட்டிக் கட்டிக் கை வலிக்கறத உங்கம்மா பாத்தா என்னடா சொல்லும்?' என்று முருகேசு கேலி செய்வான். எங்கே போனாலும் இரவு வீட்டுக்கு வந்துவிட வேண்டும் என்பது அவன் அம்மாவின் கட்டுப்பாடு. அதை மீறித்தான் முருகேசுவோடு நட்பு பாராட்டியதும் மலைப்பகுதிக்கு வந்து தங்கியதும். கொஞ்ச நாளில் அவன் அம்மாவுக்கு முருகேசு மேல் நம்பிக்கையும் வந்துவிட்டது.

படிப்பு முடிந்தபோது முருகேசுக்கு நான்கு தாள்கள் நிலுவை விழுந்துவிட்டன. அவற்றை எழுதித் தேர்ச்சி பெற முடியும் என்னும் நம்பிக்கை இல்லை. ஏதோ நகரத்துப் பக்கம் போனோம், மூன்றாண்டுகள் ஓடிற்று எனப் பசுமை நிறைந்த நினைவுகளை ஏந்திக் கொண்டு மலைக்கு வந்து தங்களுக்கு இருந்த நிலத்தில் விவசாயம் பார்த்துக் கொண்டும் கிழங்கு வெட்டும் வேலைக்குப் போய்க்கொண்டும் இருந்தான். ரமேஷுக்கு இரண்டு ஆங்கிலத் தாளிகளில் நிலுவை. எப்படியும் ஆறுமாதம் வீட்டிலிருந்து படித்தால் தேர்ச்சி பெற்றுவிடலாம் என்னும் நம்பிக்கையில் படித்தான்.

அவ்வப்போது செல்பேசியில் முருகேசுக்குப் பேசுவான். முருகேசுக்கு இரண்டு தாள்கள் முதன்மைப் பாடம்; இரண்டு ஆங்கிலம். முதன்மைப் பாடத்திற்குத் தான் உதவுவதாகச் சொல்வான். தேர்வுக்கு ஒருவாரம் முன்பு வீட்டுக்கு வந்துவிட்டால் முக்கியமானவற்றைச் சொல்லிக் கொடுக்கிறேன் என்றும் சொன்னான். பாடத்தைவிடவும் விவசாயம் முருகேசுக்குப்

பிடித்திருந்ததால் 'பாக்கலாண்டா' என்று பட்டும் படாமல் பதில் சொன்னான்.

ஆங்கிலத்தாள்களுக்காகப் படித்துக்கொண்டிருந்த நாட்களில் ரமேஷ் இன்னொரு வேலையும் பார்த்துவிட்டான். எதிர்வீட்டுப் பெண்ணோடு பார்வையில் பேசிய காதல் வேலை. ஒரே ஜாதி; சொந்தக்காரர்கள்; சாதாரணக் குடும்பங்கள். என்றாலும் எதிர்வீடுகள் எப்போதுமே எதிரி வீடுகள்தான். இரண்டு வீட்டுக்கும் ஆகாது; பேச்சு வார்த்தை இல்லை.காதல் அதையெல்லாம் கண்டு கொள்ளவில்லை. அவள் வீட்டில் எல்லோரும் வேலைக்குப் போய்விடுவார்கள். அவன் வீட்டிலும் அப்படித்தான். தனித்திருந்த பகல் நேரத்தில் எதிர்வீட்டுப் பார்வைகள் ஒன்றுபட்டுவிட்டன. ஜாடைப் பேச்சு தொடங்கிற்று. அப்புறம் நேர்ப்பேச்சு ஆயிற்று.

அந்தச் சமயத்தில் அவளுக்கு மாப்பிள்ளை அமைவது போலிருந்தது. அவன் அம்மா நிச்சயம் ஒத்துக்கொள்ள மாட்டார். அவள் வீட்டிலும் அப்படித்தான் நிலை இருந்தது. கல்யாணம் செய்து கொண்டால் அப்புறம் ஏற்றுக் கொள்வார்கள்.அவளை அழைத்துக்கொண்டு அவனுக்குத் தெரிந்த ஒரே வெளியூரான முருகேசுவின் மலைக்கு வந்துவிட்டான். செல்பேசியில் சொல்லியிருந்தான். 'உன் ஊருக்கு வருகிறேன். ஓர் உதவி. நீதான் செய்ய வேண்டும். எனக்கு வேறு யாரையும் தெரியாது.' ஒரு பெண்ணையும் உடன் அழைத்து வருவதாகச் சொல்லவில்லை. வந்த பிறகே தெரிந்தது.

நம்பி வந்தவனுக்கு உதவித்தான் ஆக வேண்டும். எல்லாம் பேசி முடித்து இரவு தங்க வைத்தார்கள். காலையில் பார்த்துக்கொள்ளலாம் என்று முடிவு செய்தார்கள். இரண்டு வீடுகளுக்கும் தகவல் சொல்லிவிடலாம் என்று அவரவர் வீட்டுக்குப் பேசச் சொன்னார்கள். அந்தப் பெண் தைரியத்தோடு தன் தந்தைக்குப் பேசிக் 'கவலைப்பட வேண்டாம். கல்யாணம் செய்துகொண்டு வந்துவிடுவோம்' என்று சொல்லிவிட்டாள். எங்கேயிருக்கிறோம் என்னும் தகவல் எதையும் சொல்லவில்லை. பேசியையும் அணைத்து விட்டாள். ரமேஷ் வீட்டுக்கு வெளியே போய் அவன் அம்மாவிடம் கொஞ்ச நேரம் பேசிவிட்டுச் சோர்ந்த முகத்தோடு வந்தான். 'அம்மா அழுவுதுடா' என்று சொன்னான். எல்லாம் சரியாகிவிடும் என்று ஆறுதல் சொல்லிப் படுக்க வைத்தான்.

இரவெல்லாம் முருகேசுவுக்குச் சரியாகத் தூக்கம் வரவில்லை. ரமேஷைக் கட்டிலில் படுக்கச் சொல்லிவிட்டு இவன் கீழே படுத்தான். அம்மாவும் தங்கையும் படுக்கும் அறைக்குள் அவள் படுத்துக்கொண்டாள். பலவிதமாக யோசனை ஓடியது.

இதுபோல ஒரு காதல் திருமணத்தில் இதற்கு முன் அவன் சம்பந்தப்பட்டது கிடையாது. ஊரிலிருக்கும் கோயிலிலேயே எளிமையாகத் திருமணத்தைச் செய்து அனுப்பிவிடலாமா, பதிவாளர் அலுவலகத்திற்குப் போகலாமா, கீழே ஏதாவது கோயிலுக்குப் போய்த் திருமணம் செய்யலாமா, இரண்டு வீட்டாரிடமும் பேசிச் சம்மதிக்க வைத்து உறவினர்களை எல்லாம் அழைத்து அவர்கள் ஊரிலேயே நடத்திவிடலாமா என்றெல்லாம் பலவாறாக யோசித்தபடி கிடந்தான். வெகுநேரம் புரண்டு கொண்டிருந்தவன்விடிகாலையில் நன்றாகத் தூங்கிவிட்டான்.

ரமேஷ் ஏற்கனவே இங்கு வந்திருப்பவன் என்பதால் அவனுக்கு வெளிக்காட்டுப் பகுதி தெரியும். தூங்குபவனை எழுப்ப வேண்டாம் என்று போயிருப்பான். தனக்கே தூக்கம் வரவில்லை என்றால் கல்யாணம் செய்துகொள்ளப் போகிறவனுக்கு எப்படித் தூக்கம் வரும்? நேரமே எழுந்து வெளியே போயிருப்பான். நான்கு நாட்கள் இங்கு தங்கியிருந்தபோது அவனுக்கு இந்தப் பகுதி எல்லாம் நன்றாகப் பழகியிருந்தது. முருகேசுவின் நண்பர்கள் சிலருக்கும் அவனை நினைவிருந்தது.

இவன் வெளிக்காட்டுக்குப் போய்விட்டுச் சிறுநீர்த் தாரை போல நடுவில் மட்டும் ஓடும் ஆற்றில் கால் கழுவிக்கொண்டு நோட்டம் விட்டான். ரமேஷ் கண்ணுக்குத் தென்படவில்லை. ‘டேய் ரமேஷூ... ரமேஷூ’ என்று குரல் கொடுத்தான். ஆற்றோர மரங்களில் மோதிக் குரல் மேலெழுந்து போயிற்று. பதில் குரல் இல்லை. வீட்டுக்குப் போயிருப்பானோ? வேறு எந்த வழியாகப் போயிருப்பான்? காடுகரைக்குள் புகுந்து போகப் பல வழிகள் இருந்தன. போயிருப்பான் என்று முடிவு செய்துகொண்டு திரும்பி வந்தான்.

திண்ணை மேல் அவள் அப்படியே உட்கார்ந்திருந்தாள். முகத்தில் பலவிதமான கலவரம் தெரிந்தது. வீட்டை விட்டு வந்த ஆணுக்கே பல குழப்பங்கள் இருக்கும்போது பெண்ணுக்கு இன்னும் பலவாக இருக்கும். ‘எங்கம்மா ரமேஷு’ என்று அம்மாவிடம் கேட்டான். ‘உங்கூட வல்லியா?’ என்று கேட்டார் அம்மா. அவன் அப்பாவுக்கும் தெரியவில்லை. அந்தப் பெண்ணிடம் கேட்டபோது ‘தெரியலியே’ என்று அதிர்ந்து விழித்தாள். புது ஊரில் வழி தெரியாமல் எங்கேனும் தவறிப் போயிருப்பானோ?

அந்த மலையில் எப்போதாவது காட்டுப்பன்றி தென்படும். அதுவும் ஆளைக் கண்டால் தலை தெறிக்க ஓடிவிடும். நேருக்கு நேர் எதிர்ப்பட்டால்தான் மோத வரும். வேறொன்றும் பிரச்சினையில்லை. ‘இருப்பா... இன்னொருக்கா காட்டுப்பக்கம் போயிப் பாத்துட்டு வர்றன்’ என்று வெளியே வந்தான் இவன்.

‘அவனோட பை இருக்குதான்னு பாரு’ என்றார் அப்பா. அவருக்கு எப்போதும் எல்லோர் மீதும் சந்தேகம்தான். ஒரு பெண்ணைக் கூட்டி வந்தவன் அவளைப் புதுஇடத்தில் அப்படியே விட்டுவிட்டு ஓடிவிடுவானா?

அப்பாவின் சந்தேகமே ஜெயித்தது. ஊரை விட்டு ரமேஷ் ஓடியிருந்தான். விடிகாலை ஐந்து மணிப் பேருந்தில் அவன் ஏறிப் போனதைப் பார்த்தவர்கள் இருந்தார்கள். முன்பு இங்கே வந்தபோது அந்த நேரத்தில்தான் கிளம்பிப் போனான். அந்த நினைவு இருந்திருக்கிறது. செல்பேசியில் அழைத்தால் ‘அணைத்து வைக்கப்பட்டுள்ளது’ என்றே பதில் வந்தது. அங்கும் இங்கும் அலைந்துவிட்டு வீட்டுத் திண்ணையில் வந்து தலையில் கை வைத்துக்கொண்டு முருகேசு உட்கார்ந்துவிட்டான். அந்தப் பெண் வீட்டுக்குள் விசும்பும் ஒலி கேட்டது. ஊர்க்காரர்கள் பலபேர் வந்து கூடிவிட்டனர். எல்லோருக்கும் விவரம் சொல்லிக் கொண்டிருந்தார் அப்பா.

‘கூட்டியாந்த பிள்ளய இப்படி உட்டுட்டு ஒருத்தன் போவானாடா ... கோழப்பய ...’

‘அவளக் கூட்டியாரப்ப இனிச்சுதாமா ... இப்ப ஏன் கசந்து போச்சாமா?’

ஒருவர் காறித் துப்பினார். முருகேசுவின் முகத்திலேயே அது தெறித்தது.

‘இப்படி ஒரு கேவலமானவனெல்லாம் உனக்குப் பிரண்டாடா?’

முருகேசுவின் சேக்காளி வினோத் வந்து இவன் தலையைப் பிடித்துத்தூக்கிக் கண்களைப் பார்த்துக் கேட்டான். இளைஞர்கள் கூடி ‘சரி விட்டுட்டுப் போயிட்டான், அவள முருகேசுக்கே கட்டி வெச்சரலாம்டா’ என்று பேசிச் சிரித்துக் கொண்டிருந்தார்கள். அவன் போய்த் தொலைந்ததைப் பற்றிக் கவலை இல்லை. நம்பி வந்த பெண் இங்கே இருக்கிறாள். அவளை என்ன செய்வது? வீட்டுக்குள் போன பெண்கள் ‘இவனயெல்லாம் நம்பி எப்படி நீ வீட்ட விட்டு வந்த?’ என்று கேட்டுக் கொண்டிருந்தார்கள்.

‘எவனா இருந்தாலும் ஆம்பளய நம்பி இத்தன தூரமெல்லாம் வரக் கூடாது. இப்படி உட்டுட்டுப் போறவன் வேற எங்காச்சும் பஸ் டேண்டுல உட்டுட்டு ஓடியிருந்தா என்ன பண்ணுவ?’ என்றார்கள்.

‘இப்பேர்ப்பட்ட ஆளுவ வித்துட்டுக்கூடப் போயிருவானுவ.’

‘எதாச்சும் நக கீது போட்டிருந்தியா? நீ வெச்சிருக்கறயா, அவங்கிட்டக் குடுத்திட்டயா?’

‘வளத்தவங்கள இப்பிடிப் பாதியில உட்டுட்டு ஓடுவாங்களா?’

அவளைத் திட்டவும் கேள்வி கேட்கவும் அங்கிருந்த பெண்கள் பலரும் வந்துவிட்டார்கள். அவள் யாருக்கும் எந்தப் பதிலும் சொல்லவில்லை. அழுது கொண்டேயிருந்தாள். முருகேசுவின் அம்மாதான் அவளை உள்ளறைக்குள் கூட்டிப் போய் உட்கார வைத்து அவன் தங்கையையும் உடனிருக்கச் சொன்னார். எப்பேர்ப்பட்ட அவசரமாக இருந்தாலும் ‘ரண்டு நாளுக்குப் பொண்ணு இங்க இருக்கட்டும். நான் போயிட்டு வந்தர்றன்’ என்று சொல்லிவிட்டுப் போயிருக்கலாம். வீட்டில் பேச முருகேசுவையோ வேறு யாரையாவதோ அனுப்பியிருக்கலாம்.

ஒன்றும் சொல்லாமல் இப்படியும் ஒருவன் போவானா? முருகேசு யாருக்கு என்ன பதில் சொல்வது என்று தெரியாமல் தவித்தான். ரமேஷும் அவளும் என்ன சாதி என்று மறைமுகமாகவும் நேரடியாகவும் முருகேசுவிடம் கேட்டார்கள். அவன் அதற்கு ‘அதெல்லாம் தெரிஞ்சிக்கிட்டுத்தான் பழகுவாங்களா?’ என்று கோபமாகப் பதில் சொன்னான். அவன் சாதி முருகேசுக்குத் தெரியும் என்றாலும் இந்தச் சமயத்தில் சொல்ல விரும்பவில்லை.

வினோத் ‘போன் பண்ணுனியாடா’ என்று கேட்டான். முருகேசு விவரம் சொன்னான். ‘ஒரு பொண்ணக் கொண்டாந்து இங்க உட்டுட்டுப் போயிருக்கறான். இப்படி உக்காந்திருந்து என்னடா பிரயோசனம்? வா, அந்தப் பொண்ண அங்க கொண்டோயிச் சேக்கற வழியப் பாக்கலாம்’ என்று அவன் முன்கை எடுத்தான். ரமேஷின் பேசி அணைப்பிலேயே இருந்தது. அந்தப் பெண்ணிடம் பேசியைக் கேட்டான். உடலைச் சுருட்டி ஒரு குவியல் போலப் படுத்திருந்தவள் சட்டென எழுந்தாள். அழுது கணகள் சிவந்திருந்தன. அவள் அப்போதுதான் அதைத் தேடி எடுத்து இரவு அணைத்து வைத்ததைத் திறந்து கொடுத்தாள். அவள் வீட்டுக்குப் போட்டார்கள். அவள் அண்ணன் எடுத்தான். ஓரே சத்தமாக இருந்தது. அங்கும் இங்கும் பேசி ஒருவழியாக விஷயம் தெரிந்தது.

ரமேஷின் அம்மா இரவு அவனிடம் பேசும்போது ‘ என்ன செய்வாயோ தெரியாது. அவளை விட்டுவிட்டுக் காலையில் வீடு வந்து சேரவில்லை என்றால் என் பிணத்தைத்தான் பார்ப்பாய்’ என்று சொல்லியிருக்கிறார். பையனுக்குத் தாய்ப்பாசம் வேலை செய்து விடிகாலையில் கிளம்ப வைத்திருக்கிறது. சொன்னால் முருகேசு விட மாட்டான் என்னும் பயத்தில் சொல்லாமல் கிளம்பி இருக்கிறான். அவன் போனதும் இருவீட்டாருக்கும் சண்டை தொடங்கி நடந்து கொண்டிருந்தது. தன் பையனுக்கு ஒன்றும் தெரியாது, அவள் மயக்கிவிட்டாள் என்று ரமேஷின்

அம்மா சொல்லவும் தண்டச்சோறு தின்றுகொண்டு வீட்டிலேயே இருந்து என் பெண் மனதைக் கெடுத்துவிட்டான் என்று அவள் அம்மாவும் பேசவும் சண்டை வலுவடைந்திருக்கிறது.

'பொண்ண எங்கடா விட்டுட்டு வந்த?' என்று கேட்டு ரமேஷை அடிக்கப் போயிருக்கிறார்கள். ஊர் முழுக்க ரமேஷுக்கு எதிராகப் போயிற்று. பெண்ணைக் கூட்டிக்கொண்டு போனவன் அவளை எங்கேயோ விட்டுவிட்டுத் தான் மட்டும் வந்திருக்கிறான் என்றால் அவன் பக்கம் பேச யார் வருவார்கள்? பயந்து போனவன் விவரம் சொல்லியிருக்கிறான். பாதுகாப்பான இடத்தில்தான் பெண் இருக்கிறாள் என்று தெரிந்த பிறகே அவனை விட்டிருக்கிறார்கள். பிறகு எல்லோரும் பேசி 'எல்லாம் சொந்தம்தானே. கல்யாணம் செய்து வைத்துவிடலாம்' என்று முடிவு செய்துவிட்டார்கள். அந்தக் களேபரத்தில் ரமேஷால் முருகேசை அழைத்துப் பேச முடியவில்லை.

அந்தப் பெண்ணின் அண்ணன் முருகேசுவிடம் இப்படிச் சொன்னான், 'அண்ணா, நாங்க வந்து கூட்டிக்கிட்டு வர நேரமாவும். நீங்க எந்தங்கச்சியக் கூட்டிக்கிட்டு வந்து உட்டுட்டுப் போவ முடியுமா? நாளைக்குக் காத்தால கல்யாணம். ஏற்பாடு பண்ணிக்கிட்டு இருக்கறம். எல்லாரும் சமாதானம் ஆயிட்டாங்கண்ணா.'

ரமேஷும் முருகேசுவிடம் பேசினான், 'மன்னிச்சிருடா. எங்கம்மா தூக்கு மாட்டிக்குவன்னு பயமுறுத்திச்சிருடா. அதான் சொல்லாத வந்துட்டன். சொன்னா நீ உடமாட்டயின்னு தெரியும். எங்கம்மா பொணமாக் கெடக்கறாப்பல ராத்திரியெல்லாம் கனா வந்து நான் தூங்கவே இல்லடா. உங்க ஊட்ல அவ பாதுகாப்பா இருப்பான்னுதான் உட்டுட்டு வந்தண்டா. வித்தியாசமா நெனச்சிக்காதடா. வந்து உனக்குப் பேசி விவரம் சொல்லலாமுன்னு இருந்தண்டா. எப்படியும் அம்மாகிட்டப் பேசிச் சம்மதம் வாங்கிட்டு வந்து அவளக் கூட்டிக்கிட்டு வந்து இங்கயே கல்யாணம் வெச்சிரலாம்னு நெனச்சண்டா. வந்ததியும் ஒரே சண்டயாப் போச்சு. உங்கிட்டப் பேச முடியலடா.'

நேரில் போய் பளார் பளாரென்று நாலு அறை விட்டு 'ஊருல எம் மானத்த வாங்கிட்டயேடா' என்று நாக்கைப் பிடுங்கிக்கொள்வது போல அவனிடம் கேட்க வேண்டும். மனதுக்குள் கருவிக்கொண்டே அவளை அழைத்துக்கொண்டு பேருந்து ஏறினான். அவள் எதுவுமே பேசவில்லை. பெண்களோடு உட்கார்ந்து கொண்டாள். பேருந்து மாறும் சமயத்தில் மட்டும் இருவரும் ஓரிரு வார்த்தைகள் பேசிக் கொண்டார்கள். முருகேசுவின் வீட்டில் அவன் அம்மா வற்புறுத்திக் கொஞ்சம்

சாப்பிட வைத்திருந்தார். வழியில் அவள் எதுவும் சாப்பிடவில்லை. தண்ணீர் மட்டும் போதும் என்று சொல்லிவிட்டாள். முருகேசும் வற்புறுத்தவில்லை.

அவர்கள் ஊருக்குப் போய்ச் சேரும்போது மத்தியானத்திற்கு மேலாகிவிட்டது. அவர்கள் எல்லோரும் பேசி அடங்கியிருந்தார்கள். நாளைக்கே கல்யாணம் வைத்துவிடலாம் என்றும் என்னென்ன ஏற்பாடுகள் செய்யலாம் என்றும் திட்டமிட்டுக் கொண்டிருந்தார்கள். இந்தச் சமயத்தை விட்டால் ரமேஷ் அம்மா வேறு ஏதாவது சொல்லிக் கல்யாணத்தைத் தடுத்துவிடுவார் என்பதால் உடனடி ஏற்பாடு. தெருவில் நுழைந்ததும் ஓடி வந்த ரமேஷ் இவன் கையைப் பற்றிக்கொண்டு 'மன்னிச்சிருடா . . . மன்னிச்சிருடா' என்று கெஞ்சினான். அவன் முகத்தில் அழுகையும் தெரிந்தது. காலில் விழுந்துவிடவும் தயாராக இருந்தான். அவனைத் திட்ட வேண்டும் என்று நினைத்துச் சேகரித்து வைத்திருந்த வார்த்தைகள் எல்லாம் மறந்து போயின. அவன் பேசுவதற்குள் கன்னத்தில் இரண்டு அறை விட்டிருக்கலாம். பேசியதும் எல்லாம் கலைந்து போய்விட்டது. 'செரிடா செரிடா' என்று அவனுக்கு இவன் ஆறுதல் சொல்லலானான்.

அதற்குள் வீடு வந்திருந்தது. இவன் கையை விட்டுவிட்டு அவளை நோக்கிப் போன ரமேஷ் 'ரம்யா . . .' என்று கையைப் பற்றினான். கையைச் சட்டெனு உதறி 'உட்ரா நாயே' என்று விடுவித்துக் கொண்டாள். தன் வீட்டுப் படியேறி நின்றவள் அங்கிருந்த எல்லோரையும் பார்த்துச் சொன்னாள், 'இந்த நாயக் கல்யாணம் பண்ணிக்கச் சொல்லாதீங்க. இந்த நாயோட நான் ஓடிப் போவுல. நான் என்னோட அண்ணன் வீட்டுக்குப் போயிட்டு வந்தன். அவ்வளவுதான்.'

08–04–20

✦

கருவாடு

முருகேசுவைக் கடப்பைக் கல் இரண்டு எடுப்பதற்காக அந்தக் கடைக்குக் கூட்டிப் போனார் மேஸ்திரி. அங்கே அவனைப் பார்த்தான். முதலில் அவன் 'கருவாடு' தானா என்று சந்தேகமாக இருந்தது. பார்த்துப் பல வருசமாகிவிட்டது. திரும்பத் திரும்ப நான்கைந்து முறை பார்த்து உறுதிப்படுத்திக்கொண்டான். அவனேதான். வயது கூடினாலும் முக அமைப்பில் மாறுதல் இல்லை. தலை சீவல் மாறியிருந்தது. இயல்பிலேயே அவனிடம் ஒரு இறுக்கம் தெரியும். உறுதிதான். கழுத்தில் புதுச்சங்கிலி; கையில் பிரேஸ் லெட். புதிதாகக் கல்யாணமாகி இருக்கக் கூடும்.

அவனும் இவனை அதேமாதிரி பார்ப்பது போலத் தெரிந்தது. வேறு கடைக்குப் போய்விடலாம் என்று உடனே தோன்றியது. மேஸ்திரி அவர்பாட்டுக்குப் போய் அவனிடம் பேசிக் கொண்டிருந்தார். அவர் தொடர்ந்து இங்கே பொருள் வாங்குபவராக இருக்கும். வந்துவிட்டு இனிப் போக முடியாது. அது நன்றாகவும் இருக்காது. மேஸ்திரிக்குப் பதில் சொல்ல வேண்டும். இங்கே பொருள் நன்றாக இருக்கும் என்று சொல்லி அவர் தொடர்ந்து வற்புறுத்தலாம். அப்போது என்ன சொல்லித் தவிர்ப்பது? வண்டியின் மீது சாய்ந்தபடி நின்றவனுக்கு யோசனை ஓடிக்கொண்டிருந்து.

முருகேசு வீட்டில் சிறியதாகக் காரவேலை நடந்து கொண்டிருந்தது. வீதியில் இரண்டடி தூரம் நீட்டிக் காரை போட்டிருந்த வாசலைச் சமீபத்தில் குடிநீர்க் குழாய் பதிப்பதற்காக உடைத்துவிட்டார்கள்.

ஏற்கனவே குழாய் இருக்கிறது. இப்போது இன்னும் ஆழமாக, பெரியதாகப் போடுகிறார்களாம். இது வேறு ஏதோ ஒரு திட்டம் என்று பெயர் சொல்கிறார்கள். பறித்து மூடிவிட்டுப் போய்விட்டார்கள். பள்ளம், மேடு எல்லாம் கடந்து வீட்டுக்குள் போகிற மாதிரி ஆகிவிட்டது. அதைச் சரிசெய்யலாம் என்று தொடங்கிய வேலை அதுஇது என்று இழுத்துக்கொண்டு போகிறது. வீட்டைச் சுற்றிலும் வீட்டுக்குள்ளும் சின்னச் சின்னச் சரிசெய்தல்கள். புழங்கும்போது தோன்றும் சிறுசிறு வசதி ஏற்பாடுகள்.

எல்லாவற்றையும் ஒரே சமயத்தில் செய்துகொண்டால் நல்லது. மறுபடியும் ஒரு மேஸ்திரியைப் பிடிப்பது அத்தனை சுலபமல்ல. இவரைப் பிடிப்பதற்குப் பட்ட பாடே போதும். நான்கைந்து மாதங்கள். புதிய வீடு கட்டும் வேலை என்றால் அதற்கு ஆட்கள் வரத் தயார். பழைய வீட்டில் சின்ன வேலை என்றால் யாரும் ஆர்வம் காட்டுவதில்லை. கிட்டத்தட்ட ஒருவாரத்திற்கு வேலை இருக்கிறது என்று சொன்னால் வருவார்கள். அத்தனை வேலைகளைக் கண்டுபிடித்துக் கொள்ள வேண்டும். இதையெல்லாம் இவன் புரிந்து கொள்வதற்குள் எதற்குமே லாயக்கில்லாதவன் என்று மனைவி கருதும்படி ஆயிற்று. அதை அவளோடு மட்டும் வைத்துக்கொள்ளாமல் பலரிடமும் சொல்லி விட்டாள். எல்லோரும் அவளை ஆமோதித்ததால் எல்லோரும் இவனை அப்படித்தான் நினைக்கிறார்கள் என்பதைத் தெரிந்துகொண்டான்.

திருமணமாகி ஓராண்டு ஆகிறது. இப்போது அவள் நான்குமாதக் கர்ப்பிணி. அவள் ஆசைகளை ஒன்றுவிடாமல் நிறைவேற்ற வேண்டிய கட்டாயமும் இருந்தது. தினமும் காலையில் இந்தப் பேச்சுத்தான். வீடு என்றால் வாசல் இருக்க வேண்டும்; அதைக் கூட்டித் தெளிக்க வேண்டும் என்பதை வெவ்வேறு விதமாகச் சொல்வாள். 'என் வவுத்துல இருக்கிற இது பொறந்தாச்சும் வாசலப் பாக்குமோ என்னமோ' என்று ஆதங்கமாகப் பேசிய பிறகு தீவிர முயற்சி எடுத்து இந்த மேஸ்திரியைப் பிடித்தான். தொடங்கும்போதே என்னென்ன வேலை இருக்கிறதோ எல்லாவற்றையும் முடித்துக்கொள்ள வேண்டும் என்பதுதான் திட்டம்.

மொட்டை மாடிக்குப் போனால் உட்கார எந்த வசதியும் இல்லை. கடப்பைக் கல் போட்டு இரண்டு இடங்களில் திண்ணை கட்டிவிடலாம் என்பது இவன் திட்டம். கைப்பிடிச் சுவர் மேல் ஆசுவாசமாக உட்கார முடியவில்லை. பயமாக இருக்கிறது. கீழே உட்கார இப்போதெல்லாம் கால் வளைவதில்லை. திண்ணை கட்டிவிட வேண்டும் என்று தினமும் நினைப்பான். அவளுக்கு

வாசல் போல அவனுக்குத் திண்ணை. 'ஆமா, மேல போய் உக்காந்துக்கிட்டு வானத்தப் பாத்துச் சிகரெட்ட ஊதித் தள்ளுங்க' என்று சொல்லி அத்திட்டத்தில் தனக்கு உடன்பாடில்லை என்பதை மனைவி உணர்த்திவிட்டாள். ஆனாலும் இவனுக்குத் திண்ணை தேவை என்றே பட்டது.

இரவில் ஒரே ஒரு சிகரெட் பிடிப்பான். சாப்பிட்டு முடிந்ததும் மேலே போய் ஆசுவாசமாக வானத்தைப் பார்த்து உட்கார்ந்தபடி சிகரெட்டை இழுப்பான். ஒருநாளுக்கு ஒரு சிகரெட் என்பது அத்தனை மோசமல்ல. ஆனால் அவளுக்குப் பிடிக்காது. 'சிகரெட் நாத்தத்தோட எங்கிட்ட வராதீங்க' என்று சொல்லிவிடுவாள். அவளை நாடும் நாட்களில் கூடலுக்குப் பிறகு சிகரெட் என்று வைத்துக்கொண்டான். எப்படியிருந்தாலும் ஒரு சிகரெட். மொட்டை மாடி. அங்கே உட்கார ஓரிடத்தை ஏற்படுத்திக் கொள்வது அவனுடைய நெடுநாள் எண்ணம். அவள் என்ன கேலி செய்தாலும் கோபமாகச் சொன்னாலும் ஒரு சின்ன வசதியாவது தனக்கென்று இருக்கட்டும் என்று நினைத்து அதில் தீவிரமாக இருந்தான்.

கடப்பைக் கல் வாங்க வந்த இடத்தில் அவனைப் பார்க்கும்படி ஆனது. பக்கத்தூர்க்காரன் அவன். இரண்டு பேரும் ஒரே பள்ளிக்கூடத்தில் படித்தார்கள். எட்டாவதில் மட்டும் ஒரே வகுப்பு. ஆண்டுத் தொடக்கத்தில் ஒரே பெஞ்சில் உட்கார்ந்திருந்தார்கள். உயரம் பார்த்து வகுப்பாசிரியர் அமர்த்திய இடம். பக்கத்தூர்ப் பையன்களில் சிலரே இவனுக்கு அறிமுகம். எல்லோரும் சைக்கிளில் ஒன்றாக வருவார்கள். அவனும் அந்தக் கூட்டத்தில் ஒருவன் தான். புதிய வகுப்பு, புதிய நண்பன் என்று முதலில் சந்தோசமாகவே போயிற்று.

இருவரும் சாப்பாட்டைப் பகிர்ந்து கொண்டார்கள். பேனா, பென்சில், புத்தகம், நோட்டு எல்லாமும் இருவருக்கும் பொதுவென ஆயிற்று. சைக்கிளை ரிப்பேருக்கு விட்ட சமயம் ஒன்றில் ஒருவாரம் அவனே இவன் வீட்டுக்கு வந்து தன் சைக்கிளில் அழைத்துப் போனான். இப்படி எல்லாம் நெருங்கியிருந்த நட்பில் யார் கண் பட்டதோ தெரியவில்லை, விரிசல் விழுந்துவிட்டது. என்ன காரணத்தால் விரிசல் வந்தது என்பது இவனுக்கு நன்றாகவே நினைவில் இருந்தது.

பெண்கள் பற்றிய குறுகுறுப்பு மனதில் தொடங்கிய பருவம் அது. அச்சிறு நகரத்தில் ஆண்கள் பள்ளி தனியாகவும் பெண்கள் பள்ளி தனியாகவும் இருந்தன. பெண்கள் பள்ளிக்குச் சைக்கிளில் போய்க்கொண்டிருந்த அவன் ஊர்ப் பெண் ஒருத்தி மீது அவனுக்கு லேசான கிறுக்குப் பிடித்திருந்தது. அவளைப் பற்றி அவனை

அறியாமலே அடிக்கடி பேசிக் கொண்டிருந்தான். அந்தப் பெண்ணை இவனுக்குப் பிடிக்கவில்லை. நேர்கோடு போலவும் சாம்பல் நிறத்திலும் இருந்தாள். அவன் அவளைப் பற்றிப் பேசிய ஒரு தருணத்தில் ‘கருவாடு உனக்கு ரொம்பப் புடிக்குமாடா?’ என்று இவன் கேட்டான். ‘எதுக்குடா கேக்கற?’ என்றான் அவன். ‘அவ கருவாடாட்டந்தாண்டா இருக்கறா’ என்று இவன் சொல்லவும் அருகில் இருந்தவர்களும் சிரித்துவிட்டார்கள். இவன் கேலி செய்கிறான் என்பது அப்போதுதான் அவனுக்குப் புரிந்தது.

அத்தோடு அது முடிந்துவிடவில்லை. வகுப்பெங்கும் பரவி ‘கருவாட்டுக் காதலன்’ என்று பெயராகிப் பின் சுருங்கிக் ‘கருவாடு’ என்றானது. ஒருமுறை இவன் சொன்னதோடு சரி. அதற்குப் பிறகு அதில் இவனுக்கு எந்தப் பங்கும் இல்லை. அது தானாகவே அப்படி இப்படிப் பரவிக் ‘கருவாடு’ என்பது அவன் பட்டப்பெயராகவே மாறியது. கருவாடு என்று அழைக்கும்போது பையன்களுக்கு எல்லாம் ஒரு பெண்ணை அழைக்கும் பரவசம் கிடைத்தது போலும். ஆனால் அவனுக்கு அது அவமானமாக இருந்தது. யாராவது அப்படி அழைக்கும்போது அவர்களிடம் சண்டைக்குப் போனான். பையன்களும் சும்மா இருக்க மாட்டார்கள். அடிக்கடி இந்தப் பெயரைச் சொல்லி அவனைச் சீண்டிக்கொண்டே இருந்தார்கள்.

அப்படி ஒருவனோடு சண்டை போட்டு முடிந்த கணத்தில் ‘எல்லாம் உன்னாலதான்டா. இன்னைல இருந்து நீ எனக்கு எனிமிடா. பேசாத போ’ என்று ஆட்காட்டி விரல் மீது நடுவிரலை ஏற்றி ‘டூ’ விட்டான். அன்றைக்கே வேறொரு பெஞ்சுக்குத் தன் இடத்தையும் மாற்றிக் கொண்டான். அதற்குப் பின் இவனோடு பேசவேயில்லை. இவன் சில முயற்சிகளை எடுத்தான். அவன் அசையவில்லை. அவனுக்குத்தான் வீம்பு இருக்குமா தனக்கும் உண்டு என்று காட்டினான் இவன். இப்படி அந்த நட்புறவு மூன்றே மாதத்தில் முடிந்து போயிற்று.

பள்ளி நட்பில் தோன்றும் ‘எனிமி’ என்னும் பிரிவு சரியாகி மறுபடியும் ஓரிரு வாரங்களில் ஓரிரு மாதத்தில் மீண்டும் துளிர்த்துவிடும். யாராவது முன்வந்து சேர்த்து வைப்பார்கள். இருவரும் முறுக்கிக் கொண்டாலும் ஒருவாறு பேசிவிடுவார்கள். அவர்கள் விஷயத்தில் அப்படி நடக்கவில்லை. அடுத்து அரையாண்டுத் தேர்வு வந்தது. அவனும் இவனும் ஒரே வகுப்பறையில் வேறுவேறு பெஞ்சுகளில் உட்கார்ந்து தேர்வு எழுதினார்கள். அவனுக்கு முன்னால் இவன். இவனைப் பார்க்கும் போதெல்லாம் அவனுக்கு மனதில் வெறுப்பும் கோபமும் மேலெழுந்திருக்கக் கூடும். அந்த வயதில் கற்றுக்கொண்ட பத்துக்கும் மேற்பட்ட கெட்ட வார்த்தைகளை ஒரு தாளில்

எழுதி இறுதியில் இவன் பெயரை எழுதி மடித்து டெஸ்குக்குள் வைத்துவிட்டான். மறந்து வைத்தானா திட்டமிட்டு வைத்தானா என்பது தெரியவில்லை.

மறுபடியும் வகுப்பு தொடங்கியபோது அந்த வகுப்பைச் சேர்ந்தவன் கையில் தாள் கிடைத்திருக்கிறது. அதில் எழுதியிருந்த வார்த்தைகள் கிளர்ச்சியைக் கொடுக்க அவன் மற்றவர்களிடம் காட்டியிருக்கிறான். பையன்கள் ஒரு கூட்டமாகச் சேர்ந்து அந்தத் தாளை மாறிமாறி வாசித்திருக்கிறார்கள். கூட்டமும் சிரிப்புமாய் இருந்த சமயத்தில் வந்த ஆசிரியர் தாளைக் கைப்பற்றிவிட்டார். தாளை எடுத்து வாசித்தவன், உடனிருந்தவர்கள் எல்லோருக்கும் அடி விழுந்தது. பள்ளியைப் பொருத்தவரைக்கும் அடிக்கு அப்புறமே விசாரணை. விசாரணையில் அவ்வகுப்பைச் சேர்ந்தவர்கள் யாரும் எழுதவில்லை என்பது தெரிந்தது.

பிறகு தலைமையாசிரியர் அறையில் விசாரணை. விசாரணையின் முதல்படி இவன் உள்ளே நுழைந்ததும் உடற்கல்வி ஆசிரியர் பிரம்பால் கெண்டைச் சதை பெயர்கிற மாதிரி நாலு அடி விட்டதுதான். முருகேசுவுக்கு எதற்கு அழைத்தார்கள், எதற்கு அடி விழுகிறது என்பது ஒன்றும் புரியவில்லை. ‘சார் நான் ஒன்னுமே செய்யல... ஒன்னுமே செய்யல’ என்று அடியைத் தடுத்துக்கொண்டே கத்தினான். மேலும் அடி விழப் போகப் பிரம்பைக் கெட்டியாகப் பிடித்துக்கொண்டான். உடற்கல்வி ஆசிரியரை நேராகப் பார்த்து ‘எதுக்கு சார் அடிக்கறீங்க? சொல்லீட்டு அடிங்க. இல்லீனா எங்க அப்பாவக் கூட்டிக்கிட்டு வந்துருவன்’ என்று கோபமாகச் சொன்னான்.

உடற்கல்வி ஆசிரியருக்குக் கோபம் அதிகமாகிப் பிரம்பை இவனிடமிருந்து பிடுங்க முயன்றார். இவன் விடவில்லை. ஒரு சின்னப் பையன் தன்னிடம் வலுவைக் காட்டுவதா என்று அவருக்குக் கோபம் அதிகமாயிற்று. பிரம்பை விட்டால் இன்னும் அடி சேர்த்து விழும் என்பதால் அவன் விடக்கூடாது என இறுக்கமாகப் பிடித்திருந்தான். புலி வால் கதைதான். உடனேதலைமையாசிரியர் தலையிட்டு ‘விடுங்க சார் பையன’ என்றார் கட்டளையாக. அப்பாவைக் கூட்டி வந்தால் அவருக்குப் பதில் சொல்ல வேண்டுமே என்னும் பயம் அவருக்கு. அதற்குள் இவன் வகுப்பாசிரியரும் வந்துவிட்டார்.

எழுதிய தாளை இவனிடம் காட்டி ‘இது நீ எழுதுனது தானடா?’ என்றார் தலைமையாசிரியர். கையெழுத்தைப் பார்த்ததும் இவனுக்குப் புரிந்துவிட்டது. எழுதியவன் ‘கருவாடு’தான். ‘எம்பேர யாரோ எழுதியிருக்கறாங்க. ஆனா இது எங்கையெழுத்து இல்ல சார்’ என்றான். வகுப்பாசிரியரும் இவனுக்கு நற்சான்றிதழ் கொடுத்தார்.

அவருக்கு இவன் கையெழுத்து நன்றாகத் தெரியும். இவனை வகுப்புக்கு அனுப்பிவிட்டார்கள். அவனுடைய கையெழுத்து என்பது இவனுக்கு நன்றாகவே தெரிந்தது. இருந்தாலும் அவன் பெயரைச் சொல்லவில்லை. கெண்டைக்கால் வலியை உணரும்போதெல்லாம் அவன் பெயரைச் சொல்லியிருக்கலாம் என்று தோன்றும். தனக்குத் தெரியாத கெட்ட வார்த்தைகள் இரண்டு மூன்று அதில் இருந்தன. எப்படி அதையெல்லாம் தெரிந்து கொண்டிருந்தான் என்று இவனுக்கு வியப்பு. அவன் தான் என்பதை அன்றைக்கே கண்டுபிடித்துவிட்டார்கள். அந்த வகுப்பில் தேர்வெழுதியவர்களை அவரவர் நோட்டை எடுத்து வரச் சொல்லித் தாளோடு ஒப்பிட்டதும் எளிதாகத் தெரிந்துவிட்டது.

'எங்கடா கத்துக்கிட்ட இதெல்லாம்?', 'உங்கம்மா உங்கப்பாகிட்ட இதெல்லாம் சொல்லுவியா?', 'எதுக்குடா அவம்பேர எழுதுன?' என்றெல்லாம் கேட்டுக் கேட்டு அவனுக்கு விழுந்த பிரம்படிகளுக்கு அளவில்லை. உடற்கல்வி ஆசிரியர் அதை அவனிடம் கொடுத்து 'நீ எழுதுனத எல்லாருக்கும் கேக்கறாப்ல சத்தமாப் படிடா' என்றார். அவன் அழுதான். 'எழுதுனயில்ல, படிடா, எல்லாரும் கேக்கட்டும்' என்று அடித்தார். அவன் அழுகை கூடியது. 'செரி, நாளைக்குப் ப்ரேயர்ல அதப் படிச்சிர்றயா?' என்று கேட்டார். ஆசிரியர்களுக்கு எல்லாம் அது சிரிப்பாக இருந்தது. அடி தாங்காமல் அவன் படித்து விடுவானோ என்றும் சிலர் நினைத்தார்கள். அதற்குள் 'அவன அப்பாவக் கூட்டிக்கிட்டு வரச் சொல்லி அனுப்புங்க' என்று தலைமையாசிரியர் தடுத்துவிட்டார். அதன் மூலம் பள்ளியில் அவன் பிரபலமாகிவிட்டான்.

அந்தச் சம்பவத்தால் அவர்களுக்கிடையே பெரும்பள்ளம் விழுந்துவிட்டது. அதில் ஒரு துளி மண்ணை அள்ளிப் போடவும் இருவரும் விரும்பவில்லை. அவன் அப்பாவையும் கூட்டி வந்தான். அவர் பங்குக்குச் சில அடிகள் விழுந்தன. பையன்களைப் பார்க்கவே வெட்கப்பட்டுக் கொண்டிருந்தான். யாரிடமும் அதிகம் பேசாமல் அடக்கமானவனாக ஆனான். அந்தக் கல்வியாண்டு ஓடிப் போயிற்று. அதன்பின் இருவருக்கும் ஒரே வகுப்பு அமையவில்லை. பன்னிரண்டாம் வகுப்பு வரை அதே பள்ளியில்தான் படித்தார்கள். எப்போதாவது எதிர்ப்படும்போது ஒருவருக்கொருவர் எச்சிலைக் காறிப் பக்கவாட்டில் துப்பிக் கடந்து போனதுண்டு. காணாதது போல முகத்தைத் திருப்பிக் கொண்டதுண்டு.

இத்தனை ஆண்டுகள் கழித்து இப்போது கடப்பைக் கல் கடையில் அவனைச் சந்திக்க நேர்ந்திருக்கிறது. பள்ளிப் படிப்புக்குப் பிறகு அப்பா செய்து கொண்டிருந்த சோடாக்கடைத் தொழிலிலேயே இவன் முழுதாக ஈடுபட்டான். சில ஆண்டுகளில்

நகரத்தில் கூல்டிரிங்க்ஸ் கடை போட்டுப் புறநகர்ப் பகுதிக்குக் குடிவந்து விட்டான். இத்தனை காலமும் இந்தக் கருவாடும் இங்கேதான் இருந்திருக்கிறானா, எப்படிக் கண்ணில் படாமல் போனான் என்றெல்லாம் யோசனை ஓடிற்று.

எப்படி இந்தத் தொழிலுக்கு வந்தான் என்பதும் தெரியவில்லை. அவனிடம் கேட்பதற்குத் தனக்குப் பல கேள்விகள் இருப்பதாகப் பட்டது. அளவு சொல்லிக் கற்களுக்கு ஆர்டர் கொடுத்துவிட்ட மேஸ்திரி இவனை அழைத்தார். அவர் அருகிலேயே 'கருவாடு' நின்றிருந்தான். தயக்கத்தோடு இவன் போனான். அவன் பார்வை மேலே பார்த்தது, பக்கவாட்டில் பார்த்தது, இவனைப் பார்க்கவில்லை.

'சார், கல்ல நோசிங் பண்ணீரலாமா?' என்று கேட்டார் மேஸ்திரி. நோசிங் என்பது என்னவென இவனுக்குத் தெரியவில்லை. கல் நாற்புறமும் அறுபட்ட வாயோடு சொரசொரப்பாக இருக்கும். உட்காரும்போது கையைக் காலைக் கிழித்துவிடலாம். இல்லாவிட்டாலும் உட்காரும்போது லேசான உறுத்தல் தொடைப் பகுதியில் உண்டாக்கும். மெஷினில் வைத்துக் கல் வாயை மழுக்கி உருளை வடிவில் ஆக்கிவிடலாம். மொழுமொழுவென்று இருக்கும். பார்க்கவும் நன்றாக இருக்கும்; உட்கார்ந்தாலும் சிரமம் இருக்காது.

நோசிங் செய்தால் கல்லுக்குக் கொஞ்சம் கூடுதல் செலவாகும். நோசிங் செய்தே எடுத்துக்கொள்ளலாம் என்று இவன் சொன்னான். அதற்குக் கொஞ்ச நேரம் ஆகும் என்றும் அதுவரைக்கும் உட்காரச் சொல்லி மேஜைக்கு எதிரே ஒரு நாற்காலியைக் காட்டிவிட்டு நோசிங் செய்யும் இடத்திற்கு மேஸ்திரி போனார். பணத்தைக் கொடுத்து விட்டால் வண்டியில் ஏற்றி அனுப்பிவிடுவார்கள். மேஸ்திரியைத் தன் வண்டியில் கூட்டி வந்திருந்தான். நோசிங் முடிந்து பார்த்துத் திருப்திப் பட்டுவிட்டுத்தான் அவர் வருவார் போலிருந்தது.

மேஜைக்கு அந்தப்பக்கம் அவன். இந்தப்பக்கம் இவன். மூன்று மாதம் ஒரே பெஞ்சில் அருகருகே உட்கார்ந்திருந்த ஞாபகம் வந்தது. அது இன்பமான காலம். எதிரெதிரே இப்போது இத்தனை சங்கடத்தோடு உட்கார வேண்டி இருக்கிறது. தலையை வெளிப்பக்கமாகத் திருப்பிக்கொண்டான். வெயில் கண்ணைக் கருக்கியது. இருப்பினும் சுருக்கிக் கொண்டு வெளியே பார்த்தான். அது ஒரு வீட்டுமனை. அதன் முன்பகுதியில் வடக்குப் பார்த்து வாசல் வைத்த ஒரே ஒரு அறை. தென்னோலை வேய்ந்து குளுமையாக இருந்தது. மின்விசிறியும் ஓடிக்கொண்டிருந்தது. அறைதான் அலுவலகம் போல.

பெருமாள்முருகன்

வெளியே இரண்டு ஆட்கள் வேலை செய்துகொண்டிருந்தார்கள். இவனுக்குத் தேவையான கல்லுக்கு நோசிங் செய்யும் மிஷின் ஓடும் சத்தம் கேட்டது. மேஸ்திரியின் பேச்சும் கேட்டது. தலையை உள்ளே மெல்லத் திருப்பினான். இவனைப் பார்த்துக்கொண்டிருந்த அவன் கண்ணைச் சட்டெனத் தாழ்த்தி நோட்டில் கணக்குப் பார்ப்பது போலப் பாவனை காட்டினான். தான் வெளியே பார்த்துக் கொண்டிருந்த போது அவன் தன்னைப் பார்த்திருக்கிறான். அந்த மூன்று மாத நட்பின்போது அவன் கண்ணில் தெரிந்த அதே வாஞ்சை இப்போதும் தெரிந்தது.இது என்ன கண்ணாமூச்சி விளையாட்டு? சிறுபிள்ளைப் பிராயத்துச் சச்சரவு பகையாகாது. அது நீர்க்குமிழி போல. வண்ணம் காட்டி ஈர்த்துப் பட்டென்று உடைந்துவிட வேண்டும். அதைப் பகையாக்கிக் காலமெல்லாம் சுமக்கக் கூடாது. அவனுக்கும் தவிப்பு இருக்கிறது. உள்ளிழுத்துக் கொள்ளும் நாக்கை அதன் போக்கில் விடக் கூடாது. இவனுக்குள் ஒரு நெகிழ்ச்சி உண்டாயிற்று.

உதடுகளை ஈரமாக்கிக் கொண்டு 'நீ மணிதான?' என்றான். இவன் குரல் மெலிதாக வந்தது என்றாலும் சட்டெனத் திடுக்கிட்டு அவன் முகம் உயர்த்தி இவனைப் பார்த்தான். 'நீ மணிதான?' என்று சற்று சத்தமாகக் கேட்டான். அவன் உதட்டில் விரியலாமா வேண்டாமா என்னும் தயக்கத்தோடு புன்னகை எட்டிப் பார்த்தது. 'ஆமாம்முருகேசு' என்றான் அவன் இயல்பாக. இப்போது அவன் கண்கள் நேராக இவனைப் பார்த்தன. 'கல்யாணம் ஆயிருச்சா?' என்றான் இவன். 'ம். ஆயிருச்சு' என்றான் அவன். 'அந்தக் கருவாட்டத்தான் கட்டிக்கிட்டயா?' என்று இவன் சிரிக்காமல் கேட்டான். அவன் சட்டென்று வெடித்துச் சிரித்தான். இவனுக்கும் சிரிப்பை அடக்க முடியவில்லை.

07–04–20

✦

பந்தயம்

முருகேசுவை அவன் நண்பன் வீரேஷ் அடுத்தடுத்துச் செல்பேசியில் நான்கு முறை அழைத்திருந்தான். தவறிய அழைப்புகளைப் பார்த்துப் பதற்றமானான். ஒருபோதும் இத்தனை முறை அழைக்க மாட்டானே அவன்? முருகேசு சிறிய ஏற்றுமதி நிறுவனம் ஒன்றில் பணியிலிருந்தான். கொடுக்கும் விஷயங்களைக் கணினியில் பதிவேற்றுவதுதான் வேலை. பெரும்பாலும் கணக்குகளாக இருக்கும். பதிவேற்றி யாருக்காவது முன்னனுப்ப வேண்டியிருக்கும். என்றாலும் அலுவலகத்தில் பல பேர் வெவ்வேறு வகையான வேலை செய்தபடி இருப்பர். அதனால் வேலை நேரத்தில் பேசக் கூடாது என்பது அங்கே எழுதப்படாத விதி. அப்படி ஏதேனும் அவசரம் என்றால் எழுந்து வெளியே போய்ப் பேசி வரலாம்.

அவன் நிலை தெரியும் என்பதால் ஒருமுறை அழைத்து நிறுத்திவிடுவான் வீரேஷ். அதுவும் இரண்டு மணியொலி விடுவான். அவ்வளவுதான். இல்லாவிட்டால் குறுஞ்செய்தியோ வாட்சப் செய்தியோ அனுப்புவான். வேலையில் இருக்கும்போது முருகேசு எதையும் எடுத்துப் பார்ப்பதில்லை. ஒருசமயம் போல இருக்காது. எப்போதோ ஒருமுறை என்றாலும் யாராவது கவனித்துவிட்டால் எப்போதும் அவன் பேசியிலேயே இருக்கிறான் என்று கதை கட்டி விடுவார்கள். தேநீர் இடைவேளையின் போதோ உணவு இடைவேளை நேரத்திலோ எல்லாவற்றையும் பார்த்துமுருகேசு

பெருமாள்முருகன்

அழைத்துப் பேசுவான். வீரேஷ் அழைப்பது அத்தனை முக்கியமான விஷயமாக இருக்காது. பெரும்பாலும் ‘பேசணும்னு தோனுச்சுடா. அதான் கூப்பிட்டன்’ என்பான். ‘எதாச்சும் நல்ல பொண்ணு ஒன்னு பாருடா. எங்கிட்டப் பேசணும்னு தோணாது’ என்பான் முருகேசு. ‘அப்படின்னாலும் உங்கிட்டப் பேசணும்னு தோணும்டா’ என்பான்.

இருவரும் இளநிலைப் பட்ட வகுப்பில் ஒன்றாய்ப் படித்தார்கள். கணிதம். வீரேஷ் கணிதத்தில் வல்லுநன். பெரும்பாலான பாடத்தில் நூறு எடுத்துவிடுவான். ஒன்றிரண்டு குறைந்தால் அவன் கிறுக்கல் கையெழுத்தால் போயிருக்கும். முருகேசுக்குக் கணக்கு ஓரளவுக்கு வரும். விடுதியில் ஒரே அறையில் இருந்தார்கள். அவர்கள் விரும்பிக் கேட்டு வாங்கிக் கொள்ளவில்லை. கணிதப் பாடம் எடுத்தவர்களை ஒரே அறையில் போட வேண்டும் என்று நிர்வாகமாகப் பார்த்துப் போட்டது. கல்லூரிக்கு வரும் முன் ஒருவரை ஒருவர் பார்த்துக்கொண்டது கிடையாது. தூர தூர ஊர்கள். இருவரது ஆர்வங்களும் வேறுவேறு. என்றாலும் எப்படியோ மனம் ஒத்து இணை பிரியா நண்பர்கள் ஆகிவிட்டனர். அதுவும் மிக விரைவில் நட்பு ஆழமானதாகி விட்டது.

வெகுநேரம் பேசிக் கொண்டிருப்பார்கள். இருவர் மட்டுமே உட்கார்ந்து அப்படி என்னதான் பேசுகிறார்கள் என்பது எல்லோருக்கும் ஆச்சரியமாக இருக்கும். அறிந்துகொள்ளும் ஆர்வத்தில் யாராவது அருகில் வந்து உட்கார்ந்தாலும் சில நிமிடங்களில் எழுந்து போய்விடுவார்கள். ‘உப்புச் சப்பில்லாத பேசறானுங்கடா’ என்பார்கள். வெளியே சேர்ந்து போவார்கள். திரைப்படம் பார்ப்பதிலும் இருவருக்கும் ரசனை மாறும். என்றாலும் ஒருமுறை அவன் ரசனைக்காக இவனும் இவன் ரசனைக்காக இன்னொரு முறை அவனும் ஒத்துச் சேர்ந்து போவார்கள். இருவரும் மாறி மாறிச் செலவழிப்பார்கள். உணவுச் செலவில் ரொம்பவும் கணக்கு வைத்துக் கொள்வதில்லை. யாரிடம் இருக்கிறதோ அவன் கொடுப்பது வழக்கம்.

ஒரு விடுமுறையில் அவன் வீட்டுக்கு இவனும் இன்னொரு விடுமுறையில் இவன் வீட்டுக்கு அவனும் போய் வந்தார்கள். இரண்டு பேரும் இப்படி நட்பாக இருப்பதைப் பார்த்து இரண்டு வீடுகளிலுமே ஆச்சர்யப் பட்டார்கள். அவ்வப்போது சண்டைகளும் நடக்கும். சண்டை போட்டுக் கொள்ளும்போதே யாராவது ஒருவருக்குச் சிரிப்பு வந்துவிடும். சண்டை அவ்வளவுதான். சண்டை முற்றிப் பிரிந்து போவார்கள். அப்புறம் சிறிது நேரத்தில் ஒருவரை ஒருவர் நேராய்ப் பார்க்கும்போது

ஒன்றாய்ச் சிரித்துக்கொள்வார்கள். விடுதியில் எல்லோரும் 'எப்படிடா இது?' என்று வியப்பார்கள்.

கல்லூரி முடிந்ததும் இருவரும் வெவ்வேறு திசையில் போகும்படி ஆயிற்று. முருகேசு வேலைக்குப் போனான். கணினிப் பயிற்சியும் இருந்ததால் பரவாயில்லை என்னும் ஊதியத்தில் இந்த வேலை கிடைத்தது. அஞ்சல் வழியில் முதுநிலைப் படிப்பும் படித்தான். அரசுப் பணிக்கான போட்டித் தேர்வுக்குத் தயார் செய்யும் பயிற்சி நிறுவனம் ஒன்றில் சேர்ந்திருந்தான் வீரேஷ். இருவரும் வெவ்வேறு ஊர்களில் இருக்கும்படி ஆயிற்று. நாளுக்கு ஒருமுறையாவது இருவரும் பேசிக் கொள்வார்கள். பரஸ்பர விசாரிப்புகள்தான். அன்றாட நடவடிக்கைகள். அவற்றில் சுவாரசியமான சம்பவங்கள். ஏதேனும் திரைப்படம் பார்த்திருந்தால் அதைப் பற்றி. வகுப்பு நண்பர்களான ஆண்கள், பெண்கள் பற்றி.

வீரேஷ் தினமும் பலரைச் சந்திப்பதால் சொல்ல நிறைய இருக்கும். போட்டித் தேர்வுக்குப் பாடம் நடத்த வரும் ஆசிரியர்கள், உடன் பயில்வோர், விடுதியில் உடன் தங்கியிருப்போர் என ஆட்களும் சம்பவங்களும் ஏராளம். முருகேசுவின் எல்லை மிகவும் குறுகியது. அலுவலகத்திற்குள் இருக்கும் பத்துப் பதினைந்து பேர். அதிலும் பேச்சுச் சத்தம் இல்லாமல் வேலை செய்ய வேண்டும். தேநீருக்குப் போகும்போது யாராவது உடன் வந்தால் உண்டு. அதிலும் சிலபேர் அலுவலகத்திற்கே தேநீரை வரவைத்துக் கொள்வார்கள். வீரேஷ் பேசவும் முருகேசு கேட்கவும் என்றாயிற்று.

எப்போதாவது வீரேஷ் பணம் அனுப்பும்படி கேட்பான். இருநூறிலிருந்து ஐந்நூறுக்குள் இருக்கும். அவன் வீட்டிலிருந்து பணம் வரத் தாமதமாகும் சமயமாக அது இருக்கும். கைச்செலவுக்கு என்பான். அதுவும் முன்கூட்டியே கேட்டு வாங்கி வைத்துக்கொள்ளும் பழக்கம் அவனுக்கில்லை. எங்காவது கடைக்குப் போயிருப்பான். எதையாவது வாங்கிவிடுவான். பர்ஸை எடுத்துப் பார்த்தால் பணம் இருக்காது. உடனே முருகேசுக்குப் பேசுவான். 'ஒரு எரநூறு அனுப்புடா' என்று சொல்லிவிட்டுத் துண்டித்துவிடுவான். பேசியை எடுக்கவில்லை என்றால் செய்தி கொடுப்பான்.

ஒருமுறை ஒரு உணவகத்தில் சாப்பிட்டுவிட்டுப் பணம் இல்லாமல் நின்றிருக்கிறான். முருகேசு பேசியை எடுக்கவில்லை. செய்தி அனுப்பிவிட்டுக் கிட்டத்தட்ட அரைமணி நேரம் அங்கேயே உட்கார்ந்திருக்கிறான். முருகேசு பணம் அனுப்பிய பிறகு கொடுத்துவிட்டு வெளியே வந்து 'இப்படி ஆயிப் போச்சுடா. எங்க மாவாட்ட உட்ருவானோன்னு பயந்துக்கிட்டு இருந்தன்'

என்று சிரித்தான். எவ்வளவு வாங்கினாலும் வீட்டிலிருந்து பணம் வந்ததும் முருகேசுவின் கணக்குக்கு உடனே அனுப்பி வைப்பான்.

ஒன்றாய் விடுதியில் இருந்தபோது ஒருவருக்கொருவர் கொடுக்கல் வாங்கல் நடக்கும். முருகேசுதான் வாங்கியதைக் கொடுக்க அவ்வப்போது மறந்துவிடுவான். பிறகு எப்போதாவது ஞாபகம் வரும். 'நீ கேட்டிருக்கலாம்லடா?' என்றால் 'இருக்கட்டும்டா' என்று சொல்லிவிடுவான். வாங்கிய பணத்தைத் திருப்பிக் கொடுப்பதில் அவனுக்கு ஒருபோதும் மறதியே இல்லை. இப்போது முருகேசு வேலை பார்ப்பதால் அவன் கேட்டால் கொடுப்பதில் தடையில்லை. கேட்ட அடுத்த நிமிடத்தில் இணையம் மூலமாக அனுப்பி வைப்பான்.

இப்போது அப்படி ஏதேனும் அவசரமோ என்னவோ தெரியவில்லை. பேசியை மௌனத்தில் போட்டிருந்ததால் உடனே பார்க்கவில்லை. என்ன காரணமாக இருக்கும்? பணத்திற்காக இத்தனை முறை அழைக்க மாட்டான். செய்தி எதுவும் அனுப்பியிருக்கிறானா என்று பார்த்தான். இல்லை. பேசுவதுதான் முக்கியம் போல. தேநீர் இடைவேளைக்கு இன்னும் கால் மணி நேரம் இருந்தது. அப்படியே வெளியே போனால் பேசிவிட்டுத் தேநீரையும் குடித்துவிட்டு வரலாம். மெதுவாக எழுந்து வெளியே போனான். வீரேஷை அழைத்தான். உடனே எடுத்தான்.

'டேய்... அவசரமா ஒரு பத்தாயிரம் தேவப்படுது. ஒடனே அனுப்புடா' என்று சொல்லிவிட்டு இணைப்பைத் துண்டித்தான் அவன். ஏன் எதற்கு என்று எதுவும் சொல்லவில்லை. மீண்டும் அழைத்துக் கேட்பதற்கு ஒருமாதிரி இருந்தது. முருகேசு ஒருகணம் நிலைகுத்தி நின்றான். அவன் சொன்னதை மீண்டும் நினைவுபடுத்திக் கொண்டான். பத்தாயிரம். இதுவரைக்கும் இத்தனை பணம் கேட்டதில்லை அவன். நூறு, இருநூறு, ஐந்நூறு என்று கேட்டபோது கொடுப்பதற்கு எந்த யோசனையும் வந்ததில்லை. ஆயிரம் எப்போதாவது கேட்டிருக்கிறானா என்று நினைத்துப் பார்த்தான். இல்லை. ஆயிரமே ஒருபோதும் கேட்டதில்லை. இப்போது பத்தாயிரம் கேட்கிறான். எந்த முறையும் இல்லாமல் இப்போது முருகேசுவின் மனதில் ஒரு தயக்கம் தோன்றிற்று.

இருநூறு, முந்நூறு எல்லாம் பரவாயில்லை. ஐந்நூறும் அனுப்பியிருக்கிறான். ஆயிரம் கேட்டிருந்தால்கூட கொடுக்கலாம். இரண்டாயிரம், மூவாயிரம் என்றாலும்கூட இப்படித் தயங்க வேண்டியிருக்காது. ஒரேயடியாய்ப் பத்தாயிரம் கேட்கிறானே. இவ்வளவு பணத்திற்கு என்ன தேவை? வீட்டுக்குத் தெரியாமல் ஏதாவது செய்யப் போகிறானா? அப்படி இருந்தால் இந்தப்

பணத்தை அவனால் எப்படித் திருப்பித் தர முடியும்? வீட்டிலிருந்து அனுப்பும் பணம் அந்தந்த மாதச் செலவுக்குத் தேவையான அளவுதான் இருக்கும். அதில் மிச்சம் பிடித்துப் பத்தாயிரத்தை அவன் எப்படிக் கொடுப்பான்?

யாருக்காவது உதவி செய்யப் போகிறானா? யாருக்கு வாங்கிக் கொடுக்கிறானோ அவர்கள் எப்போது கொடுப்பார்களோ? இவனுக்கு எதற்கு இந்த வேண்டாத வேலை? இணையத்தில் ரம்மி விளையாடிப் பணத்தைத் தொலைத்திருப்பானோ? அவனுக்குச் சீட்டு விளையாட்டில் பிரியம் உண்டு. விடுதியில் இருந்த சீட்டுக் குழுவோடு அவ்வப்போது போய் உட்கார்ந்து கொள்வான். 'அது அருமையான வெளையாட்டுடா' என்பான். 'என்ன புடிச்சா உடாது' என்று சொல்லிவிட்டுச் சிரிப்பான். பணம் வைத்து விளையாடிய மாதிரி ஞாபகம் இல்லை. என்ன செய்திருப்பான்? பணம் கேட்டவன் ஒருவார்த்தை கூடுதலாகப் பேசி விவரம் சொல்லியிருந்தால் ஆகாதா?

வீரேஷின் அப்பாவுக்குப் பேசி முதலில் விவரம் சொல்லி விடலாமா என்று நினைத்தான். நாளைக்குத் தெரிந்தால் 'என்னிடம் ஒருவார்த்தை சொல்லிவிட்டுக் கொடுத்திருக்கலாமே' என்று அவர் இவன் மீது கோபித்துக்கொள்ளக்கூடும். இந்த அப்பாக்கள் ஒரு பிரச்சினையை எப்படிக் கையாள்வார்கள் என்று சொல்ல முடியாது. உடனே அவனுக்குப் பேசி 'எதுக்குடா பத்தாயிரம் கடன் கேக்கற?' என்று கேட்டுத் திட்டும் அறிவுரையும் சொல்லிப் படுத்திவிடுவார். வீரேஷுக்கு அப்பா மீது கோபம் வராது. இவன் மீதுதான் வரும். நட்பே பாதிக்கப்பட்டு விடலாம். மூன்றரை வருடமாய்ப் பிசிறின்றித் தொடரும் நட்பு. 'உனக்குச் சம்பாதிக்கற திமிருடா' என்று ஒற்றை வாக்கியத்தில் உறவை முறித்துவிடலாம்.

இப்படிச் செய்தால் என்ன? 'இப்பத்தான் அக்கவுண்டல பாத்தண்டா. அவ்வளவு பணம் இல்லடா. இந்த மாசம் அப்பா கேட்டார்னு கொடுத்திட்டண்டா. ஆயிரம் வேணுன்னா அனுப்பறண்டா' என்று தெளிவாகச் சொல்லிவிடலாமா? அப்படிச் சொல்லும்போது குரலில் பொய் சொல்வது தெரிந்துவிடுமா? அவனிடம் உண்மை போலப் பொய்யைச் சொல்ல முடியுமா? குரலில் தொனிக்கும் மெல்லிய தயக்கத்தில் அவன் கண்டுபிடித்துவிட மாட்டானா? பணம் வைத்துக்கொண்டு இல்லை என்று சொல்வது அத்தனை சுலபமில்லை. தன்னை நம்பவில்லை என்று அவன் எளிதாக அறிந்து கொள்வான்.

இதைப் பற்றி யாரிடமாவது யோசனை கேட்கலாம் என்று தோன்றியது. வீரேஷை விடவும் நெருக்கமான நண்பன்

எவருமில்லை. அப்பாவிடம் கேட்கலாம். அவர் என்ன சொல்வார் என்று தெரியும். இப்படித்தான் சொல்வார்:

'அவனுக்கு அவசியம்னு தெரிஞ்சாக் குடு. அவசியம் இல்லைன்னு தோனுச்சுன்னா இல்லைன்னு சொல்லீரு. உனக்கு அவங்கிட்டக் கேக்கக் கஷ்டமா இருந்துச்சுன்னா நான் வேண்ணாப் பேசட்டுமா?'

என்ன செய்வது என ஒன்றும் புரியவில்லை. யோசனையில் தலை வலிப்பது போலிருந்தது. கடைக்குப் போய்த் தேநீர் சொன்னான். சூடான தேநீரை நான்கைந்து மிடறு உறிஞ்சியதும் அவனுக்குள் முடிவு தெளிவாயிற்று. அவனுக்கு என்ன தேவையாக இருந்தாலும் சரி, அதைத் தெரிந்துகொள்ள வேண்டாம். அவனாகச் சொன்னால் கேட்டுக்கொள்ளலாம். பணத்தைத் திருப்பிக் கொடுப்பானா என்பது பற்றியும் யோசிக்க வேண்டாம். கொடுத்தால் நல்லது. கொடுக்காவிட்டால் ரொம்பவும் நல்லது. அந்தப் பணத்தைத் திருப்பும் வரைக்கும் மீண்டும் பணம் கேட்க மாட்டான் அல்லவா? கொடுக்கலாம் என்ற முடிவைத் தள்ளிப் போடக் கூடாது. தள்ளும் ஒவ்வொரு நிமிடமும் மனம் அப்படியும் இப்படியும் யோசித்துத் தாவிக்கொண்டே இருக்கும். இத்தனை வருசம் பிசிறில்லாமல் போய்க் கொண்டிருந்த நட்புக்குப் பங்கம் வந்துவிடக் கூடாது.

தேநீர் டம்ளரை வைத்துவிட்டுச் செல்பேசியை வேகமாக எடுத்துப் பணம் அனுப்பும் வேலையை முடித்தான். பணம் போய்ச் சேர்ந்த செய்தியைப் பெற்றவுடன் ஏதோ பாரம் இறங்கியது போலிருந்தது. தேநீருக்குக் காசு கொடுத்துவிட்டு அலுவலகத்திற்குத் திரும்பும் வழியில் செல்பேசியில் விதவிதமான ஒலி வந்தது. ஓர் ஓரமாக நின்று செய்திகளைப் பார்த்தான். அவன் கணக்கில் பணம் கழிந்ததைக் குறுஞ்செய்தியாகவும் மின்னஞ்சலாகவும் வங்கி அனுப்பியிருந்தது. அதற்கென இத்தனை செய்திகளா? ஒரே செய்தி மீண்டும் மீண்டும் வருவதும் உண்டு. எரிச்சலோடு அவற்றைப் பார்த்தான். அவன் அனுப்பிய பணம் திரும்பி அவன் கணக்குக்கே வந்திருந்தது. முதலில் பணம் போய்விட்டது என்றுதானே காட்டியது?

செய்தியை நிதானமாகப் படித்தான். வீரேஷின் கணக்கில் இருந்து பணம் அனுப்பப்பட்டதாகச் செய்தி தெரிவித்தது. அவன் அனுப்பிய அதே பத்தாயிரம். எப்படி? பணம் போய்ச் சேராமல் திரும்பிவிட்டதா? அவன் திருப்பி அனுப்பிவிட்டானா? குழப்பத்தைத் தீர்த்துக்கொள்ள அவனை அழைத்தான். உடனே எடுத்தான்.

'என்னடா பணம் திரும்ப வந்திருச்சு?' என்று கேட்டான்.

'நாந்தாண்டா திருப்பி அனுப்புனன்' என்றான் அவன்.

'என்னடா வெளையாடறயா?' எனக் கோபமாகக் கேட்டான்.

அவன் விவரித்தான். பயிற்சி மையத்தில் அவனுடன் தங்கியுள்ள நண்பன் ஒருவனுடன் நட்பைப் பற்றிப் பேச்சு வந்ததாம். அது விவாதமாகிவிட்டதாம். அப்போது எனக்கு ஒரு நண்பன் இருக்கிறான், நான் கேட்டால் உடனே அவன் பணம் அனுப்புவான் என்று வீரேஷ் சொன்னானாம். அந்த நண்பன் நம்பவில்லையாம். இருவரும் பந்தயம் கட்டினார்களாம். வீரேஷ் பத்தாயிரம் ரூபாய் கேட்க வேண்டும். என்ன காரணம் என்று சொல்லக் கூடாது. கேட்டதும் பணம் வந்துவிட்டால் வீரேஷுக்கு அந்த நண்பன் ஐந்நூறு ரூபாய் கொடுத்துவிட வேண்டும். பணம் வரவில்லை என்றால் நண்பனுக்கு வீரேஷ் ஐந்நூறு ரூபாய் கொடுத்துவிட வேண்டும். பந்தயத்தில் வென்று ஐந்நூறு ரூபாயும் கிடைத்துவிட்டது. வீரேஷ் இப்படி முடித்தான்:

'நீ நண்பேண்டா. உன்னால இப்ப ஆயிரம் ரூவா கெடச்சிருச்சு.'

'எப்படிடா?'

'ஐந்நூறு அவன் குடுத்தான். தோத்திருந்தா நான் குடுக்க வேண்டிய ஐந்நூறும் இப்ப மிச்சம். அதான் ஆயிரம்.'

'நீ கணக்குப் புலிதாண்டா' என்று பாராட்டிய முருகேசுவின் குரலில் சுரத்தில்லை.

'உன்னால கெடச்ச ஐந்நூறையும் உனக்கே அனுப்பிட்டன். நல்லாப் பாரு. பத்தாயிரத்து ஐந்நூறு அனுப்பியிருக்கறன்.'

முருகேசு செய்தியை நன்றாகப் பார்த்தான். ஆம், பத்தாயிரத்து ஐந்நூறு வந்திருந்தது.

06-04-20

பசி

முருகேசுதன் உறவினர் வீட்டுத் திருமணத்திற்கு போயிருந்தான். அவன் மனைவியையும் அங்கே வரச் சொல்லியிருந்தான். அவன் ஊரிலிருந்து மூன்று மணி நேரப் பயணம். அவன் மனைவி வேலை செய்யும் இடத்திலிருந்து ஒருமணி நேரப் பயணம். ஆகவே இருவரும் சந்தித்துக்கொள்ள வாகானதாக அந்தத் திருமணம் அமைந்தது.

அவன் விவசாயம் செய்து கொண்டிருந்தான். ஒன்றரை ஏக்கர் நிலம்தான். இரண்டு மாடுகள், சில ஆடுகளுமாய் அவன் விவசாயம் நடந்தது. கிணற்றில் இருக்கும் தண்ணீரை ஒரு துளியும் வீணாக்காமல் பயிர் செய்வான். விளையும் ஒவ்வொரு பொருளையும் விலையாக்கி விடுவான். அதனால் சமாளிக்க முடிந்தது. அவன் மனைவி பட்டப்படிப்பு படித்தவள். படிக்கிற காலத்தில் தட்டச்சும் கற்றுக்கொண்டிருந்தாள். திருமணத்திற்கு முன் அரசுத் தேர்வு ஒன்றை எழுதியிருந்தாள். அதன் முடிவு வருவதற்குள் திருமணம் ஆகிவிட்டது. தேர்வைப் பற்றி மறந்து போய்த் திருமண வாழ்வில் ஒன்றிப் போயிருந்த தருணத்தில் முடிவு வெளியாயிற்று.

அவளுக்குத் தட்டச்சர் பணி கிடைத்திருந்தது. ஊருக்குப் பக்கத்திலேயே வாங்கிவிடலாம் என்று சொல்லி மிகவும் முயன்றார்கள். அவனும் யார் யாரையோ போய்ப் பார்த்தான். கலந்தாய்வு முறையில்தான் வேலை செய்யும் துறை, பணியிடம் எல்லாம் எடுத்தாக வேண்டும் எனவும் எங்கே என்றாலும் முதலில் சேர்ந்துவிட வேண்டும்,

பிறகு பார்த்து ஊருக்குப் பக்கத்தில் வாங்கிக் கொள்ளலாம் என்றும் சொன்னார்கள். வேறு வழியில்லை. நான்கு மணிநேரப் பயணத் தூரமுள்ள ஊரில் பணியிடம் அமைந்தது. என்றாலும் போய்த்தான் ஆக வேண்டும். கொஞ்ச நாள் இருந்த பிறகு யாராவது அரசியல்வாதியைப் பிடித்து ஊர்ப்பக்கமே வாங்கிக் கொண்டு வந்துவிடலாம் என்று நினைத்தார்கள்.

விவசாயத்தில் என்ன வருமானம் வரப் போகிறது என்றும் இருக்கும் வேலைகளை அவன் அம்மாவே பார்த்துக்கொள்வார் என்றும் சொல்லி அவனையும் அந்த ஊருக்கு அவள் அழைத்தாள். அங்கே ஒரு வீடு எடுத்துத் தங்கிக்கொள்ளலாம். அவனால் இயன்ற ஒரு வேலைக்குப் போகலாம்; போகாமல் வீட்டிலேயே இருப்பதென்றாலும் இருக்கலாம். திருமணமான கொஞ்ச நாளில் மனைவியைப் பிரிவது அவனுக்குக் கஷ்டமாகவே இருந்தது. அவளோடு அந்த ஊருக்குப் போய்விடலாமா என்றும் யோசித்தான். விவசாயம், ஆடு, மாடு எல்லாவற்றையும் அப்படியே விட்டுவிட்டு உடனே போக முடியாது. போனாலும் கொஞ்சநாள் இருந்துவிட்டுத் திரும்பி வந்து எல்லாவற்றையும் மீண்டும் உருவாக்க நாளெடுக்கும். அவனில்லாமல் அம்மாவால் சமாளிக்க முடியாது.

மனைவி சம்பளத்தில் சாப்பிட்டுக் கொண்டிருப்பதில் கௌரவக் குறைச்சலும் இருக்கிறது. மூன்று வேளையும் சாப்பிட்டுவிட்டுவீட்டிலேயேபடுத்துத்தூங்கிக்கொண்டிருக்கலாம். சும்மா படுத்தால் தூக்கம் வருமா? சமையல் வேலை அவனுக்குத் தெரியும். இரண்டு பேருக்கு எத்தனை நேரம் சமையல் செய்வது? அந்த நகரத்தில் அவனால் வேறு என்ன வேலை செய்ய முடியும்? காடுமேடுகளில் அலைந்து திரிந்தவனால் நகரத்திற்குள் ஒடுங்குவதும் அங்கே ஏதோ ஒரு வேலைக்குப் போவதும் நடக்கிற காரியமில்லை. அதனால் அவளுக்குத் தேறுதல் சொல்லி அவளை விடுதியில் சேர்த்தான்.

அவளுக்கு வருவாய்த் துறையில் வேலை. அந்தத் துறையில் அலுவலக நேரம் என்று ஒன்று கிடையாது. சனி, ஞாயிறு விடுமுறையும் முறையாக வராது. அரசாங்கம் ஏதாவது நலத்திட்டம் அறிவிக்கும். அமைச்சர்கள் வருவார்கள். முதலமைச்சர் வருவார். அப்போதெல்லாம் வருவாய்த்துறை இரவும் பகலும் பணியாற்றும். விடுமுறை நாட்களிலும் வந்தாகவேண்டும். அதனால் முடிந்தபோது அவள் வருவாள். சிலசமயம் தொடர்ந்து இரண்டு வாரம் வருவாள். சிலசமயம் ஓரிரு மாதம்கூட ஆகிவிடும். எதற்கு இந்தத் துறையை எடுத்தோம் என்று அவளுக்கு எரிச்சலாக இருந்தது. பத்து மணிக்குப் போனோம், ஐந்து மணிக்குத் திரும்பினோம் என்று இருந்தால் அது அலுவலக வேலை. எட்டு மணி, ஒன்பது மணி வரைக்கும் அங்கேயே இருந்தால் அது என்ன வேலை?

அத்துறையில் வேலை செய்யும் பலருக்கும் அப்படி வேலை செய்வது பழகிப் போயிருந்தது. அவளும் பழகிக் கொள்வதுதான் வழி.

ஊருக்கு அவள் வந்துபோனால் அப்புறம் சில நாள்களுக்குப் பித்துப் பிடித்தது மாதிரி இருப்பான். ஞாபகமாகவே இருக்கும். அவள் சொன்னது போல அங்கேயே போய்விடலாமா என்றும் தோன்றும். இது என்ன வாழ்க்கை என்று நினைத்துப் பெருமூச்சு விட்டுக் கொண்டிருப்பான். இன்னும் அவளை லேசாகக்கூட அறியாதது போலிருக்கும். அம்மா அடிக்கடி முணுமுணுப்பாள், 'கல்யாணம் ஆகி ஒருவருசத்துக்கு மேலாச்சு. இன்னும் ஒன்னயும் காணாம். புருசன் பொண்டாட்டி சேந்திருந்தாத்தான ஆவும். ஆளுக்கொரு திக்கில கெடந்தா எப்ப நடக்கறது?' எல்லாவற்றையும் வேலைகளில் மறக்க விரும்புவான். ஆனால் ஆட்டைப் பார்த்தால் அவள் முகம். மாட்டைப் பார்த்தால் அவள் முகம். மரத்தைப் பார்த்தால் அவள் முகம். மண்ணைப் பார்த்தால் அவள் முகம். அப்படி இருந்தால் என்ன செய்வான்?

விடுமுறையில் வீட்டுக்கு வருவதைப் பெரும்பாலும் அவள் தவிர்க்கவே விரும்புவாள். அவனை நினைத்தால் பாவமாகத்தான் இருக்கும். வீட்டுக்குப் போனால் வேலை செய்த சோர்வும் பயண அலுப்பும் எப்போது போய்ப் படுத்துத் தூங்கலாம் என்றிருக்கும். அவனுக்கு அது புரியாது. உடல் அவனுக்குப் பொம்மை. தூங்கிக் காலையில் மெதுவாக எழலாம் என்றால் மாமியார் முனகல் பெருகி அவளை அடித்து எழுப்பிவிடும். வீட்டிலிருக்கும் நாட்களில் அவள்தான் எல்லா வேலைகளையும் செய்தாக வேண்டும். அலுவலகத்தில் அவள் வேலை செய்வதெல்லாம் மாமியாருக்குப் பொருட்டே அல்ல. வழக்கமான சமையல் வேலை என்றால்கூடப் பரவாயில்லை. வீட்டைப் பெருக்கித் துடைப்பது, போர்வைகள் துவைப்பது என்று வேலை பெருகிக் கிடக்கும். எப்போது அவள் வருவாள் என்று இந்த வேலைகளை எல்லாம் அப்படியே வைத்திருப்பது போலிருக்கும்.

கூடுதலாக ஒருநாள் திங்களோ வெள்ளியோ அரசு விடுமுறை நாளாக இருந்தால் நல்லது. ஒருநாள் விடுப்பு எடுத்துக்கொள்வதும் உண்டு. அப்படி ஒருநாள் கூடுதலாகக் கிடைத்தால் முதல் இரண்டு நாட்கள் எல்லா வேலைகளையும் முடித்துவிட்டு ஒருநாள் ஓரளவு ஓய்வெடுத்துக் கொண்டு பயணம் செய்ய வசதியாக இருக்கும். அங்கே போனால் அலுவலக வேலை தவிர வேறு எதுவும் இல்லை. வேலை செய்யும் மகளிர் விடுதியில் உணவுப் பிரச்சினையில்லை. காலையில் கொஞ்ச நேரம் கூடுதலாகத் தூங்கலாம். அலுவலகத்திற்குப் பதினொரு மணிக்குப் போனாலும் ஒன்றும் சொல்ல மாட்டார்கள். கூடுதலாக ஒருநாள் கிடைக்கும்

வாய்ப்பில்லை என்றால் அவள் தங்கியிருக்கும் விடுதியிலேயே இருந்துவிடுவாள். அவன் பரிதாபமாகக் கேட்பான், 'இந்த வாரம் வர முடியாதா?' ஒவ்வொரு வாரமும் அவன் கேட்பதுதான். மனதைக் கடினமாக்கிக் கொண்டு 'இல்லப்பா, வேலைப்பா' என்பாள்.

அதனால் சந்திக்க வேறு ஏதாவது சந்தர்ப்பங்கள் கிடைத்தாலும் அதை விடமாட்டான். அவனாக வாய்ப்புகளை உருவாக்கிக் கொள்வதும் உண்டு. இந்தத் திருமண நிகழ்வு அப்படி ஒரு வாய்ப்புத்தான். வரும் உறவினர்களுக்குத் தங்க அறைகள் ஏற்பாடு செய்யப்படுமா என்பதை முன்கூட்டியே கேட்டுக்கொண்டுதான் வந்தான். தன் மனைவியும் வருவதால் இருவரும் தங்கத் தனியறை வேண்டும் என்று சொல்லி அதையும் உறுதிப்படுத்திக் கொண்டான். அவளையும் வரும்படி அன்பும் குழைவுமாய் வேண்டிக் கொண்டான். 'உன்னப் பாக்கணும் போல இருக்குது. மூஞ்சியப் பாத்தாக்கூடப் போதும்' என்றான். அவளுக்கும் அவனைப் பார்க்க ஆசையாகவே இருந்தது. இந்த வேலைச் சனியன் என்றைக்குத் தொலையுமோ என்று தூற்றாத நாளில்லை. சொந்த மாவட்டத்துக்குப் போய்விடலாம் என்றால் எங்கும் இடம் காலியாக இல்லை. எங்கேனும் இடம் காலியாக வேண்டும். அரசியல்வாதியைப் பிடிக்க வேண்டும். எப்போது நடக்குமோ?

அவனுக்கு முன்னால் மண்டபத்திற்கு அவள் வந்துவிட்டாள். அலுவலகத்தில் சிறப்பு அனுமதி பெற்றுச் சீக்கிரத்தில் கிளம்பிவிட்டாள். உறவினர்களில் பலர் தெரிந்திருந்தார்கள். ஒவ்வொருவரும் அவளை விசாரித்ததோடு 'முருகேசு வர்லியா?' என்று கேட்கத் தவறவில்லை. 'ஆளுக்கொரு பக்கம் இருக்கறீங்க' என்று துக்கம் விசாரித்ததும் நடந்தது. அவன் வந்துகொண்டிருக்கும் தகவலை எல்லோருக்கும் சலிக்காமல் சொன்னாள். அலுவலக வேலை முடிந்து அவள் வரத் தாமதமாகும் என்று நினைத்து அதற்குத் தகுந்தாற் போலப் பேருந்து ஏறியிருந்தான். எல்லாவற்றையும் பேசியும் அவளால் எத்தனை மணிக்கு வர முடியும் என்பதைப் பேசாமல் விட்டுவிட்டோமே என்றிருந்தது. அலுவலகத்தில் அனுமதி கிடைக்கும் என்று அவளும் நினைக்கவில்லை. அன்றைக்கு வேலை கொஞ்சம் குறைவுதான். அதனால் கல்யாணத்திற்குப் போக வேண்டும் என்று சொன்னதும் சரி என்று அதிகாரி சொல்லி அனுப்பிவிட்டார்.

அவன் ஏறிய பேருந்து சிறுசிறு ஊர்களிலும் நின்று வந்தது. முகூர்த்த நாள் கூட்டம். ஜன்னலோர இருக்கை கிடைத்தும் அவனால் நிம்மதியாக உட்கார முடியவில்லை. ஒவ்வொரு ஊர் வரும்போதும் 'இங்கதான் வந்திருக்குதா' என்று ஏமாற்றமாக

116 பெருமாள்முருகன்

இருந்தது. அடுத்த ஊர் சீக்கிரம் வந்துவிடும் என்று அவன் கணக்கிட்ட மாதிரி நடக்கவில்லை. அது அதற்குரிய நேரம் எடுத்துக் கொண்டது. அவன் மனம் மட்டும் முன்னால் போய் அவளைப் பார்த்துக்கொண்டிருந்தது. ஐந்து நிமிடத்திற்கு ஒருமுறை பேசி வந்து கொண்டிருக்கும் இடத்தைத் தெரிவித்தான். 'சரி சரி' என்று சொல்லிக் கொண்டிருந்தாள். 'நீ சாப்பிட்றாத. நான் வந்தர்றன். சேந்து சாப்பிடலாம்' என்று ஒவ்வொரு முறையும் சொன்னான். கல்யாணப் பந்தியில் எப்படிச் சேர்ந்து சாப்பிட முடியும் என்றிருந்தது அவளுக்கு.

திருமண மண்டபத்தில் மணமகனுக்கும் மணமகளுக்கும் மட்டுமே அறைகள் இருந்தன. விடிய விடியச் சடங்குகள் இருக்கும் என்பதால் நெருங்கிய உறவினர்கள் கொஞ்ச நேரம்தான் தூங்குவார்கள். மண்டபத்திலேயே படுத்துக் கொள்ளலாம். போர்வைகளும் பாய்களும் ஒருபுறம் அடுக்கி வைக்கப்பட்டிருந்தன. பிளாஸ்டிக் நாற்காலிகளை எடுத்துவிட்டு அங்கே பாய்களை விரித்துக் கொள்ளலாம். பத்துக்கும் மேற்பட்ட குளியலறைகளும் கழிப்பறைகளும் இருந்தன. சொந்தக்காரர்கள் வட்ட வட்டமாய் உட்கார்ந்து பாடுபழமை பேசினார்கள். எந்த வட்டத்தில் சேர்வது என்று தெரியாமல் தனித்து உட்கார்ந்திருந்தாள்.

அருகில் இருந்த விடுதி ஒன்றில் முக்கியமானவர்கள் தங்க ஏற்பாடு செய்திருந்தார்கள். அதிலும் இரண்டு பெரிய பொதுவறைகள். ஒவ்வொன்றிலும் பத்துக்கும் மேற்பட்டோர் தங்கலாம். பெண்களுக்கு ஒதுக்கப்பட்டிருந்த பொதுவறை ஒன்றில்தான் அவள் தன் பையை வைத்துவிட்டு லேசாகத் தன்னை அலங்கரித்துக்கொண்டு மண்டபத்திற்கு வந்தாள். விசாரிப்பவர்களோடு வாய் பேசினாலும் அவன் வருகிறானா என்பதைக் கண் பார்த்துக் கொண்டேயிருந்தது. பசி மீறிப் போய்ச் சாப்பிட்டுவிடலாமா என்று தீவிரமாகத் தோன்றியபோது அவன் தலை தென்பட்டது. அவன் பை ஒன்று போக அவளுக்கென ஏதேதோ தின்பண்டங்கள் தயார் செய்து இன்னொரு பையில் போட்டு எடுத்து வந்திருந்தான்.

அவளைப் பார்த்ததும் முகம் முழுக்கச் சிரிப்பானான். அவளருகில் வந்ததும் 'ரூம் எங்க?' என்று கேட்டான். அவள் விவரம் சொன்னாள். 'நான் தனி ரூம் போடணும்னு சொல்லியிருக்கறனே. நீ கேட்டு வாங்கறதில்ல' என்று சொல்லிக்கொண்டே அவள் பதிலை எதிர்பாராமல் யாரையோ தேடிக்கொண்டு போனான். அவளுக்கு நல்ல பசியாக இருந்தது. அவன் வைத்துவிட்டுப் போன பையைக் காலடியில் சாய்த்துக்கொண்டாள். யாரோ வந்து 'இன்னுமா வர்ல' என்று கேட்டார்கள். பல பேர் 'சாப்பிட்டாச்சா?'

என்றார்கள். மண்டபத்துக்குள் சுற்றிவிட்டு வந்து ஆள் கிடைக்காமல் 'எங்க போனான்?' என்று அவளிடம் கேட்டான். அவன் கேட்டவனை அவளுக்குத் தெரிந்திருக்கவில்லை. துழாவிய கண்களுக்குத் தட்டுப்பட்ட இளைஞன் ஒருவனைப் பெயர் சொல்லி அழைத்து 'என்னப்பா ரூம் எங்க? உங்கிட்டத்தான் மொதல்லயே சொல்லி வெச்சிருந்தனே' என்று சத்தமாகக் கேட்டான். அவனுக்கு மெல்லப் பேசத் தெரியாது. காட்டில் சத்தமிட்டுப் பேசி அப்படியே பழக்கமாகிவிட்டது. எப்போதும் எடுப்பாகத்தான் குரல் வரும். அவன் அருகில் இளைஞன் வந்து மெதுவாகச் சமாதானம் சொன்னான்.

பெண் வீட்டார் முன்கூட்டியே வந்து அதிக அறைகளை ஆக்கிரமித்துக் கொண்டதாகவும் இப்போது பொதுவறைதான் இருப்பதாகவும் சொன்னான். முருகேசு சற்றே கோபமாகப் பேசவும் இளைஞன் தாழ்ந்து 'கொஞ்சம் சமாளிச்சுக்கண்ணா. இல்லைனா மண்டபத்துலயே தாராளமாத் தங்கிக்கலாம்' என்றான். முருகேசு ஒத்துக்கொள்ளவில்லை. தான் பணம் கொடுத்துவிடுவதாகவும் தங்களுக்குத் தனியறைதான் வேண்டும் எனவும் சொன்னான். பணம் கொடுத்து விடுவதாகச் சொன்னதால் இளைஞனுக்குத் தன்மானப் பிரச்சினை ஆயிற்று. 'இருண்ணா வர்றன்' என்று சொல்லிவிட்டு வேறு யாரையோ போய்ப் பார்த்துக் 'முருகேசுக்கும் அவன் பொண்டாட்டிக்கும் தனிரூம் வேணும்' என்று விவரம் தெரிவித்தான்.

அவளுக்கு அருகில் வந்த முருகேசு 'ரூம் இல்லைனா நாம போயிரலாம். காசு குடுத்தா ரூமா கெடைக்காது? எத்தன முற சொல்லியிருந்தன். அப்பவும் ரூம் இல்லைனா என்ன நெனச்சுக்கிட்டிருக்கறாங்க?' என்று கோபமாகச் சொன்னான். மண்டபத்தில் இருந்தோர் முழுக்கவும் தங்களையே பார்ப்பது போலவும் 'அவங்களுக்குத் தனிரூம் வேணுமாம்' என்று சுட்டிச் சொல்வது போலவும் தோன்றியது. பலர் அவளைப் பார்த்துச் சிரிப்பதும் தெரிந்தது. ஒருவர் வந்து 'பந்தி முடியப் போவுது. போயிச் சாப்பிட்டுட்டு வந்திருங்க' என்று அக்கறை காட்டினார். இன்னொருவர் 'இன்னமா சாப்பிடல? வந்தொடன சாப்பாட்டு வேலய முடிச்சிரோணும்' என்று சொன்னார். அவளுக்குப் பசி குறைந்து கொண்டே வந்தது.

கொஞ்ச நேரம் கழித்து இளைஞன் வந்தான். 'அண்ணா நீங்க போயிச் சாப்புட்டு வாங்க. அதுக்குள்ள ஏற்பாடு பண்ணப் பாக்கறன்' என்று அவர்களை அழைத்தான். முருகேசு 'ஒன்னும் பிரச்சினையில்ல. புதுசா ஒரு ரூம் போட்ரு. நான் பணம் குடுத்தர்றன்' என்று மீண்டும் அழுத்தமாகச் சொன்னான். 'பணமெல்லாம் பிரச்சின இல்லைண்ணா. ரூமில்ல, அதான். நான் பாக்கறன். நீங்க

சாப்பிடுங்க' என்றான். முனகலோடு அவளை அழைத்துக்கொண்டு உணவறைக்குப் போனான். அவளுக்குப் பசி போயிருந்தது. சாப்பாட்டில் அவன் கவனம் இல்லை. அந்த இளைஞன் என்ன செய்கிறான் என்பதையே கவனித்துப் பார்வையால் தொடர்ந்து கொண்டிருந்தான். அவள் தலைகுனிந்தபடி சாப்பிட்டு முடித்தாள்.

வெளியே வந்தபோது இளைஞன் சாவியோடு நின்றிருந்தான். மாப்பிள்ளையின் நண்பர்களுக்குச் சில அறைகள் போட்டிருந்ததாகவும் அதில் ஒன்றை அவர்கள் கொடுத்துவிட்டதாகவும் சொன்னான். மாப்பிள்ளையின் நண்பர்கள் ஓர் அறையை விட்டுக்கொடுத்துச் செய்த தியாகம் பற்றியும் தான் எத்தனை சிரமப்பட்டு அறை பெற்றுக் கொடுத்திருக்கிறேன் என்றும் இளைஞன் விவரிக்க முற்பட்டதைக் கேட்கப் பொறுமையில்லாமல் 'சரிப்பா' என்று மகிழ்ச்சியோடு முருகேசு சாவியை வாங்கிக்கொண்டான். மணமேடையில் மாப்பிள்ளையும் பெண்ணும் நவீன உடையில் நின்று வாழ்த்த வருவோருக்குக் கை கொடுத்துக் கொண்டிருந்தார்கள். கூட்டமில்லை. போனால் ஒரு படம் எடுத்துக் கொண்டு வருகையைப் பதிவு செய்துவிடலாம். முருகேசுக்கு மனமில்லை. 'அவுங்களக் காலையில பாத்துக்கலாம், வா' என்று அவளைக் கூட்டிக்கொண்டு வெளியேறினான்.

மண்டபத்திற்கு எதிரில்தான் விடுதி இருந்தது. அவள் ஏற்கனவே பை வைத்திருந்த அறைக்குப் போய் அதை எடுத்தாள். 'ஏன் போற?' என்று அங்கிருந்த பெண் ஒருத்தி கேட்டாள். ஒன்றும் சொல்லாமல் லேசாகப் புன்னகைத்துவிட்டு வெளியே வந்தாள். அவன் பொறுமையில்லாமல் நின்று கொண்டிருந்தான். 'சீக்கிரம் வரமாட்டியா?' என்றபடி அவர்களுக்கு ஒதுக்கப்பட்ட அறையை நோக்கி நடந்தான். தலையைக் குனிந்துகொண்டு அவன் பின்னால் நடந்தாள். அறையைச் சாத்தித் தாழிட்டவன் 'ஒரு ரூமுக்கு எத்தன போராட வேண்டியிருக்குது போ' என்றபடி அவள் பின்னால் வந்து இடுப்பில் கைகளை வளையமிட்டுக் கட்டியணைத்தான். அவள் 'ச்சீ போ' என்று அவனை விலக்கிவிட்டுக் கட்டிலில் குப்புற விழுந்து அழ ஆரம்பித்தாள்.

04–04–20

✦

அபிசேகம்

முருகேசுவுக்குக் கல்யாணமாகி ஒருமாதம் ஆகியிருந்தது. எல்லாச் சடங்குகளும் முடிந்து கோயில் குளம் எல்லாம் போய்வந்து 'அப்பாடா' என்று மூச்சு வாங்கிய சமயத்தில் விருந்து அழைப்புகள் வர ஆரம்பித்தன. வாராவாரம் சனியும் ஞாயிறும் உறவினர்களின் வீடுகளில் விருந்து. அதை அவர்கள் 'வெச்சுக் குடுக்கறது' என்று சொன்னார்கள். புதுமாப்பிள்ளையையும் பெண்ணையும் வீட்டுக்கு அழைத்து வடை பாயாசத்தோடு மதிய விருந்துச் சாப்பாடு போடுவார்கள். பிறகு வெற்றிலை பாக்கில் பணம் வைத்து இருவருக்கும் கொடுப்பார்கள். அதைக் கும்பிடு போட்டு வாங்கிக்கொள்ள வேண்டும். நெருங்கிய உறவினர்களுக்கு இவர்கள் அறிமுகம் ஆவதற்கும் இவர்களுக்கு உறவினர்கள் அறிமுகம் ஆவதற்கும் இது ஒருவழி. அத்துடன் கை நிறையக் காசும் கிடைத்தது.

ஊராட்சி அலுவலகத்தில் தினக்கூலி அடிப்படையில் எழுத்தராக அவன் வேலை செய்தான். அவன் பட்டப் படிப்பு முடித்திருந்தான். மேலே படிக்க வெளியூர் போக வேண்டியிருந்தது. அந்தச் செலவை வீட்டிலிருந்து எதிர்பார்க்க முடியாது. அத்தனை செலவு செய்து படிப்பதில் அவனுக்கும் விருப்பமில்லை. அந்தப் பணத்தைச் சேர்த்து வங்கியில் போட்டால் வட்டியாவது வரும் என்று நினைத்தான். அதனால் ஊரிலேயே ஏதாவது வேலை செய்துகொண்டு போட்டித் தேர்வுகளுக்குப்

படிக்கலாம் என்று முடிவு செய்தான். மூன்று ஆண்டுகளாக அவன் எழுதாத போட்டித் தேர்வுகள் இல்லை. ஆனால் எதிலும் தேர்ச்சி பெற முடியவில்லை. எல்லாம் ஒரு மதிப்பெண், இரண்டு மதிப்பெண்ணில் கை விட்டுப் போயின.

சில பெருநகரங்களில் போட்டித் தேர்வுகளுக்குப் பயிற்சி மையங்கள் இருந்தன. அவற்றில் சேர்ந்து படிக்க வேண்டுமானால் நிறையப் பணம் கட்ட வேண்டும். அதில் சேர்ந்து படிப்பவர்களிடம் குறிப்புகளை வாங்கி வைத்துப் படித்துப் பார்த்தான். ஒன்றும் நடக்கவில்லை. வீடு ஊருக்குள் இருந்தாலும்ஊரின் பேருந்து நிறுத்தத்திற்கு அருகில் சிறிது இடம் இருந்ததால் அதில் அட்டை வேய்ந்து ஓர் அறை கட்டி அவன் அப்பன் சின்ன மளிகைக்கடை வைத்திருந்தார். அதன் மூலமாகவே தன் வாழ்க்கையையும் நடத்த வேண்டும் போலத் தோன்றிய சமயத்தில் ஊராட்சி அலுவலக வேலை வந்தது. அதுவும் சொந்தக்காரர் ஊராட்சித் தலைவராக இருந்ததால் கிடைத்தது. அவ்வேலை அப்படியே நிரந்தரமாகாது. அதை நிரந்தரமாகப் போட்டுக்கொள்ளலாம் என்று அரசிடம் இருந்து ஆணை வந்த பிறகுதான் நடைமுறைகள் தொடங்கும். சில லட்சம் செலவு செய்தால் நிரந்தர வேலை கிடைத்துவிடும். அப்போது எப்படியாவது புரட்டிக் கொடுத்துவிடலாம் என்னும் நம்பிக்கை இருந்தது.

சொந்த ஊரில் இருந்து இரண்டு கல் தொலைவில் அலுவலகம். போக்குவரத்துச் செலவு கிடையாது. மத்தியானச் சாப்பாட்டுக்கு வந்து போகலாம். சம்பளம் மிகவும் குறைவுதான். பக்க வருமானம் கொஞ்சம் கிடைத்தது. யாரையும் எதுவும் கேட்க வேண்டியதில்லை. அவர்களாகவே சின்னச்சின்ன வேலைகளுக்கும் ஐம்பது நூறு என்று கொடுப்பார்கள். கொடுத்ததை வாங்கிக் கொண்டால் போதும். ஏற்கனவே அதுவெல்லாம் மக்களுக்குப் பழக்கமாகி இருந்தது. எல்லாம் சேர்த்தால்கிராமத்தில் குடும்பம் நடத்துவதற்குப் போதுமானது. ஆனாலும் அத்தனை சீக்கிரம் பெண் கிடைத்துவிடவில்லை. ‘நிரந்த வேலையா?’ என்னும் கேள்விதான் எல்லா இடத்திலும். ‘நிரந்தரமாகிவிடும்’ என்னும் கோணத்தில் அவனும் பலவிதமாகப் பதில் சொல்லிப் பார்த்தான். ஒருவரும் மசியவில்லை.

எப்படியாவது பணம் கட்டி நிரந்தர வேலையாக்கிக் கொள்ளலாம் என்னும் நம்பிக்கை அவனுக்கு இருந்தது. அதே நம்பிக்கை அவன் மாமனாருக்கும் வந்ததால்தான் பெண் கொடுத்தார். அவருக்கு இரண்டு பெண்கள்; ஒரு பையன். மூத்த பெண்ணை கொஞ்சம் தூரத்தில் கொடுத்துவிட்டார்.

மாப்பிள்ளை வீடு ஓரளவு வசதி. அடிக்கடி பெண் இங்கே வரவும் முடியாது. இவர்களும் போக முடியாது. போனால் இவர்கள் வசதியின்மையை ஜாடையாகச் சுட்டிக் குத்திக் காட்டுவார்கள். அதனால் போக்குவரத்து குறைவாகிவிட்டது. இளைய பெண்ணையும் அப்படிக் கொடுத்துக் கஷ்டப்படக் கூடாது என்று நினைத்தார். தங்கள் ஊருக்கு அருகில் இருக்கும் ஊர்களில் ஒன்றில்தான் பெண்ணைக் கொடுக்க வேண்டும். தங்களை விட மாப்பிள்ளை வீடு வசதி குறைவாக இருக்க வேண்டும். இந்த இரண்டு நிபந்தனைகளோடு மாப்பிள்ளை பார்த்துக் கொண்டிருந்தார். வாகாக முருகேசு தெரிந்தான். பெண் பன்னிரண்டாம் வகுப்புவரையே படித்திருந்தாள். மாப்பிள்ளை பட்டப் படிப்பு.

இப்போதைய வேலை தற்காலிகமானதாக இருப்பினும் நிரந்தரமாக்கலாம். வாய்ப்பு வரும்போது கொஞ்சம் பணம் கொடுத்து உதவினால் அவன் மேலேறி வந்துவிடுவான் என்று மாமனார் நினைத்தார். வேலை நிரந்தரத்திற்குப் பணம் கொடுத்தால் வாழ்க்கை முழுவதும் மறக்க மாட்டான், மகளையும் மதிப்பாக வைத்திருப்பான் என்றெல்லாம் கணக்குப் போட்டார். பெண் கிடைத்ததோடு வேலைக்குப் பணமும் கிடைக்கும் என்பது அவனுக்கு மகிழ்ச்சியாக இருந்தது. மாமனாரிடம் அதீத மரியாதையோடு நடந்து கொண்டான். புதுமாப்பிள்ளைக்கே உரிய கிறக்கத்தினாலும் தன்னைப் பற்றி நல்ல நல்ல அபிப்ராயங்களைக் கொண்டுபோய்ப் புதுப்பெண் தன் அப்பாவிடம் சேர்க்க வேண்டும் என்பதாலும் அவளிடம் குழைந்து கிடந்தான்.

'வெச்சுக் குடுக்கற' விருந்துக்கு அவன் பக்கத்து உறவினர்களும் அழைத்தார்கள்; அவள் பக்கத்து உறவினர்களும் அழைத்தார்கள். பிரச்சினை வந்துவிடக் கூடாது என்னும் எச்சரிக்கையுடன் ஒருநாள் அவன் பக்கம், இன்னொரு நாள் அவள் பக்கம் என உறவினரைப் பிரித்து அழைப்பை ஏற்றார்கள். புதுமெருகு கலையாத உடையுடன் நீளப் பூச்சரம் கூந்தலில் தொங்க அவளைத் தன் வண்டியில் ஏற்றிக்கொண்டு ஊருக்குள் போகும்போது தனிப்பெருமையில் மிதந்தான். பொருத்தமான ஜோடி என்று எல்லோரும் பேசிக் கொள்வது போல அவனுக்குத் தோன்றியது. அவன் வயதொத்த இளைஞர்களின் பார்வையில் பொறாமை வழிவதாக எண்ணி அவர்களைப் பார்த்துப் பெருமை பொங்கச் சிரித்து வைத்தான்.

முதல் வாரச் சனிக்கிழமை அவள் பெரியம்மா வீட்டுக்குப் போனார்கள். விருந்தில் அவனுக்குப் பிடித்த மாதிரி நிறைய வகைகள் இருந்தன. விரும்பி வேகமாகச் சாப்பிட்டான்.

அவள் நாசுக்காக ஒவ்வொன்றையும் விரல்களால் பூப் போலத் தொட்டெடுத்துச் சாப்பிட்டுக் கொண்டிருந்தாள். அவளுக்கு முன் அவன் சாப்பிட்டுவிட்டுக்காத்திருந்தான். குனிந்து மெதுவாகச் சாப்பிட்டுக் கொண்டிருந்தவள் அதைக் கவனிக்கவில்லை. அவள் பார்த்தபோது அவன் பொறுமையற்று உட்கார்ந்திருப்பது போலவும் புருசன் சாப்பிட்டு முடித்து அவளுக்குக் காத்திருக்கும் வரை அவள் சாப்பிடுவதைக் கண்டு அங்கிருந்த பெண்கள் தங்களுக்குள் சிரிப்பது போலவும் தோன்றியது. அவசரமாக இலையை மூடிவிட்டு எழுந்தாள். கை கழுவும்போது 'மெதுவாச் சாப்பிட்டா என்ன? அவசரமா அள்ளி அள்ளி முழுங்குனாச் செரிக்குமா?' என்று மெல்ல முணுமுணுத்தாள். அவனுக்கு என்ன சொல்வதென்று தெரியவில்லை. வழிந்து சிரித்து வைத்தான்.

சாப்பிட்ட பிறகு வெற்றிலை பாக்கை அவன் பெரியம்மாநீட்டினார். அவர் காலில் விழுந்து கும்பிடு போட்டு வாங்கிக்கொண்டான். சாப்பிட்டதும் விழுந்து எழுவது கஷ்டமாக இருந்தது. அவனுக்கு வெற்றிலை போடும் பழக்கம் இல்லை. வெற்றிலை பாக்கை ஒருபக்கம் வைத்துவிட்டு அதனுள் இருந்த ஒற்றை ஐந்நூறு ரூபாய்த்தாளை மட்டும் எடுத்துச் சட்டைப்பையில் செருகினான். 'மாப்பிள்ள கெட்டிக்காரர்தான்' என்று யாரோ சொன்னார்கள். எல்லோரும் சிரிக்கவும் அவனுக்கு வெட்கமாக இருந்தது. தலையைக் குனிந்து கொண்டான்.

வெற்றிலையை இன்னும் கொஞ்ச நேரம் கையிலேயே வைத்திருந்திருக்க வேண்டுமோ அவசரப்பட்டு விட்டோமோ என்று தவிப்பாக இருந்தது. அவள் என்ன நினைத்துக்கொள்வாள் என்றும் யோசனை வந்தது. மெல்ல நிமிர்ந்து பார்த்தபோது அவளுக்கு வெற்றிலை பாக்கு கொடுத்துக் கொண்டிருந்தார்கள். அதில் இரட்டைத்தாள் இருப்பது போலத் தெரிந்தது. தனக்குக் கொடுத்த அதே தொகையைச் சில்லரையாகப் பிரித்து வைத்திருக்கலாம். அவள் வகைச் சொந்தம்; சொந்தப் பெரியம்மா வீடு. அதனால் அவளுக்குக் கூடுதலாகவும் கொடுத்திருக்கலாம்.

குட்டித் தூக்கம் போட்டுவிட்டுக் கிளம்பி வரும் வழியில் அவளிடம் 'எவ்வளவு குடுத்தாங்க?' என்று கேட்கலாமா எனத் தோன்றியது. வெற்றிலையை வைத்ததில் பட்ட அவமானம் போதாதா, இதையும் கேட்டால் அவள் இன்னும் என்ன நினைப்பாள் என்று கட்டுப்படுத்திக் கொண்டான். பணத்தை அவனிடம்தானே கொடுப்பாள், அப்போது தெரிந்துகொள்ளலாம் என்று நினைத்தான். அன்றைக்கு மட்டுமல்ல, அடுத்த நாள் விருந்துப் பணத்தையும் அவள் அவனிடம் கொடுக்கவில்லை. அதைப் பற்றி எந்தப் பேச்சும் இல்லை.

சரி, அவளுக்குக் கொடுத்த பணம். அவளே வைத்திருக்கட்டும். யாரிடம் இருந்தால் என்ன, எல்லாம் நம் குடும்பத்திற்குத்தானே என்று சமாதானம் ஆனான். 'எவ்வளவுடா குடுத்தாங்க?' என்று கேட்ட அம்மாவிடம் 'எவ்ளோ குடுத்தாங்க, போவேன்' என்று எரிந்து விழுந்தான். 'ஆளாளுக்குப் பண்ணாட்டுப் பண்ணுங்க' என்று இன்னும் சிலவும் அம்மா பேசினார். அம்மாவை அவன் அடக்கினான். அம்மாவுக்கும் மகனுக்கும் நடந்த உரையாடலை அவள் கேட்டுக் கொண்டுதான் இருந்தாள். ஆனாலும் தனக்கு வந்த பணத்தைப் பற்றிப் பேசவும் இல்லை; கொடுக்கவும் இல்லை.

அடுத்த சனி, ஞாயிறுகளிலும் விருந்துக்குப் போனார்கள். சனிக்கிழமை அவன் அத்தை வீடு. அங்கும் அவளுக்குத்தான் அதிகப்பணம் கொடுத்த மாதிரி தெரிந்தது. தன் சொந்தக்காரர்கள் அவளுக்கு ஏன் அதிகமாகக் கொடுக்க வேண்டும் என்பது அவனுக்குப் புரியவில்லை. புதுப்பெண்ணிடம் தம் பவிசைக் காட்ட இப்படிச் செய்கிறார்களா என்று தோன்றியது. ஒன்றரை மாதம் ஆகியிருந்தாலும் எல்லாவற்றையும் அவளிடம் வெளிப்படையாகப் பேசும் அளவுக்கு இன்னும் முன்னேறவில்லை. அதிலும் பண விஷயத்தில் எச்சரிக்கையாக இருக்க வேண்டும், முதல் விருந்திலேயே கேலிக்கு ஆளாகிவிட்டோம் என்று யோசித்து அடக்கிக் கொண்டான்.

அடுத்தும் இரண்டு வார விருந்துகள் முடிந்தன. எல்லா இடத்திலும் அவனுக்கு ஒற்றை ஐந்நூறுதான். அவளுக்கு ஒன்றுக்கு மேற்பட்ட தாள்கள் இருப்பதைக் கண்டான். நிறம் பார்த்துக் கணக்கிட முனைவதற்குள் அவள் மடித்து உள்ளே சொருகிக் கொண்டாள். அவன் நோட்டமிடுவதை அவள் கவனிக்காத மாதிரிதான் தெரிந்தது. எப்படியும் ஐயாயிரத்துக்கும் மேல் சேர்த்திருப்பாள். அந்தப் பணத்தை வைத்து என்ன செய்வாள், அவள் அப்பனிடம் கொண்டு போய்க் கொடுத்துவிடுவாளா, சேலை எடுத்துக் கொள்வாளா என்றெல்லாம் அவனுக்கு விதவிதமான யோசனைகள் கூடி வந்தன.

அதன்பின் ஒரு விருந்துக்குப் போய்விட்டு வரும்போது அவனால் ஆர்வத்தைக் கட்டுப்படுத்த முடியவில்லை. அந்த உறவினர்களும் அவளுக்கு இரண்டு மூன்று தாள்களைக் கொடுத்த மாதிரியே இருந்தது. ஒரு யோசனை செய்தான். வண்டிக்குப் பெட்ரோல் போட வேண்டியிருந்ததால் பெட்ரோல் பங்குக்கு விட்டான். அவள் வண்டியிலிருந்து இறங்கி ஓரமாக நின்றிருந்தாள். அவன் வண்டியிலேயே உட்கார்ந்தபடி பெட்ரோல் டேங்கைத் திறந்து காட்டினான். பேண்ட் கொஞ்சம் டைட்டாக இருப்பது

போலவும் பின் பாக்கெட்டிலிருந்து பர்ஸை எடுக்க முடியாதது போலவும் பாவனை செய்வது அவன் திட்டம்.

பெட்ரோல் அடித்ததும் வண்டியை ஸ்டார்ட் செய்துவிட்டான். அவளைப் பார்த்து 'ஒரு எரநூறு குடு. பர்சு பேண்ட் பாக்கட்டுல இருக்குது. அப்பறம் குடுத்தர்றன்' என்று சத்தமாகச் சொன்னான். எதார்த்தமாகக் கேட்பது போலத்தான் அவன் குரல் இருந்தது. ஆனால் அது அவளுக்குப் பிடிக்கவில்லை என்பது முகத்திலேயே தெரிந்தது. கடுகடுத்த முகத்தோடு 'எறங்கி எடுங்களே, என்ன அவசரம்?' என்றாள். வண்டியை அணைத்து ஸ்டேண்ட் போட்டு நிறுத்திவிட்டுப் பர்ஸை எடுத்துக் கொடுத்தான். பெட்ரோல் போடும் ஆளுக்கு முன் அவள் அப்படிச் சொன்னது அவனுக்கு அவமானமாக இருந்தது. வீட்டுக்கு வரும்வரை அவன் எதுவும் பேசவில்லை; அவளும் எதுவும் பேசவில்லை.

அறைக்குள் போய் உடை மாற்றும்போது அவள் தனக்கென வைத்திருந்த பீரோவுக்குள் எதையோ குடைந்து கொண்டிருந்தாள். என்னவென்று கேட்க நினைத்தும் அவனுக்கு வாய் வரவில்லை. அவன் லுங்கியோடு கட்டிலில் படுத்தான். பேச்சை எப்படித் தொடங்கலாம், என்ன சொல்லி அவளிடம் சமாதானம் ஆகலாம் என்று யோசித்தபடி இருந்தான். பீரோவுக்கு உள்ளிருந்து அவள் எதையோ எடுத்து வெளியே வைத்துக் கொண்டிருந்தாள். கதவை ஓங்கி அடிப்பதும் திறப்பதும் மூடுவதும் உள்லாக்கரைக் குடைவதும் என ஒவ்வொரு சத்தத்தையும் இனம் பிரித்து என்ன செய்கிறாள் என்று யூகித்தபடி படுத்திருந்தான்.

அவன் எதிர்ப்பக்கமாகத் திரும்பிப் படுத்திருந்தான். பீரோ கதவுகள் அசையும் சத்தமும் சேலைகளை உருவிக் கீழே போடுவதும் அவனுக்கு ஒலியும் ஒளியுமாகத் தெரிந்தன. அவசரப்பட்டுப் பெட்ரோலுக்குக் காசு கேட்டுவிட்டோமோ, திரும்பக் கொடுத்து விடுகிறேன் என்று சொல்லித்தானே கேட்டோம், அதற்கு ஏன் இப்படி நடந்துகொள்கிறாள் என்றெல்லாம் யோசனை ஓடியது. திரும்பக் கொடுத்து விடுகிறேன் என்று சொன்னதுதான் தப்பாகிவிட்டதோ. அவசரப்பட்டு விட்டோமோ. கட்டியணைத்து ஒரு முத்தம் கொடுத்துச் சமாதானம் செய்து விடுவோமா. முகம் கொடுப்பாளா. என்றெல்லாம் தோன்றியதுடன் கோபித்துக் கொண்டு அப்பன் வீட்டுக்குக் கிளம்பி விடுவாளோ என்றும் தோன்றிப் படபடப்பாக இருந்தது.

'இங்க பாரு' என்று அழைத்தாள். முதலில் அவனுக்குப் புரியவில்லை. 'இங்க பாரு' என்று அழுத்தமாகவும் சத்தமாகவும் சொன்னாள். அவனை முதன்முறையாக ஒருமையில் அழைப்பதைக்

கேட்டுத் திடுக்கிட்டுத் திரும்பினான். சேலை முந்தானையில் பிடித்திருந்த பணத்தைக் குத்தாகக் கையில் அள்ளியவள் 'இந்தா புடிச்சிக்கோ, பிசாசே இந்தா புடிச்சிக்கோ' என்று அடிக்குரலில் ஆங்காரமாகச் சொல்லிக்கொண்டே அவன்மீது வீசினாள். படுத்திருந்த அவன் உடல் நூறு ரூபாய்த் தாள்களால் அபிசேகம் செய்யப்பட்டது போலானது.

04—04—20

✦

தொழில்

முருகேசுக்குப் படிப்பு ஏறவில்லை. அப்பா செய்துவந்த வேலையை அவனும் பழக வேண்டியதாயிற்று.

அவன் அப்பா முடி திருத்தகம் வைத்திருந்தார். அது சின்ன கிராமம். எல்லா வகைச் சாதியும் வாழ்ந்தார்கள். முருகேசுவின் தாத்தா அவ்வூரில் நிலம் வைத்திருந்த சாதியினரின் ஒவ்வொரு வீட்டுக்கும் சென்று முடி வெட்டும் வேலை செய்து வருசக்கூலி வாங்கினாராம். கூலி தானியமாகக் கிடைக்கும். அவன் அப்பாவின் காலத்தில் அந்த நிலை இல்லை. ஊர் நுழைவாயில் அரச மரத்தடியில் உட்கார்ந்து முடி வெட்டினார். முதலில் நிலத்துக்காரர்களுக்கு மட்டுமே வெட்டினார். காசு வாங்கிக் கொண்டார். கொஞ்ச நாள் போனதும் காசு கொடுக்கும் யாருக்கும் வெட்டத் தொடங்கினார். அப்போது ஊரில் கொஞ்சம் பிரச்சினை ஏற்பட்டதாம். எப்படி எல்லாச் சாதிக்கும் வெட்டலாம் என்று சிலர் கேட்டார்களாம். ஒருசாதிக்கு மட்டும் வெட்டினால் வருமானம் போதவில்லை, ஒரு வெட்டுக்கு ஒரு ரூபாய் சேர்த்துக் கொடுத்தால் ஒருசாதிக்கு மட்டுமே வெட்டுகிறேன் என்று சொல்லிவிட்டாராம்.

அவர்கள் இரு பிரிவாயினர். ஒருபிரிவு கொடுக்கலாம் என்று சொல்ல, இன்னொரு பிரிவு அதெல்லாம் முடியாது என்று சொல்லப் பிரச்சினை நீண்டதாம். அதை முடிக்க அவன் அப்பா ஒரு தந்திரம் செய்தாராம். இரண்டு கத்திரிகள் வைத்துக் கொண்டார். 'உங்க சாதிக்குத் தனிக்

கத்திரி. மற்ற சாதிகளுக்கு எல்லாம் தனிக் கத்திரி' என்றாராம். நிலத்துக்காரச் சாதியினர் கத்திரி புதிதாகப் பளபளவென்று மின்னியதாம். அந்தப் பளபளப்பில் மயங்கிய அவர்கள் சரி என்று சொல்லிவிட்டார்களாம். அதன் பிறகு சிறிய பெட்டி ஒன்றை வைத்துக் கடையாக்கினார். மர நாற்காலி ஒன்றையும் வாங்கிப் போட்டு நகரத்தில் இருக்கும் கடைச்சாயலை ஓரளவுக்குக் கொண்டு வந்துவிட்டார். எல்லாச் சாதியாரும் வந்துபோக அது வசதியான இடம். எப்படியும் ஒருநாளைக்கு ஐந்தாறு பேர் வந்துவிடுவார்கள். கை மேல் காசும் வரும். கடனும் இருக்கும். காட்டில் விளையும் காய்கறி வாங்கிய கணக்கில் கழித்துக் கொள்வதும் நடக்கும். இப்போது கடைக்குள் பழைய நாற்காலி ஒன்றும் ரசம் போன கண்ணாடியும் இருந்தன. இரும்பு ஸ்டேண்ட் ஒன்றில் தேவையான பொருள்கள்.

அந்தக் கடைப்பக்கமே முருகேசு போகக்கூடாது என்று கட்டுப்படுத்தி வைத்திருந்தாள் அவன் அம்மா. அப்படியும் அவன் போவான். சில்லரைக் காசுகள் கொடுப்பார். அவர் முடிவெட்டுவதைச் சற்றே பார்ப்பார். 'போடா' என்று விரட்டி விடுவார். அவர் மனைவிக்கு அப்படிப் பயம். அவனை எப்படியாவது படிக்க வைத்துப் பெரிய வேலைக்கு அனுப்பிவிட வேண்டும் என்பதுதான் அம்மாவின் கனவு. ஆனால் அவன் ஏழாம் வகுப்பில் இரண்டு முறை தங்கும்படி ஆயிற்று. அதற்கு முன்னும் சில வகுப்புகளில் ஒவ்வொரு வருசம் தங்கித்தான் வந்தான். கால்களில் எல்லாம் ரோமம் வளர்ந்து பெரிய பையனாகத் தெரிந்தான். பேண்ட் போட்டுக் கொள்ளலாம் என்றால் 'ஏழாம் வகுப்புப் பசங்கெல்லாம் ட்ராயர்தான் போடணும். பேண்ட் போட்டா அடங்க மாட்டீங்கடா' என்று ஆசிரியர் சொல்லி விட்டார். ஒன்பதாம் வகுப்பிலிருந்துதான் பேண்ட் போட அனுமதி இருந்தது.

தொடை தெரிய டிராயர் போட்டுக்கொண்டுசின்னப் பையன்களோடு சேர்ந்துஉட்கார அவனுக்குப் பிடிக்கவில்லை. இனிமேல் பள்ளிக்கூடம் போக மாட்டேன் என்று பிடிவாதம் செய்தான். போய்த்தான் ஆக வேண்டும் என்பது அம்மாவின் பிடிவாதம். அவன் முழுநாள் சாப்பிடாமல் இருந்தான். சொல்லாமல் ஓடி ஒளிந்து ஒருநாளை ஓட்டினான். அம்மா தன் பிடிவாதத்தை விட்டார். இந்த முடி வெட்டும் வேலையைத் தவிர வேறு ஏதாவது பார்க்கட்டும் என்றார். அவன் அப்பனுக்கோ குலத்தொழில் தெய்வம். அதையே செய்யட்டும் என்றார். எப்போதும் அழிவில்லாத தொழில். எங்கே போனாலும் பிழைத்துக்கொள்ள வாகான தொழில். 'மனுசனுக்கு மயிர்

மொளைக்கற வரைக்கும் இந்தத் தொழில் இருக்கும்' என்பது அவர் மந்திரம்.

அவனுக்கும் முடி திருத்துவதில் மிகவும் ஆர்வமாக இருந்தது. படம் வரைவதில் அவனுக்கு ஈடுபாடு உண்டு. கையெழுத்தும் அச்சு அச்சாக வரும். பள்ளிக்கூடத்தில் ஏதாவது எழுதவும் வரையவும் அவனைத்தான் அழைப்பார்கள். ஓவிய ஆசிரியர் 'நீ எப்படியாச்சும் படிச்சு பத்தாவது பாஸ் பண்ணீரு, அது போதும். உன்னய ஓவியப் படிப்புக்கு அனுப்பறன்' என்று ஆசை காட்டுவார். அவனால் அதை நிறைவேற்ற முடியவில்லை. அவன் ஓவியத் திறமைக்கு முடி திருத்தும் வேலை வாகாகத்தான் இருந்தது. முதலில் அவன் கையில் கத்திரியை அப்பன் கொடுக்கவில்லை. அவர் முடி வெட்டும்போது வெறுமனே பார்த்துக் கொண்டிருக்கச் சொன்னார். தலையின் அமைப்பும் அதைச் சுற்றிச் சுற்றி வரும் கத்திரியும் அவனுக்குக் காட்சியாகின. உட்கார்ந்திருப்பவர் தலையை ஏன் அப்பன் இந்தத் திருப்புத் திருப்புகிறார் என்று அவனுக்குத் தோன்றும். இருக்கும் நிலையில் அப்படியே இருக்க வைத்து அழகாகக் கத்திரியை ஓட்டலாமே என நினைத்தான். அப்பனிடம் சொல்ல முடியாது. ஒவ்வொரு தலையும் கரடுமுரடான ஒரு கல் போல அவன் கண்ணுக்குத் தெரிந்தது. கொஞ்சம் செதுக்கி வடிவாக்குதல்தான் முடிவெட்டுதல் என்று புரிந்து கொண்டான்.

பார்த்துக் கொண்டேயிருப்பது அவனுக்குச் சலித்த சமயத்தில் அப்பன் கத்திரியை அவன் கையில் கொடுத்தார். சின்னப் பையன் ஒருவன் தனியாக வந்து மாட்டிய போது அவன் தலையில் இஷ்டப்படி விளையாட விட்டார். வெறுங்கையில் ஏற்கனவே கத்திரியைப் பிடித்துக் காற்றில் வெட்டிப் பழகிய பயிற்சி இப்போது அவனுக்கு உதவியது. பையனின் தலையைத் திருப்பாமலே பெருமளவு வெட்டிவிட்டான். ஒருகட்டத்தில் என்ன செய்வதென்று தெரியாமல் நின்றபோது கத்திரியை வாங்கிய அப்பா சில நிமிடங்களில் வடிவாக்கினார். இப்படிச் சில நாட்கள். பிறகு பெரியவர்களுக்கு ஷேவிங் மட்டும் செய்தான்.

மீசையைக் கத்திரிப்பதுதான் கஷ்டமாக இருந்தது. ஒவ்வொருவருக்கும் ஒவ்வொரு வகையாக மீசை மேல் ஆசை. அவரவர் விருப்பம் அறிந்து சரிசெய்ய வேண்டும். சிலர் மீசை மீது கையை வைத்து நீவிப் பார்த்துப் பார்த்து இப்படி அப்படி என்று சொல்லிக் கொண்டே இருப்பார்கள். பிறகு பெரியவர்களுக்குக் கிராப்பு வெட்டத் தொடங்கினான். ஒருவழியாகத் தொழில் அவனுக்குப் பிடிபடச் சில மாதங்கள் ஆகின. பிறகு அவன் அப்பன் இல்லாத சமயங்களிலும் அவன் கடையில் இருக்க ஆரம்பித்தான். அவனை நம்பித் தலையைக் கொடுத்தார்கள்.

ஆனால் இளைஞர்கள் யாரும் அவனை நம்பி வரவில்லை. தன் வயதொத்த பையன்களுக்கு வெட்டினால் விதவிதமாக வெட்டலாம். அதற்கு வாய்ப்பில்லை என்பது அவனுக்குப் பெரிய ஏக்கமாக இருந்தது. பள்ளிக்கும் கல்லூரிக்கும் போகும் பெரிய பையன்கள் மட்டுமல்ல, ஊரிலேயே இருந்து விவசாயம் பார்க்கும் பையன்களும் வரவில்லை. பெரியவர்களுக்கும் குழந்தைகளுக்குமான கடையாக அப்பனின் கடை பெயர் வாங்கி வைத்திருந்தது.

அவன் அப்பனிடம் கற்றுக் கொண்டாலும் அவன் பாணி தனியாக இருந்தது. அவன் தந்தை தன் கையில் கிடைத்த தலையை இப்படியும் அப்படியுமாகத் திருப்புவார். பந்தைக் கையில் உருட்டி விளையாடுவது போல அவர் காட்டும் அந்த வித்தையை அவன் செய்யவில்லை. அப்பன் வேலை முடிந்ததும் பலரும் தலை இருக்கிறதா என அந்த ரசம் போன கண்ணாடியில் பார்த்த பிறகுதான் நிம்மதியாகச் செல்வார்கள். முருகேசுவிடம் தலை கொடுத்து விட்டால் அவன் என்ன செய்கிறான் என்பதே தெரியாது. பூவைத் தொடுவது போலத் தீண்டல். கத்திரியும்கூட சத்தம் எழுப்பாது. கண்ணை மேலே தூக்கிப் பார்த்தால் கத்திரி நகர்வது மின்னல் போலத் தெரியும். தூங்கி எழுவது போல அத்தனை திருப்தியோடு தலையை மீட்டுக்கொண்டு போகலாம். மிகச் சீக்கிரத்திலேயே அப்பனுக்கும் மகனுக்குமான வேறுபாட்டை அவ்வூர் கண்டு கொண்டது. 'சின்னப்பையன் சுறுசுறுப்பா வெட்டுவான். அவன உட்டுட்டு நீ அப்பிடி மரத்தடியில போயி உக்காரப்பா' என்று சில பெரியவர்கள் சொன்னார்கள். ஊருக்குத் தன் மேல் அத்தனை அக்கறை இருப்பதை அவன் அப்பா மெச்சிக்கொண்டார்.

முருகேசுவுடன் ஒரே பள்ளியில் படித்தவன், அவனோடு ஏதோ ஒரு வகுப்பில் ஒன்றாக அருகருகே உட்கார்ந்திருந்தவன், இப்போது கல்லூரியில் சேர்ந்திருந்தான். அவனை ஒருமுறை பேருந்து நிறுத்தத்தில் பார்த்தபோது நலம் விசாரித்தான். 'உனக்கென்னடா, இருந்த எடத்துல தலையக் குடுக்க ஆளுங்க வர்றாங்க' என்றான் நண்பன். அப்படி நண்பன் கேலியோடும் ஆதங்கத்தோடும் சொன்னதும் உரிமையோடு 'ஆளுங்க வர்றாங்க செரி, நீ ஏண்டா எங்கிட்ட முடிவெட்டிக்க வர மாட்டீங்கற?' என்று முருகேசு கேட்டான். அந்த நண்பன் தலை நவீன கிராப்பில் இருந்தது. பக்கங்களில் ஏதேதோ டிசைன்கள். முருகேசு அப்படிக் கேட்டதும் நண்பனுக்கு ஒரே சிரிப்பு. அடங்காத சிரிப்போடு 'எனக்கெல்லாம் நீ வெட்ட முடியாதுடா' என்றான். 'எந்த டிசைன்னாலும் நான் வெட்டிருவன்' என்று நம்பிக்கையோடு முருகேசு சொன்னான்.

ஏதோ ஒரு படத்தைச் செல்பேசியில் காட்டி 'இது போல உன்னால வெட்ட முடியுமா?' என்று அவனிடம் கேட்டான்.

அது சமீபத்திய திரைப்படத்தில் அவனுக்குப் பிரிய நாயகன் வைத்திருந்த ஸ்டைல். அந்தப் படத்தை முருகேசுவும் பார்த்திருந்தான். அந்த ஸ்டைல் பற்றியும் மனதில் யோசித்து வைத்திருந்தான். அதைச் செயல்படுத்திப் பார்க்கும் வாய்ப்பு அவனுக்கு இத்தனை சீக்கிரம் அமையும் என்று நினைக்கவில்லை. உடனே 'இது என்ன பிரமாதம். வெட்டீரலாம்' என்று சொல்லிவிட்டான் முருகேசு. எனினும் நண்பனுக்கு நம்பிக்கை வரவில்லை. 'தலய வெளீல காட்ட முடியாத மாதிரி பண்ணீராத' என்றான். 'வா பாத்துக்கலாம். உனக்குப் பிடிக்கலைன்னா பணமே வேண்டாம்' என்று நம்பிக்கை கொடுத்தான். 'பணம் வேண்டாம் சரி. அப்பறம் தலய என்ன பண்றது?' என்று நண்பன் கேட்டான். 'நீ கேக்கற மாதிரி அச்சுப் மாறாத செஞ்சிருவன், வா' என்று அழைத்தான். தலையைக் கொடுக்கலாமா வேண்டாமா எனக் குழப்பமாக இருந்தது நண்பனுக்கு. சில நிமிசக் குழப்பம் தீர்ந்து 'செரியா வெட்டலீன்னா காசு குடுக்க மாட்டன். அதோட டவுன்ல போயி வெட்டிக்கற செலவயும் நீதான் குடுக்கோணும்' என்றான். 'செரியா வெட்டீட்டா பத்து ரூபா சேத்துக் குடுத்திரனும்' என்று முருகேசுவும் நிபந்தனை போட்டான்.

போட்டியில் முருகேசுவே வென்றான். கிட்டத்தட்ட என்ன, அப்படியே அச்சு அசல் அந்தப் படத்தில் காட்டிய பிரிய நடிகன் மாதிரியே தலையை வடிவமைத்துவிட்டான். சுற்றிலும் வாய்க்கால் வரப்பைச் சுரண்டி எடுத்துவிட்டு மேல் பகுதியில் மட்டும் புற்களை நீள விடும் காட்சி அவன் அப்பனுக்கு நினைவு வந்தது. மறைவாகத் தலையில் அடித்துக் கொண்டார். நண்பனுக்கு வெகு திருப்தி. சொன்னது போலவே பத்து ரூபாயைக் கூடுதலாகக் கொடுத்துப் போனான். நண்பனால் பரப்பப்பட்ட செய்தி ஊர் முழுக்கச் சென்று பதின்வயதுப் பையன்கள் எல்லோரும் முருகேசுவை நோக்கி வர ஆரம்பித்தார்கள். இந்த வெட்டுக்கு நகரத்தில் வாங்குவதைவிட இங்கே ஐம்பது ரூபாய் குறைவு என்பதும் எல்லோருக்கும் சந்தோசம்.

தன் கடைக்கு ஊர் இளைஞர்கள் எல்லோரும் வருவதைக் கண்டும் வருமானம் கூடியதைப் பார்த்தும் முருகேசுவின் அப்பனுக்கும் மகிழ்ச்சியாக இருந்தது. பையன் பிழைத்துக் கொள்வான் என்னும் நம்பிக்கையும் ஏற்பட்டது. இளைஞர்கள் வந்தால் முருகேசுவும் பெரியவர்கள் வந்தால் அவன் அப்பனும் முடி திருத்துவது என்பது விதியாயிற்று. பக்கத்து கிராமங்களில் இருந்தும் சிலர் வந்தார்கள். சுத்துப்பட்டிக் கிராமங்களுக்கு மையமாக

இருந்த பேரூராட்சி ஒன்றில் கடை வைத்தால் வசதியாக இருக்கும் என்று எல்லோரும் சொன்னார்கள். கடை பிடிக்க வேண்டும், முன்பணம் கொடுக்க வேண்டும், மாத வாடகைக்கு வருமானம் வர வேண்டும், எல்லாம் சாத்தியமா என்பதில் அவன் அப்பனுக்குத் தயக்கம் இருந்தது. முன்பு ஐந்து பேர் வந்த இடத்தில் இப்போது பத்துப்பேர் வருகிறார்கள் என்பதே அவருக்குப் போதுமானதாக இருந்தது. அப்படிப் பெரிய ஊரில் கடை வைக்க முருகேசுவுக்கு ஆசைதான். எப்போதுமே நடக்குமோ அப்போது நடக்கட்டும் என்று பேசாமல் இருந்தான். மற்றபடி எல்லாம் சுமுகமாகவே போயிற்று.

அன்றைக்கு மத்தியான நேரத்தில் கிழவர் ஒருவர் வந்தார். அப்போது கடையில் முருகேசுவின் அப்பாதான் இருந்தார். 'எங்கடா உம் பையன் இல்லையா?' என்று கிழவர் கேட்டார். 'சாப்பிடப் போயிருக்கறான். வாங்க, வந்து உக்காருங்க' என்றார் நாற்காலியைத் தட்டித் துடைத்தவாறே முருகேசுவின் அப்பன். சற்றே தயக்கத்துடன் கிழவர் உள்ளும் வெளியும் பார்த்தார். 'அப்பறம் வர்றனே' என்றார். 'வந்ததும் வந்திட்டீங்க. ஒக்காருங்க, அஞ்சு நிமிசத்துல வெட்டீர்றன்' என்றார் அவன் அப்பன். 'இல்ல வெயிலா இருக்குது. சாயந்திரம் வர்றன்' என்று கிளம்பப் பார்த்தார். அப்பன் விடவில்லை. 'அட வாங்க, வெட்டிக்கிட்டுப் போயித் தண்ணி வாத்துக்கத்தான போறீங்க. வெயில்ல குளுக்குளுன்னு தண்ணி ஊத்துனா நல்லா இருக்கும். சாயந்திரம்னா குளிரெடுத்துரும்' என்று விடாமல் அழைத்தார்.

இத்தனைக்குப் பிறகு உண்மையைச் சொல்லியாக வேண்டிய கட்டாயம் கிழவருக்கு நேர்ந்துவிட்டது. 'சாயந்திரம் வந்து நெதானமா உம்பையங்கிட்ட வெட்டிக்கறனே. எம்பேரன் சொல்லி உட்டான், முருகேசுகிட்ட வெட்டிக்கிட்டு வா தாத்தா, தலச்சுளுக்கு வராது, பூவாட்டம் வெட்டுவான்னான். அதான் இந்தத் தடவ உம்பையங்கிட்ட வெட்டிப் பாக்கறன். உங்கிட்டத்தான் வருசக் கணக்கா வெட்டிக்கிட்டு இருக்கறன். நான் சின்னப்பையனா இருந்தப்பா உங்கப்பங்கிட்டக்கூட வெட்டியிருக்கறன. இப்ப உம்பையங்கிட்டயும் வெட்டிப் பாத்தர்றன். செரி, அப்பறம் சாயங்காலமாப் பையன் இருக்கும்போது வர்றன், இல்லைனா நாளைக்குக் காத்தால வர்றன்' என்று சொல்லிக்கொண்டே போய்விட்டார்.

அரச மரத்தடியில் வந்து உட்கார்ந்த அவன் அப்பன் நெடுநேரம் தலையைக் குனிந்தவாக்கில் இருந்தார். அந்த வெயில் நேரத்தில் அரச மரத்தடி அத்தனை அமைதியாக இருந்தது. ஆட்கள் யாரும் இல்லை. பறவைகளின் சத்தமும் இல்லை.

எல்லாம் உறைந்துவிட்டது போலவும் தான் மட்டும் தனியாக உட்கார்ந்திருப்பது போலவும் தோன்றியது. பிறகு கடையைப் பூட்டிவிட்டு வீட்டுக்குக் கிளம்பினார்.

வீடேறியதும் உள்ளே பார்த்தார். சாப்பிட்ட மயக்கத்தில் முருகேசு உறங்கிக் கொண்டிருந்தான். கூரை மின்விசிறி போதாமல் மேஜை மின்விசிறி ஒன்றையும் தலைமாட்டில் வைத்துக்கொண்டு ஆழ்ந்து தூக்கம். அவனையே உற்றுப் பார்த்தார். ஒரு பெருமூச்சு மட்டும் அவரிடம் இருந்து வந்தது. தூங்கும் மகன் எழுந்துவிடக் கூடாது என்னும் எச்சரிக்கையோடு குசுகுசுப்பாகப் பேசிக்கொண்டே அவன் அம்மா சோற்றைப் போட்டார். வட்டிலில் சோற்றை அளைந்துகொண்டே அவன் அம்மாவிடம் அப்பன் சொன்னார்.

‘உம்மவனுக்குக் கொராக்கி இருக்குது. தொழில நல்லாக் கத்துக்கிட்டான். இன்னமே தனியாவே சமாளிச்சிருவான். அந்த ஊர்ல கடைக்கு நல்ல எடமாப் பாக்கச் சொல்லு. கொஞ்சம் செலவானாலுஞ் செரி, கடன ஒடன வாங்கி வெச்சுக் குடுத்தர்லாம். நாளையில இருந்து கடைக்கு வர வேண்டாம், அந்த வேலயப் பாக்கச் சொல்லு.’

02–04–20

✦

சிரிப்பு

முருகேசுக்குக் கல்யாணம் முடிவாகியிருந்தது. கல்யாணத்திற்கு இன்னும் பதினைந்து நாட்கள் இருந்தன. உடன் வேலை செய்பவர்கள், முன்னர் வேலை செய்தவர்கள் என ஐந்து நண்பர்களுக்கு அவன் விருந்து கொடுக்க வேண்டியிருந்தது. எப்படியாவது தவிர்க்கலாம் என்று நினைத்தது நடக்கவில்லை. 'கல்யாணத்துக்கு அப்பறம் பெரிசா வெச்சுக்கலாம்' என்று ஒருமுறை சொல்லிவிட்டான். உடனே ஜாடை பேச ஆரம்பித்தார்கள். 'மத்தவன் வாங்கிக் குடுத்தாச் சப்பிக்கிட்டுக் குடிப்பானுங்க. தான்னா மட்டும் தவண சொல்லுவானுங்க' என்று அவனுக்குக் கேட்கும்படி ஒருவன் பேசிவிட்டான். உடனே 'வாங்கடா, இன்னைக்கே போலாம், எவ்வளவு வேண்ணாலும் குடிச்சிக்குங்கடா, வேணுங்கறதச் சாப்பிட்டுக்கங்கடா, வாங்கடா' என்று கோபத்துடன் முருகேசு சொன்னான். அதில் ஒருவன் சமாதானம் பேசி 'உன்னயச் சொல்லலடா, பொதுவாச் சொன்னான்' என்றெல்லாம் சொல்லிக் கடைசியில் அந்த வாரச் சம்பள நாளன்று விருந்து என்று முடிவாயிற்று.

முருகேசு காரவேலை செய்தான். அந்தச் சிறுநகரத்திலிருந்து பத்துக் கல் தொலைவில் அவனுடைய ஊர். அவனுக்கு அழகாக உடை அணிவது பிடிக்கும். பல வண்ணங்களில் அணிவான். அத்தனை பொருத்தமாக இருக்கும். ஓராண்டு கல்லூரியில் படித்தான். அப்போதே அவன் உடை அணியும் தினுசைப் பலரும் பாராட்டுவார்கள்.

பெருமாள்முருகன்

ஆர்வமாகத்தான் கல்லூரிக்குப் போனான்.இயற்பியல் துறையில் இளம் அறிவியல் படித்தான். படிப்பது அவனுக்குப் பெரிய கஷ்டமாக இருந்தது. ஆனால் குடும்பத்திற்கு அவன் சம்பாத்தியம் வேண்டியிருந்தது. விடுமுறை நாட்களில் வேலைக்குப் போய்க் கொண்டிருந்தவனுக்கு அவன் வேலைத்திறன் காரணமாக அதிகமான கிராக்கி ஏற்பட்டது. கை நிறையச் சம்பளம் கிடைத்தது. பையன் சம்பாதிக்கிறான் என்பதால் வீட்டில் எல்லோரும் கொஞ்சம் ஆசுவாசம் ஆனார்கள். அதற்காக வேலைக்குப் போய்விடுவான். வேலை இல்லாத நாட்களில்தான் கல்லூரியை எட்டிப் பார்ப்பான்.

கலைப்பாடங்களை எடுத்துப் படித்த மாணவர்கள் எப்போதாவது கல்லூரிக்குப் போவது பிரச்சினையாக இல்லை. அறிவியல் மாணவர்களுக்குச் செய்முறை வகுப்பு, பதிவேடு என்று பல வேலைகள் இருந்தன. எல்லாவற்றையும் சரியாகச் செய்தாலும் தினமும் கல்லூரிக்கு வர வேண்டும் என்று நிர்ப்பந்தம் செய்தார்கள். போகும் போதெல்லாம் யார் முன்னாலாவது வெகுநேரம் நிற்க வேண்டியிருந்தது. 'இனிமேல் இப்படியாகாது' என்று விதவிதமாக எழுதிக் கொடுத்தான். ஒருமுறை 'எம் மூஞ்சியில முழிக்காத. அப்படியே போயிரு' என்று ஓர் ஆசிரியர் கடுமையாகத் திட்டினார். 'இனி படிப்பாவது மயிராவது' என்று முடிவு செய்து அப்படியே கிளம்பி வந்தவன் மீண்டும் கல்லூரியை எட்டிப் பார்க்கவில்லை. அவன் அப்பாவும் 'வேலைக்குப் போவாட்டிப் போவுது. எப்படியோ நாங்க சமாளிச்சுக்கறோம். படிக்கப் போடா' என்றார். 'இன்னமே அந்த நாயி மூஞ்சில முழிக்க மாட்டன்' என்று ஒரே வீம்பாகச் சொல்லிவிட்டான்.

காரவேலையில் வேலைப்பாடு செய்வதில் அவன் திறமை பெற்றிருந்தான். செங்கல்லை வைத்துக் கட்டுவதும் சுவரைப் பூசுவதும் சாதாரண வேலைகள். அவற்றை யார் வேண்டுமானாலும் செய்யலாம். சுவர் ஓரங்கள், ஜன்னல் ஷேடுகள், வாசல் கேட் தூண்கள், முன்பக்கத் தோற்றம் ஆகியவற்றில் எல்லாம் விதவிதமான வேலைப்பாடுகள் செய்ய வேண்டியிருக்கும். அது நுட்பம் மிகுந்த கைக்கே வரும். அவன் இயல்பில் அழகுணர்ச்சி படிந்திருந்ததால் வேலைப்பாடுகளைச் சாதாரணமாகச் செய்தான். எதிர்பார்ப்பைவிட நேர்த்தியாக அவன் வேலை இருக்கும். வீட்டுச் சொந்தக்காரர்கள் சந்தோசமானார்கள். எல்லா வேலைப்பாடுகளையும் அவனே செய்ய வேண்டும் என்றார்கள்.

பொதுவாக அந்த வேலைக்கு ஆள் கிடைப்பது கடினம். ஆகவே அவனைப் பலரும் அழைத்தார்கள். காரவேலையில் மற்றவை போல அரிபரியாக இதைச் செய்ய வேண்டியதில்லை. நிதானமாகச் செய்யலாம். வெகுநேரம் எடுத்துக் கொண்டாலும் யாரும் ஒன்றும்

சொல்ல மாட்டார்கள். வேலைப்பாடு நேர்த்தியாக வந்தால் போதும். மேஸ்திரிகள் அவனை மரியாதையாக நடத்தினார்கள். பொறியாளர்கள் அவனிடம் தம் எண்ணத்தைப் பொறுமையாக விவரித்தார்கள். கை நிறையச் சம்பளமும் கிடைத்தது. ஒரு மேஸ்திரிக்குக் கிடைப்பதை விடவும் நூறு இருநூறு கூடுதல். வேலை நேரத்தில் வருவதும் போவதும் முன்னப்பின்ன இருந்தாலும் சகித்துக் கொண்டார்கள். என்றைக்கு வேண்டுமானாலும் விடுப்பு எடுத்துக்கொள்ளலாம். வேலையை அவன் விருப்பமாகச் செய்தான். ஈடுபட்டுவிட்டால் அதிலிருந்து அவனைக் கலைக்க முடியாது. சம்பளம், நேரம் உட்பட எல்லாவற்றையும் வசதியாக உணர்ந்தான்.

வீட்டிலிருந்து புறப்படும்போது நேர்த்தியாக உடை அணிந்துகொண்டு தோளில் ஒரு பையை மாட்டிக்கொள்வான். ஐந்தாறு வகையான தோற்பைகள் வைத்திருந்தான். தன் ஆடையின் வண்ணத்திற்கு ஏற்பப் பையையும் வைத்திருப்பான். தோளில் மாட்டும் பையைத் தவிர்த்து முதுகில் மாட்டும் பைகளையே கொண்டு செல்வான். ஏதோ அலுவலக வேலைக்குப் போகிறவன் போலவே தோன்றும். வெளுத்துப் போன பேண்டும் சட்டையும் பைக்குள் இருக்கும். கூடவே சாப்பாட்டுப் போசி. வேலையிடத்துக்குப் போனதும் சட்டை பேண்டைக் கழற்றி மடிப்புக் கலையாமல் வைத்துவிட்டு வெளுத்துப் போனதை அணிந்துகொள்வான். சாயங்காலம் ஐந்து மணிக்கு வேலை முடிந்து கிளம்பும்போது பழைய உடைக்கு மாறுவான். அப்போதுதான் குளித்து முடித்து வெளியே கிளம்பிப் போகிறவன் போலத் தோற்றம் இருக்கும்.

ஆள் அப்படி இருந்தாலும் அவனுக்குப் பெண் கிடைப்பது கொஞ்சம் கஷ்டமாகத்தான் இருந்தது. காரவேலை செய்பவரைப் பற்றி மக்களிடத்தில் நல்ல அபிப்ராயம் இல்லை. ஒழுங்காக வேலைக்குப் போகமாட்டார்கள், வாங்கும் சம்பளத்தை ஓரிரு நாளில் செலவழித்து விடுவார்கள், பான்பராக் போடுவார்கள், தினசரி குடிப்பார்கள் என்றெல்லாம் சொன்னார்கள். அவன் அப்படிப்பட்டவன் அல்ல என்றாலும் அது யாருக்கும் தெரியவில்லை. நம்பவும் மறுத்தார்கள். சம்பளத்தை அப்படியே அம்மா கையில் கொடுத்துவிட்டுச் செலவுக்குக் கேட்டு வாங்கிக் கொள்ளும் நல்ல பையனாக இருந்தான். புகை, பாக்கு ஏதுமில்லை. வேலையிடத்தில் பதினொரு மணிக்கும் நான்கு மணிக்கும் கொடுக்கும் டீயை மட்டும் குடிப்பான். அதுவும் நல்ல டீயாக இல்லை என்றால் அப்படியே வைத்துவிடுவான்.

வாரச் சம்பளம் போடும் சனிக்கிழமைகளில் நண்பர்களோடு சேர்ந்து ஒரே ஒரு பீர் குடிப்பான். எப்போதாவது பிராந்தி.

அதுவும் கொஞ்சமாகத்தான். மற்றபடி இதுபோல ஏதாவது விருந்து நடந்தால் ஓரிரு மிடறு கூடுதலாகும். அவ்வளவுதான். மதுவில் அவனுக்கு நாட்டமில்லை. ஆனால் நிலைமை அப்படி. மதுவில் கலந்து கொள்ளவில்லை என்றால் இன்றைக்கு நண்பர்கள் இல்லை. ஏளனமும் ஒதுக்கலும் புறக்கணிப்பும் இருக்கும். வேலையிடத்தில் இயல்பாக இயங்க முடியாது. அதனால் தீர்த்தம் போல வாங்கி ஒரு மிடறு உறிஞ்சிவிட்டுத் தலையில் தெளித்துக் கொள்வதற்குப் பதிலாகக் கீழே உதறினான். பீர் நல்ல குளிர்ச்சியாக இருந்தால் குடிக்கப் பிடிக்கும். அதற்காகவே விலை அதிகம், அளவு குறைவு என்றாலும் டின்பீர் வாங்கிக் கொள்வான். அப்பேர்ப்பட்ட தங்கமான பையனாக முருகேசு இருந்தபோதும் கல்யாணத்திற்குப் பெண் கிடைக்கவில்லை. வீட்டில் பார்த்துச் சலித்தார்கள். அவன் அப்பா 'வேலைக்குப் போற எடத்துல எதுனா ஒன்னப் புடிச்சாடா' என்று சொல்ல ஆரம்பித்திருந்தார். 'ஆடா மாடா போற எடத்துல புடிச்சாரதுக்கு? பையனுக்குச் சொல்லிக் கொடுக்கற லட்சணத்தப் பாரு' என்று அம்மா அவரைத் திட்டுவார். 'எல்லாம் அவனுக்குன்னு ஒருத்தி இருப்பா' என்றும் சொல்வார். இருபத்திரண்டு வயதாகிவிட்டது. கேட்கும் சொந்தக்காரர்களுக்குப் பதில் சொல்ல முடியவில்லை.

ரொம்ப நாள் பழக்கமான ராசு மேஸ்திரிக்கு அவன் மேல் கவனம் விழுந்தது. அவர் வேலை செய்யும் பல இடங்களில் அவனும் போய் வேலை செய்திருக்கிறான். வேலை நேர்த்தி, தனிப்பட்ட குணம் எல்லாவற்றையும் அவர் கவனித்திருந்தார். அவன் போட்டுக்கொண்டு வரும் ஆடைகளும் அவர் கவனத்தை ஈர்த்தன. எந்தப் பெண்ணுக்கும் பார்த்தவுடன் பிடித்துவிடும். அளவான உயரத்தில் மாநிறத்தில் இருந்தான். அவர் வேலை செய்த இடங்களில் வேலைப்பாட்டு ஆள் தேவைப்பட்ட போது அவனையே அழைத்தார். ஒரே சாதிதான். சாதியை வெளிப்படுத்திக் கொஞ்சம் நெருக்கமும் காட்டினார். அவனுடைய சொந்தங்களின் வேர் பிடித்து அவருடைய சொந்தங்களின் வேரையும் அதோடு இணைத்து 'ஒருவகையில் சொந்தம்' என்று காட்டிக் கொண்டார். அவனுக்கும் 'இவர் நம்ம ஆள்' என்றொரு எண்ணம் வந்திருந்தது. அவனுக்குப் பெண் பார்க்கும் விஷயமும் தெரிந்திருந்தது.

அவருக்கு நான்கு பெண்கள். இரண்டு பெண்களுக்குக் கல்யாணம் செய்திருந்தார். மூன்றாவது மகளுக்குப் பார்த்துக் கொண்டிருந்தார். முருகேசு பொருத்தமானவனாகப் பட்டான். பையனுக்கு ஒன்றும் வசதியில்லை. சிறிய வீடு இருக்கிறது. அக்காக்களைக் கட்டிக் கொடுத்தாயிற்று. அவனும் அப்பா அம்மாவும்தான். அப்பாவும் அம்மாவும் காட்டு வேலைகளில் கிடைத்ததைச் செய்தார்கள். சாப்பாட்டுக்கும் துணிமணிக்கும்

கஷ்டமில்லை. பையன் நல்ல வேலைக்காரன். எப்படியும் சம்பாதித்துக் குடும்பத்தைக் காப்பாற்றிவிடுவான். அவரது மூன்றாவது பெண் பட்டப்படிப்பு படித்துக் கொண்டிருந்தாள். மூன்றாவது வருசம் முடியப் போகிறது. தேர்வுகள் முடிந்ததும் கல்யாணம் வைத்துவிடலாம் என்னும் நோக்கத்தில் மாப்பிள்ளை பார்த்தார். அவர் மனதுக்குப் பிடித்த வகையில் ஏதும் அமையவில்லை.

முருகேசு பொருத்தமானவனாகப் பட்டான். பெண்ணும் படித்திருக்கிறாள். நகரத்தில் ஏதேனும் ஒரு கடைக்கு வேலைக்குப் போனாலும் மாதம் நான்காயிரம், ஐந்தாயிரம் சம்பாதித்து விடுவாள். ஒன்றும் பிரச்சினை இருக்காது. இப்படிப் பலவிதக் கணக்குகளைப் போட்டு அந்த நோக்கத்தில் அவனை ஒருநாள் அவர் வீட்டுக்கும் அழைத்துப் போனார். அவரது மூன்றாவது பெண் அவனுக்குத் தண்ணீரும் டீயும் கொடுத்தாள். 'இன்னம் ரண்டு மாசந்தான் இருக்குது பரிட்சைக்கு. வைகாசில கல்யாணம் வெக்கலாம்னு பாக்கறன்' என்று அவனிடம் சொன்னார். அவர் நோக்கம் புரியவில்லை என்றாலும் அந்தப் பெண்ணை அவனுக்குப் பிடித்திருந்தது.

அவர் மேஸ்திரியாக இருந்ததால் தானே கொஞ்சம் கொஞ்சமாக வீட்டைக் கட்டியிருந்தார். நான்கு பெண்களும் மாப்பிள்ளைகளோடு ஒருசேர வந்தால் தங்கிக் கொள்ள வசதியாக வடிவமைக்கப்பட்ட வீடு. அவர் வேலைக்குப் போகும் வீடுகளில் கட்டிட வேலை முடிந்ததும் சில பொருள்கள் மிச்சமாகும். செங்கல், ஜல்லி, மணல் ஆகியவை கொஞ்சமேனும் கிடக்கும். வீட்டுக்காரர்களிடம் கேட்டு அதைக் குறைந்த விலைக்கு வாங்கிக்கொள்வார். சில வீட்டுக்காரர்கள் அவர் கேட்கையில் இல்லை என்று சொல்லாமல் சும்மாவே எடுத்துக்கொண்டு போகச் சொல்லிவிடுவார்கள். சிமிட்டிச் சாக்கில் கட்டி எடுத்துத் தன் டிவிஎஸ் எக்செல் வண்டியில் வைத்துக் கொண்டு வந்து விடுவார். அப்படிக் கொஞ்சம் கொஞ்சமாகப் பொருள் சேர்த்து அவரே கட்டிய வீடு. ஒவ்வொரு பகுதியையும் காட்டி விவரம் சொன்னார். இன்னும் கொஞ்சம் வேலைப்பாடு நன்றாக இருந்திருக்கலாம் என்று அவனுக்குப் பட்டது. ஆனால் சொல்லவில்லை.

இன்னும் சில மனைகளும் வைத்திருப்பதாகத் தெரிந்தது. ஒரு பெண்ணுக்கு ஒரு மனை என்னும் கணக்கு. பெண் திருத்தமாகவும் சிரித்த முகத்தோடும் இருந்தாள். அவன் முகம் பார்த்துப் பேசினாள். அவனுக்குத்தான் கூச்சமாக இருந்தது. மற்றபடி எளிமையாகக் கல்யாணம் செய்யும் அளவுக்குப் பணம் வைத்திருந்தார். எல்லாவற்றையும் அவன் கேட்காமலே

சொல்லிக் கொண்டிருந்தார். மேஸ்திரி வேலையில் இந்த வசதி இருப்பது பெரிய விஷயம். பொறுப்பான ஆளாக இருந்தால்தான் இதையெல்லாம் ஏற்படுத்த முடியும். அவர் ஒவ்வொன்றையும் சொல்லச் சொல்ல அவனுக்கு வெட்கமாக இருந்தது. அவ்வப்போது வெட்கப் புன்னகையோடும் தலைகுனிந்து 'ம்' போட்டும் கேட்டுக் கொண்டான். அவன் தான் மாப்பிள்ளை என்று பெண்ணுக்குச் சொல்லிவிட்டுத்தான் கூட்டி வந்திருப்பார் போல. அப்புறம் விரைவில் எல்லாம் முடிவாயிற்று.

கல்யாணத்திற்குத் துணிமணி எடுத்தாயிற்று. தாலி செய்யக் கொடுத்தாயிற்று. கோயிலில் கல்யாணம். அதன் அருகில் இருந்த சிறுமண்டபத்தில் சடங்குகளும் உணவும். கல்யாணத்திற்கு முன்னான விருந்து நச்சரிப்பை எத்தனையோ தவிர்க்கப் பார்த்தும் முடியவில்லை. ஒருவாரச் சம்பளம் காலியாகிவிடும் போலிருந்தது. வேறு வழியில்லை. அவனும் ஏற்கனவே இப்படிச் சில விருந்துகளில் பங்கெடுத்திருக்கிறான். அவை கல்யாண விருந்துகள் அல்ல. காதல் கைகூடியதற்கு விருந்து; பிறந்த நாளுக்கு விருந்து. ஒரு நண்பன் மட்டும் அவளுடைய அண்ணனுக்குக் கல்யாணம் முடிவாகித் தனக்கு வழி திறந்ததற்குச் சந்தோசப்பட்டு விருந்து கொடுத்தான். கொடுத்தவர்களுக்குத் திருப்பிக் கொடுத்துத்தானே ஆகவேண்டும்.

சம்பள நாளன்று மாலை ஏழு மணிக்கெல்லாம் டாஸ்மாக் பாருக்குப் போய்விட்டார்கள். நகரத்தின் வெளித்தள்ளி இருந்த அந்த பார் சிறிய கல்யாண மண்டபம் போலிருந்தது. மேலே தகர அட்டைக் கூரை. நாற்புறமும் திறந்திருந்ததால் மின்விசிறிக்குத் தேவையிருக்கவில்லை. சம்பள நாள் என்பதால் வழக்கத்தைவிட நல்ல கூட்டம். இரைச்சலும் சத்தமும் மிகுதி. வேண்டியதைக் கேட்டுப் பெறுவதே கஷ்டம். அந்தக் கூட்டத்திற்குள் நிம்மதியாகக் குடிக்க முடியாது என்பதால் உடனடியாகத் திட்டம் மாறியது.

ஐந்தில் ஒரு நண்பன் கொஞ்ச தூரத்தில் அறை எடுத்துத் தங்கியிருந்தான். வாங்கிக்கொண்டு அங்கே போய்விடலாம் என்று முடிவு செய்தார்கள். ஒரே வகை மதுவில் மூன்று முழுப் பாட்டில்கள் வாங்கினார்கள். அவ்வளவு தேவையில்லை என்று சொல்லத் தோன்றியது. சொன்னால் 'பிசினாரி' என்று சொல்லி மறுபடியும் பிரச்சினை வந்துவிடக் கூடாது என்பதால் பேசாமல் இருந்தான். போய்த் தொலைகிறது என்று விட்டான். நண்பர்களில் இன்னும் எவருக்கும் கல்யாணம் ஆகவில்லை. அடுத்தடுத்து ஆகும் நிலைதான். ஒவ்வொருவரும் இப்படி விருந்து கொடுக்க வேண்டும் என்றும் இன்னும் எப்படியெல்லாம் விருந்தை மேம்படுத்தலாம் என்றும் பேசிக்கொண்டு போனார்கள். வழியில் நொறுக்குகளும் உணவும் வாங்கிக் கொண்டார்கள். எல்லோரும் அறையிலேயே படுத்துக் கொள்ளலாம் என்பதாகவும் முடிவு.

அறை எடுத்திருந்த நண்பனும் கல்லூரி மாணவன். இரண்டு மாவட்டம் தள்ளி இங்கே வந்து கல்லூரியில் சேர்ந்திருந்தான். அந்தக் கல்லூரியில் யாரும் சேராத ஆங்கில இலக்கியத்தில்தான் அவனுக்கு இடம் கிடைத்தது. ஏதோ அதிர்ஷ்டத்தில் ஓரிரண்டு தாள்களில் தேர்ச்சி பெற்றிருந்தான். பட்டம் வாங்கப் போவதில்லை என்பது தெளிவு. அதனால் வேலையில் கவனம் செலுத்தினான். வீட்டுக்கும் ஓரளவு பணம் கொடுத்தான். தங்குவதற்கு அவன் எடுத்திருந்த அறைதான் அது. இன்னொரு நண்பனும் அவ்வறையில் இருந்தான். அவனையும் சேர்த்துக் கொண்டார்கள். இப்போது ஆறு பேர் ஆயிற்று. எல்லோரும் படுத்துக்கொள்ள வசதியாக அறையை ஒழுங்குபடுத்திவிட்டு உட்கார்ந்தார்கள். இரண்டு சுற்று வரைக்கும் எல்லாம் நன்றாகவே போனது. மற்றவர்கள் மூன்றாவது சுற்றைத் தொடங்கியபோது முருகேசு முதல் சுற்றை முடிக்கும் நிலையில் இருந்தான். அதைப் பார்த்த நண்பனின் பேச்சு முருகேசைக் கேலி செய்வதாகத் தொடங்கியது.

'டிசைன் வேல செஞ்சு செஞ்சு எல்லாத்திலயும் ஸ்லோதாண்டா நீ.'

'ஸ்லோவா இருந்தா மேஸ்திரிகளுக்கு வேணுன்னா புடிக்கும். பொண்ணுகளுக்குப் புடிக்காதுடா.'

'மேஸ்திரிக்குப் புடிச்சுத்தாண்டா பொண்ணுக் குடுக்கறாரு.'

'அதெல்லாம் பொண்டாட்டிக்குப் புடிக்கறாப்பல டிசைன் டிசைனாப் பண்ணீருவான்.'

'என்ன டிசைன்னாலும் வேகம் வேணுண்டா.'

'வேகமே விவேகம்.'

'அதெல்லாம் அவனுக்கு வேகம் வந்திரும்டா.'

இப்படிப் பேச்சு போய்க் கொண்டிருந்தது. நான்காவது சுற்றை முடித்த ஒருவன் பொட்டலத்தை எடுத்து வைத்துக்கொண்டான். முருகேசு இரண்டாவது சுற்றின் மத்தியில் அப்படியே நிறுத்தியிருந்தான். கேலிச் சொற்கள் அவன் முகத்தில் தீவிரத்தை உருவாக்கி விட்டிருந்தன. ஒருவன் சொன்னான்:

'இதோ பாரு... ரண்டாவதுலயே நிக்கறான். இவனுக்கு எங்கடா வேகம் வரும்?'

'எந்திரிக்கறதாவது வேகமா எந்திரிக்குமா?'

என்று இன்னொருவன் கேட்டதும் எல்லோரும் ஒருசேரச் சிரித்தார்கள். சிரிப்பு கூரையை மோதி மோதி முருகேசுவின் மேல் விழுந்து அப்படியே அழுத்தியது. முகம் சிவந்த முருகேசு

‘என்னடா இப்பச் செய்யனும்? இதக் குடிச்சுக் காட்டணும் அவ்வளவுதான?’ என்றவன் திறக்காமல் இருந்த ஒரு பாட்டிலைச் சட்டென்று எடுத்துத் திறக்க முயன்றான். அவனால் முடியவில்லை. அவர்களின் சிரிப்பு மேலும் அதிகமாயிற்று. ஒருவன் வயிற்றைப் பிடித்துக் கொண்டு விழுந்து விழுந்து சிரித்தான். ‘ஏண்டா தமாசு பண்ற? குடுடா’ என்று பிடுங்கிய ஒருவன் பட்டென்று திருகித் திறந்து நீட்டினான். கையில் வாங்கிய முருகேசு அப்படியே வாயில் கவிழ்த்தான். ‘அப்படியே ராவாக் குடிக்கறாண்டா’ என்றான் ஒருவன். ‘எவ்வளவுடா குடிப்பான்? நிறுத்தீருவான்’ என்றான் இன்னொருவன். இன்னும் இருவர் அப்படியே கீழே சாய்ந்தவாக்கில் சிரித்துக் கொண்டிருந்தார்கள். முருகேசு எப்போது நிறுத்தினான் என்று தெரியவில்லை. பாட்டிலைக் கீழே வைத்தவன் அப்படியே பின்னால் சாய்ந்து விழுந்ததுதான் தெரிந்தது. அப்போதும் அங்கே சிரிப்பு நிறகவில்லை.

01–04–20

✦

பரிகாரம்

முருகேசு இடக்கை மணிக்கட்டு அருகே சிறுகட்டோடு படுத்திருந்தான். கையைப் பிளேடால் அறுத்துக்கொண்டதில் பெருங்காயம். வெகுவாக ரத்தம் வெளியேறிவிட்டது. மயங்கிக் கிடந்தான். தொங்கிய கையும் கட்டிலடியே சிறுகுளமாய் உறைந்த ரத்தமும் கண்டு அம்மா கத்தியதும் தெருவே கூடிவிட்டது. அரசு மருத்துவமனையில் ஒருநாள் தங்கும்படி ஆயிற்று. இந்த முறை அறுப்பு ஆழம். ஒரு நரம்பு லேசாக அறுபட்டிருக்கிறது என்றும் அது தானாகவே சேர்ந்துவிடும் என்றும் மருத்துவர் சொன்னார். பிரச்சினை இருந்தால் காயம் குணமானதும் எக்ஸ்ரே எடுத்துப் பார்த்து முடிவு செய்யலாம் என்றார். இது தற்கொலை முயற்சி என்பதால் காவல்துறைக்குத் தெரிவித்திருக்க வேண்டும். மருத்துவரின் கருணையால் தப்ப முடிந்தது.

அந்த அரசு மருத்துவமனையில் உளவியல் மருத்துவப் பிரிவு புதிதாக வந்திருந்தது. நோயாளிகள் யாருமே அந்தப் பக்கம் எட்டிப் பார்ப்பதில்லை. உளவியல் மருத்துவர் யாராவது வருவார்களா என்று வாசலையே பார்த்துக் கொண்டிருப்பார். பிற மருத்துவர்களிடம் சொல்லி உளவியல் பிரிவுக்கு ஆட்களை அனுப்பும்படி கேட்டுக் கொண்டிருந்தார். ஒருநாளைக்கு இத்தனை பேரைப் பார்த்ததாகக் கணக்குக் காட்ட வேண்டும். பொய்க்கணக்கைக் குறைத்து உளவியல் துறையை எல்லோரும் சகஜமாக வந்து போகும் இடமாக மாற்ற அம்மருத்துவர்

முயன்றார். முருகேசுக்குக் காயம் ஆறியதும் உளவியல் மருத்துவரை ஒருமுறை பார்க்க வேண்டும் என்றும் அவர் சொல்லும் சிகிச்சைகளை மேற்கொண்டு மாத்திரைகளை எடுத்துக்கொள்ள வேண்டும் என்றும் அங்கே போகாமல் இனியொரு முறை இப்படிச் செய்து கொண்டு வந்தால் தான் சிகிச்சை தர மாட்டேன் என்றும் மருத்துவர் அவனிடம் சொன்னார். பித்து தெளியும் என்றால் உடனே அவரைப் பார்த்துவிடலாம் என்றார் அம்மா. 'பையன் கொஞ்சம் அவனாவே தெளிவான். அதுக்கப்பறம் பாத்தாப் போதும்' என்றார் மருத்துவர். அவன் எதுவும் சொல்லாமல் தலை கவிழ்ந்திருந்தான்.

அவள் நினைவுகள் எப்போதும் அவனுக்குள் இருக்கின்றன. எப்போதாவது அது கூடிப் பெருகும்போது படும் பாட்டை யாரிடமும் சொல்ல முடியாது. அது பைத்திய நிலைதான். நினைவுகளைச் சேர்த்துச் சேர்த்து மனம் வீங்கும். அதற்கேற்ற மாதிரி தன் உடல் பலூன் போல உப்பிக்கொண்டே போவதை உணர்வான். பலூன் வெடித்துவிட்டால் பரவாயில்லை. வெடிக்காமல் உப்பிக்கொண்டே இருக்கும். அத்தனை பெரிய உடலை எப்படித் தூக்கிச் சுமப்பது? உடலை வெடிக்கச் செய்துவிடுவதே அவன் விருப்பம். அது முடிவதில்லை. ஒரு சின்ன ஓட்டையிட்டுக் காற்றை வெளியேற்ற வேண்டும். காற்று வெளியேற வெளியேற அத்தனை சுகமாக இருக்கும். அந்த எண்ணத்தில்தான் பிளேடைக் கையில் எடுப்பான். அப்போதைய மனநிலைக்கேற்பக் கை அறுபடும் ஆழம் அமைந்துவிடுகிறது. ரத்தம் சொட்டுச் சொட்டாய் வெளியேறும்போது அவள் நினைவுகளின் அழுத்தம் கொஞ்சம் கொஞ்சமாய்க் குறையும். வேறு எப்படியும் அவள் நினைவுகளிலிருந்து தப்பிக்க அவனால் முடிந்ததில்லை.

நேற்று பிரியங்காவிற்குக் கல்யாணம். ஒரே தெருவில் பத்து வீடு தள்ளி அவள் வீடு. அம்மாவை வற்புறுத்தி அவன்தான் போய்வரச் சொன்னான். அவன் முகத்தில் படர்ந்திருந்த நிழலைக் கண்டுகொண்ட அம்மா போக மறுத்தார். அவன் மீண்டும் மீண்டும் வற்புறுத்தினான்.'எனக்குத்தான் குடுத்து வெக்கல. நீயாச்சும் அவ கல்யாணத்தப் பாத்துட்டு வந்து எனக்குச் சொல்லு' என்றவன் குரலில் இருந்த இறைஞ்சுதலுக்குக் கட்டுப்பட்டுப் போனார். போகும்போதே 'கையக் கிய்ய அறுத்துத் தொலையாத. அதான் இவளுக்குக் கலியாணம் ஆயிருச்சு. உனக்கு ஒன்னப் பாத்துக் கட்டி வெச்சிர்றன். அப்பறம் எல்லாம் செரியாப் போயிரும்' என்று அம்மா சொன்னார். 'போதும் போதும் போ. இப்பத்தான் வியாக்கியானம் பேசிக்கிட்டு இருக்கற' என்று எரிந்து விழுந்தான். 'உன்னயப் பெத்துட்டு இப்படிச் சீரழியறன்' என்று புலம்பியபடியே அம்மா போனார்.

மாயம்

சீக்கிரம் வந்துவிட வேண்டும் என்று நினைத்தாலும் முடியவில்லை. மாப்பிள்ளை அவளது சொந்தம். நல்லவேளையாக வெளியூர். சின்ன மண்டபத்தில் எளிமையாகக் கலியாணம். போட்டோ எடுக்க மேலே அழைத்தபோது அம்மாவுக்குப் போக மனசில்லை. தெருவாசிகள் எல்லோரும் அழைக்கும்போது மறுக்க முடியவில்லை. 'எல்லாரும் எங்க தெரு' என்று சந்தோசமாக மாப்பிள்ளைக்கு அறிமுகப்படுத்தி வைத்தாள். அவளுக்கு எந்த வருத்தமும் இருப்பதாகத் தெரியவில்லை. புது மணப்பெண்ணுக்குரிய குதூகலம், துள்ளல் எல்லாம் அவள் முகத்தில் இருந்தன. அவனுக்குத்தான் பித்து எப்போது கலையுமோ தெரியவில்லை. பிரியங்கா மேல் அவன் அம்மாவுக்குக் கோபம் ஏதுமில்லை. அவள் என்ன செய்வாள்? அவன் மேல்தான் கோபமாக இருந்தது.

எப்படியோ, மணப்பெண் சிரித்துச் சிரித்து எல்லோரிடமும் பேசிக் கொண்டிருந்த காட்சியை அவனிடம் சொன்னால் கொஞ்சம் மாறுவான் என்று நினைத்துக் கொண்டுதான் திரும்பினார். எந்த நேரத்தில் எப்படி இருப்பானோ என்று பயம். இரவில் நான்கைந்து முறை எழுந்து எழுந்து அவனைப் பார்ப்பதும் படுப்பதும் அம்மாவின் வழக்கமாயிற்று. அவன் அக்காவும் தங்கையும் திருமணமாகிப் போய்விட்டார்கள். வரும் போதெல்லாம் அழுகையோடு 'எங்க மூஞ்சியப் பாத்தாச்சும் நல்லா இருண்ணா' என்று தங்கை அழுவாள். 'ஒத்தத் தம்பிய வெச்சிருக்கறம். நீயில்லைன்னா எங்களுக்கு ஆருடா இருக்கறா?' என்று அக்கா சொல்வாள். யார் என்ன சொன்னாலும் மௌனமாகக் கேட்டுக் கொண்டிருப்பான். பதிலே பேசுவதில்லை.

இந்த மூன்று மாதத்தில் அவனுடைய எல்லா இயல்புகளும் தூர்ந்து போய்விட்டன. அவன் அப்பா வெறுத்துப் போய் 'பித்தி இருந்தாப் பொழைக்கறான். இல்லைன்னா போறான். ரண்டு பிள்ளைவளத்தான் பெத்தன், பையனே எனக்குப் பொறக்கலீன்னு இருந்திர்றன்' என்று சொல்லும்படி ஆயிற்று. கல்யாணத்திற்குப் போகும்போது யாரையாவது வீட்டில் இருக்க ஏற்பாடு செய்துவிட்டாவது போயிருக்கலாம். போன இடத்தில் கொஞ்சம் பேச்சு கூடிவிட்டது. ஆனால் யாரும் அவன் பேச்சை எடுக்கவில்லை. அந்த வரைக்கும் அம்மாவுக்குச் சந்தோசம்.வந்து பார்த்தால் இந்தக் கோலம். அவன் கையை அறுத்துக் கொள்வது இது முதல் முறையல்ல. சரியாகச் சொன்னால் இது எட்டாவது முறை.

முருகேசும் பிரியங்காவும் காதலிக்கும் செய்தி அவன் நண்பர்கள், அந்தத் தெருவாசிகள் மட்டுமல்ல. இருவர் வீட்டுக்குமே நன்றாகத் தெரிந்திருந்தது. பிரியங்காவின் அப்பா மட்டும்

கொஞ்சம் பிணக்குடன் இருந்தார். அவன் வைத்திருந்த கிராப்பு அவருக்குப் பிடிக்கவில்லை. 'அந்தக் கிராப்புத்தான் உம்மகளுக்குப் பிடிச்சிருக்குதாம். இவ வெக்கச் சொல்லித்தான் அவன் இப்பிடி வெச்சிருக்கறானாம்' என்று அவள் அம்மா சிரித்துக்கொண்டே சொன்னார். அதன் பின் அவன் பேச்சு வரும்போதெல்லாம் முகச்சுழிப்பும் முணுமுணுப்புமாய்அவர் அவ்விடத்தை விட்டுப் போய்விடுவார். தலைமேல் ஒரு கிரீடத்தைத் தூக்கி வைத்தது போல என்ன கருமாந்திரம் அது? அதைச் சிலுப்பிக் கொண்டு அவன் நடப்பதைப் பார்த்தால் ஓங்கி இரண்டு உதைவிட வேண்டும் போல் அவருக்குக் கோபமாக வரும். அவனை வீட்டுக்குள் அழைத்து மருமகனாக உட்கார்த்திப் பார்க்கவே அருவருப்பாக இருந்தது. ஆனால் மகள் பிடிவாதமாக இருக்கும்போது என்ன செய்வதென்று தெரியவில்லை.

அப்போது அவன் ஒரு எலக்ட்ரீசியனிடம் உதவியாளாக வேலைக்குப் போய்க் கொண்டிருந்தான். எலக்ட்ரீசியன் ஒரு வேலை செய்யும்போது 'கொறடு எடு', 'அந்த ஒயரக் கட் பண்ணு', 'ஸ்குரு குடு', 'டெஸ்டர் எங்க' இப்படிக் கேட்கும் பொருள்களை எல்லாம் எடுத்துக் கொடுப்பதுதான் அவன் வேலையாக இருந்தது. ஏதாவது பெஞ்சு அல்லது ஸ்டூல் மேல் ஏறிச் சீனியர் வேலை செய்யும்போது அதை அழுந்தப் பிடித்துக் கொள்வதும் அவனுக்கு வேலை. இப்போதுதான் சின்னச் சின்ன வேலைகளைச் செய்ய அனுமதிக்கிறான். ஸ்குருவை டைட் பண்ணவும் பல்பு கழற்றி மாற்றவும்என அமைந்தவை. இவ்வளவு சம்பளம் என்றில்லை. அவன் வேலை கற்றுக்கொள்பவன் என்பதால் எலக்ட்ரீசியன் பார்த்துக் கொடுப்பதை வாங்கிக்கொள்ள வேண்டும். சிலசமயம் எதுவும் கொடுக்க மாட்டான். 'அண்ணா செலவுக்குக் காசு' என்று முருகேசுவே வாய் விட்டுக் கேட்கும்படியாகும். சிலசமயம் தாராளவாதி போல ஐந்நூறு ரூபாய்த் தாளை எடுத்து நீட்டுவான். அவன் செலவுக்குத்தான் சரியாக இருக்கும். வீட்டுக்கென்று எதுவும் கொடுக்கும்படி இல்லை. இன்னும் கொஞ்சம் வேலை கற்றுக்கொண்டு தனி எலக்ட்ரீசியன் ஆகிவிட்டால் கல்யாணம் செய்துகொள்ளலாம் என்று திட்டமிட்டிருந்தார்கள்.

பேருந்து நிலையத்தின் அருகில் அவன் நண்பன் கம்ப்யூட்டர் சென்டர் ஒன்றில் வேலை செய்து கொண்டிருந்தான். எதேச்சையாக இருவரும் அந்தப் பக்கம் போனபோது யாருக்கோ ஜாதகம் போட்டு நண்பன் பிரிண்ட் எடுத்துக் கொண்டிருந்தான். அதைப் பார்த்ததும் தனக்கு அப்படி எந்த ஜாதகமும் கணித்து வைக்கவில்லை என்பது முருகேசுக்கு ஞாபகம் வந்தது. தன் பிறந்த நாள் நினைவிருந்தது. நேரம் நினைவில் இல்லை. அம்மாவுக்குப் பேசிக் கேட்டுச் சொன்னான். அடுத்த ஒரு நிமிடத்தில் ஜாதகம் கணித்துக் கையில்

கிடைத்துவிட்டது.நண்பன் எடுத்துக் கொடுத்த தாளை உற்று உற்றுப் பார்த்தான். அவனுக்கு ஒன்றும் புரியவில்லை. தாளைப் பிடுங்கிப் பார்த்த பிரியங்கா 'டேய் . . . ரண்டு பேரும் ஒரே ராசீடா' என்றாள். 'உனக்கு ஜோசியம் எல்லாம் தெரீமா?' என்று ஆச்சரியப்பட்டுக் கேட்டான். 'ராசியெல்லாம் எல்லார்த்துக்கும் பாக்கத் தெரீம்டா. உனக்கு ஒன்னும் தெரியாதா?' என்று அவள் கேலி பேசினாள்.

'ஏகராசியா? ஒன்னும் பிரச்சினையில்ல. சண்ட வந்தா சீக்கிரம் சமாதானம் ஆவாது. இந்தப்பக்கம் ஒருத்தரு மூஞ்சியத் தூக்கி வெச்சுக்குவீங்க, அந்தப்பக்கம் ஒருத்தரு மூஞ்சியத் தூக்கி வெச்சுக்குவீங்க. சமாதானத்துக்கு மூனாவது மனுசரு வந்துதான் ஆவோனும். நான் வேண்ணா வந்தர்றன். ஆனா ஒரு நல்லா முறுவலா நாலு தோச போட்டுறோனும்' என்று சொல்லி நண்பன் சிரித்தான். அவன் தோசைப் பிரியன். அதற்கு முன் இருவருக்கும் ஊடல் நேர்ந்த சந்தர்ப்பங்கள் எல்லாம் நினைவுக்கு வந்தன. நண்பன் சொன்னது போலவே ஒருவருக்கொருவர் விட்டுக் கொடுத்திருக்கவில்லை. ஒருவேளை அப்படி விட்டுக் கொடுக்காத சந்தர்ப்பங்களே நினைவுக்கு வந்தனவோ என்னவோ. இருவருமே சிரித்தார்கள்.

அவனுடைய சீனியர் எலக்ட்ரீசியன் ரொம்ப வருசமாகக் கலியாணத்திற்குப் பெண் தேடிக் கொண்டிருந்தான். முப்பதைக் கடந்தும் இன்னும் அமையவில்லை. அதைப் பற்றிய பேச்சு வரும்போதெல்லாம் பொறாமை வழியும் சிரிப்போடு 'உனக்கென்னடா ஒருத்தியப் புடிச்சிட்ட' என்பான். 'எனக்கின்னும் ஒருத்தி பொறந்திருப்பா. இன்னமேலா பொறக்கப் போறா? ஆனா அவளக் கண்டுபுடிக்கறதுக்கு அந்தக் கடவுள் இப்படி அலைய வெக்கறான்னுகூட எனக்குக் கஷ்டமில்ல. இத்தன வயசு வரைக்கும் அலைய வெக்கறானேடா' என்று சீனியர் புலம்பும் போதெல்லாம் அவன் மனதுக்குள் சிரித்துக் கொள்வான்.

அன்றைக்கு ஒரு கிராமத்துக்குக் கிணற்று மோட்டார் வேலையாகப் போக வேண்டியிருந்தது. அது ஒரு சின்ன வேலைதான். ஆனால் வேலை அதிகம் இருப்பது போலக் காட்டி நேரத்தை ஓட்டினான் சீனியர். கடும் முயற்சிக்குப் பிறகு பிரச்சினையைக் கண்டுபிடித்து வேலையை முடித்தான். 'வந்ததும் வேலைய முடிச்சிருந்தா காசு தர யோசிப்பாங்கடா. நாம இவ்ளோ தூரம் வந்திருக்கறோம். வண்டிக்குப் பெட்ரோல் செலவு இருக்குது. ஆளுக்கொரு டீயும் பிஸ்கட்டும் சாப்பிட்டா அந்தச் செலவு. வந்து போற நேரம். எல்லாத்துக்கும் சேத்துத்தான் காசு வாங்கோணும்' என்று சொன்னான் சீனியர். கூடவே 'இதெல்லாம் தொழில்

தந்திரம்டா. தெரிஞ்சுக்கோ' என்றும் சேர்த்தான். வேலை முடிந்து அந்தக் கிராமத்துக்குள் நுழைந்து வந்தார்கள். பழைய கால வீடுகள் நிறைய இருந்தன. பல வீடுகளில் கிழவர்களோ கிழவிகளோ தென்பட்டார்கள். வெகு அமைதியாக இருந்தது.

ஊரின் நடுப்பகுதியில் 'அகத்தியர் ஜோதிட நிலையம்' இருந்தது. பழைய தகரப் பலகையில் எழுத்துக்கள் மங்கியும் பலகை சிதைந்தும் இருக்க புதிய பதாகை ஒன்று காற்றிலாடிக் கொண்டிருந்தது. பழைய ஓட்டு வீட்டின் கைச்சாளை ஒன்று அது. அதற்குள் ஜோதிடர் சும்மாதான் உட்கார்ந்திருந்தார். அதைப் பார்த்ததும் 'எத்தனையோ ஜோசியரப் பாத்தாச்சு. இந்தாளும் என்ன சொல்றான்னு கேட்டுப் பாப்பம்' என்று வண்டியை நிறுத்திவிட்டுச் சீனியர் உள்ளே போனான். இதுவரைக்கும் சீனியர் பார்த்த ஜோசியர்களுக்கும் புரோக்கர்களுக்கும் அளவில்லை. சம்பாத்தியம் எல்லாம் அவர்களுக்குத்தான் போய்க் கொண்டிருந்தது.

நீறு தீட்டிய நெற்றியுடன் கதர் வேட்டியும் கை பனியனுமாய் உட்கார்ந்திருந்த ஜோதிடருக்கு கிட்டத்தட்ட எழுபது வயதிருக்கும். வயதான ஜோதிடர்கள் சரியாகச் சொல்வார்கள் என்பது சீனியரின் நம்பிக்கை. நீட்டிய காகிதத்தாளைப் பார்த்துக் கணக்குப் போட்டுச் சீனியருக்கு ஜோசியர் சொல்லச் சொல்ல முருகேசுக்கும் ஆசை வந்துவிட்டது. அவன் பர்ஸுக்குள் மடித்து வைத்திருந்த காகிதக் குப்பைக்குள் தேடி ஜாதகத் தாளை எடுத்தான். கணித்துப் பார்த்த ஜோதிடர் பொதுப்பலன்கள் பலவற்றையும் சொன்னார். பிறகு 'கல்யாண ப்ராப்தம் இருபத்தெட்டு வயசுலதான் இருக்குது' என்றார்.

அப்போது அவனுக்கு இருபத்திரண்டு. இருபத்து மூன்றில் கல்யாணம் செய்துவிடலாம் என்பது அவன் திட்டம். அதற்குள் தனியாக வேலை தொடங்கிவிடலாம். பிரியங்கா வீட்டிலும் இன்னும் ஒரு வருசத்திற்கு மேல் பொறுக்க மாட்டார்கள். ஆனால் ஜாதகபலன் இன்னும் ஐந்தாண்டு சொல்கிறதே. சீனியர்கூட 'அவனுக்குப் பொண்ணு ரெடியா இருக்குது. நாளைக்குன்னாலும் செரீன்னு வந்திரும். நீங்க இன்னம் அஞ்சு வருசம் தள்ளிப் போடறீங்க' என்றார். ஜோதிடர் அசரவில்லை. 'ஜாதக பலன நான் சொல்றன்' என்று அழுத்தினார்.

அத்துடன் அவர் நிற்கவில்லை. 'தாரம் ரண்டு உனக்கு' என்றார். 'ஜாதகம் அப்படித்தான் சொல்லுது. மொதத்தாரம் நெலைக்காது. ரண்டாந்தாரம் நெலைக்கும்' என்று விவரித்துக் கொண்டே போனார். 'நெலைக்காதுன்னா, செத்திருமா?' என்று அவன் கலவரத்துடன் கேட்டான். 'அதுக்கும் வாய்ப்பு

இருக்குது. இல்ல, ஒத்து வராத விட்டு வெலகிப் போறதுக்கும் வாய்ப்பு இருக்குது' என்று அவர் சாதாரணமாகச் சொன்னார். 'அதுக்கு எதும் பரிகாரம் இல்லயா ஜோசியரே' என்று சீனியர் கேட்டான். நான்கைந்து ஊர்ப்பெயர்களைச் சொல்லி அங்கிருக்கும் கோயில்களுக்கெல்லாம் போய்வர வேண்டும் என்றும் கடைசியாய்க் கூடுதுறைக்குப் போய்ச் சங்கமேஸ்வரர் கோயிலில் வாழைமரத்திற்குத் தாலி கட்டி ஒரு கல்யாணம் செய்ய வேண்டும் என்றும் விரிவாகப் பரிகாரம் சொன்னார்.

திரும்பி வரும்போது 'அவனவனுக்கு ஒன்னயே காணாம். உனக்கு அதிர்ஷ்டத்தப் பாருடா, ரண்டு' என்று சீனியர் கேலி செய்தான். அவனும் பேருக்குச் சிரித்து வைத்தான். ஆனால் அதில் உயிர்ப்பில்லை. மனதில் பிரியங்கா செத்துப் போவாளோ என்னும் பயம் வந்திருந்தது. நோயில் செத்துப் போவாளா, பிரசவத்தில் செத்துப் போவாளா, விபத்தில் செத்துப் போவாளா? இல்லை, இருவருக்கும் ஏக ராசி ஆயிற்றே, சண்டை போட்டுக் கொண்டு சமாதானம் ஆகாமல் தானே உயிரை மாய்த்துக் கொள்வாளோ? ச்சீ, என்ன இது எண்ணம் என்று அதிலிருந்து விலகி யோசிக்கப் பார்த்தான். அதுதான் வாழைமரத்திற்கு முதல்தாலி கட்டும் பரிகாரம் இருக்கிறதே என்று மனதைத் தேற்றப் பார்த்தான். அது பலிக்காமல் போய்விட்டால்? கல்யாணம் செய்து கொண்டுவந்து பிரியங்காவைச் சாகக் கொடுப்பதா? மனதில் கலங்கல்கள்.

அன்றைக்குப் பிரியங்காவைச் சந்திக்க அவன் போகவில்லை. உடம்பு சரியில்லை என்று சொல்லிப் பேசியையும் அணைத்து வைத்துவிட்டான். இரவெல்லாம் குழம்பிக் கிடந்தான். அடுத்த நான்கு நாட்கள் சுற்று வட்டாரத்தில் இருந்த ஒரு ஜோசியரையும் விடாமல் போய்ப் பார்த்தான். எல்லோரும் சொன்ன பலன்களில் கொஞ்சம் கொஞ்சம் வித்தியாசம் இருந்தது. ஆனால் இந்த இருதாரப் பலனில் ஒன்று பட்டார்கள். போக வேண்டிய கோயில்களின் பட்டியலில் சில சில வித்தியாசங்கள். வாழைமரத் தாலி கட்டுவதை ஒருவர் கொடுமுடியில் செய்யலாம் என்பார், இன்னொருவர் பழனியில் செய்யலாம் என்பார். அப்படித்தான் வித்தியாசம். ஒருசமயம் வாழைமரத் தாலி நம்பிக்கை ஊட்டும். இன்னொரு சமயம் அது பலிக்காமல் போனால் என்ன செய்வது என்று குழப்பும். இந்த ஐந்து நாட்களாகவே வேலைக்கும் சரியாகப் போகவில்லை. பிரியங்காவைப் பார்க்கவும் இல்லை; பேசவும் இல்லை.

சீனியர் 'ஒன்னும் ஆவாது உடுடா. பரிகாரம் பண்ணீரலாம்' என்று ஒருமுறை சொன்னான். இன்னொரு முறை 'அப்படித்தான் போனாப் போவுது. இன்னொன்னப் பாக்கற பாக்கியம்

வாச்சிருக்குதுன்னு நெனச்சிக்கடா' என்றான். போகும் இடத்திலெல்லாம் 'முருகேசுக்கு ரண்டு தாரம்னு ஜோசியகாரன் சொல்லீட்டான். அதான் பித்துப் பிடிச்சாப்பல திரியறான்' என்று விளக்கமாகக் கேட்பவரிடம் எல்லாம் சீனியர் சொல்லிவிட்டான். 'பழுத்த பழமாட்டம் கெழட்டு ஜோசியரு. அவரு சொன்னா அப்படியே பலிக்குமாமா' என்றும் சேர்த்துக் கொண்டான். அது எங்கெங்கோ போய்ப் பிரியங்காவின் காதுக்கும் சேர்ந்தது. ஐந்தாவது நாள் முன்னிரவில் அவன் வீட்டுக்கு வந்தாள் பிரியங்கா. அவன் அம்மா வாசலுக்கு வந்துவிட இருவரும் வீட்டுக்குள் பேசினார்கள். ஜாதகத்தை இத்தனை நம்ப வேண்டாம் என்று சொன்னவள் 'எனக்கு அப்படியெல்லாம் ஒன்னும் ஆவாதுடா' என்றாள்.

'என்னோட ஜாதகத்துல எனக்கு ஆயுசு தொண்ணூறுன்னு போட்டிருக்குதுடா' என்றும் சொன்னாள். அவன் சமாதானம் ஆகாமல் பெருமூச்சு விட்டான். அப்புறம் 'உனக்கு ஒன்னுன்னா என்னால தாங்க முடியாது. நானும் செத்திருவன்' என்று சொல்லி அழுதான். 'உன்னச் சாகடிக்கறதுக்கா காதலிச்சன்' என்று புலம்பினான். அவள் எவ்வளவோ சமாதானம் சொல்லியும் அவன் ஏற்காதபோது கடைசியாக இப்படிச் சொன்னாள், 'ஒருநாளா இருந்தாலும் போதும். உன்னோட வாழ்ந்துட்டுச் சந்தோசமாச் செத்துப் போறன்டா. என்னய உட்றாதடா' என்றாள். இருவரும் கட்டிக்கொண்டு அழுதார்கள். வெகுநேரம் ஆனதை நினைவுபடுத்தச் செருமிக் கொண்டே அம்மா உள்ளே வந்தார். அவன் கண்ணீரைத் துடைத்தாள். கன்னத்தில் அழுந்த முத்தமிட்டாள். வெளியேறிப் போய்விட்டாள்.

அன்றைக்கு இரவு அவனால் உறங்க முடியவில்லை. அவள் முகமும் பேச்சுமே உள்ளுக்குள் ஓடிக் கொண்டிருந்தன. கன்னத்தில் முத்தமிட அவள் நெருங்கும்போது கண்களை மூடிச் சுகமானான். அடுத்த கணம் அவள் கண் மூடிப் படுத்துக் கிடக்கும் காட்சி தோன்றியதும் கவிழ்ந்து படுத்து அழுதான். கிட்டத்தட்ட அதிகாலை நேரம் வரை ஒரு பொட்டுத் தூக்கமில்லை. பின் ஒரு முடிவோடு 'நீ எனக்கு முக்கியம். மறந்துவிடு மறந்துவிடு மறந்துவிடு மறந்துவிடு' என்று செய்தி அனுப்பினான். 'மறந்துவிடு' என்பதை எத்தனை முறை போட்டான் என்று நினைவில்லை. வெறி பிடித்த மாதிரி ஓர் அரைமணி நேரம் அதையே திரும்பத் திரும்ப அடித்தான். பிறகு செல்பேசியைத் தூக்கி வீசிவிட்டுக் கழிப்பறைக்குப் போனான்.

குளியலறையும் கழிப்பறையும் சேர்ந்திருந்த அந்த நாற்சுவர் அவனுக்கு ஆசுவாசம் கொடுப்பது போலிருந்தது. அதுவரைக்கும் மௌனமாக இருந்த அழுகை இப்போது பீரிட்டுப் பெருகியது.

பற்களைக் கடித்துக்கொண்டு வாய்விட்டு அழுதான். அவன் துயரத்தை ஆற்ற அழுகை போதவில்லை, சுவரை ஓங்கி ஓங்கிக் குத்தினான். அப்போதும் மனம் அடங்கவில்லை. சேவிங் செய்துவிட்டு எடுத்தெறியாமல் வைத்த பிளேடுக் குவியல் கண்ணில் பட்டது. அதில் ஒன்றை எடுத்தான். அண்ணாந்து கண்ணை மூடிக்கொண்டு வலக்கையால் பிளேடைக் கொண்டு போய் இடக்கை மணிக்கட்டில் அழுந்தப் பதித்து இழுத்தான். மனம் அடங்கிச் சுகமாகச் சுவரில் சாய்ந்துகொண்டான்.

அதுதான் முதல்முறை.

31–03–20

ஆறு

முருகேசுவிடம் மாணவர்களுக்கான இலவச பஸ் பாஸ் இருந்தது. ஆனால் அதற்கு முழுமையான பயன்பாடு இல்லை. கல்லூரியில் இருந்து இருபத்தேழு கிலோ மீட்டர் வரைக்கும்தான் பாஸ் செல்லும். அதென்ன, இருபத்தேழு கிலோ மீட்டர்? எந்த அளவுகோலைக் கொண்டு யார் முடிவு செய்தார்கள்? யாருக்கும் தெரியாது. அரசாங்க நிதி ஒதுக்கீட்டுத் தொகையையும் பாஸ் தேவைப்படும் மாணவர்களின் எண்ணிக்கையையும் கணக்கிட்டு ஒரு மாணவருக்கு கிடைக்கும் தொகை இவ்வளவு எனத்தீர்மானிப்பார்களாம். அந்தத் தொகைக்கு இருபத்தேழு கிலோ மீட்டர் தொலைவுதான் பயணம் செய்ய முடியும்.

இந்தக் கணக்கீட்டால் முருகேசுவுக்குப் பெரிய பலன் இல்லை. கல்லூரியிலிருந்து அவன் ஊர் கிட்டத்தட்ட அறுபது கிலோ மீட்டர் தூரம். அவன் வீட்டிலிருந்து மிதிவண்டியில் வரும் இரண்டு கிலோ மீட்டர் தூரம் அந்தக் கணக்கில் சேராது. முப்பத்தைந்து கிலோ மீட்டர் பணம் கொடுத்து டிக்கெட் வாங்கிக் கொண்டு ஓர் ஊரில் இறங்க வேண்டும். அவன் ஊரிலிருந்து செல்லும் அரசுப் பேருந்துகள் அவ்வூரில் நிற்காது. தனியார் பேருந்துதான் நிற்கும். அவ்வூரில் இறங்கி அவ்வழியாக வரும்சாதாரண அரசுப் பேருந்திலோ நகரப் பேருந்திலோ ஏறலாம். அங்கிருந்து இலவசப் பஸ் பாஸைப் பயன்படுத்தலாம். நகரத்துப் பேருந்து நிலையத்தில் இறங்கி அங்கிருந்து கல்லூரிக்குச்

செல்ல நகரப் பேருந்து ஒன்றைப் பிடிக்க வேண்டும். இடையில் அவன் இறங்கி ஏற வேண்டிய ஊரில் அரசுப் பேருந்தில் ஏறுவது பெருங்கஷ்டம். நகரத்தை நோக்கி வேலைக்குச் செல்வோர் கூட்டம், பள்ளி கல்லூரி மாணவர்கள் எனப் பேருந்து பிதுங்கி வழியும். நெரிசலில் நசுங்கி உடல் வலி எடுத்துவிடும். அதனால் அவன் நகரப் பேருந்தில் செல்ல வேண்டிய ஐந்து கிலோ மீட்டர் தூரத்துக்கு மட்டும் பாஸைப் பயன்படுத்திக் கொள்வான்.

கல்லூரி முடிந்து திரும்பும் நேரம் பேருந்துகளில் அத்தனை கூட்டம் இருக்காது. அதனால் நகரப் பேருந்து, இடையூர் வரைக்குமான அரசுப் பேருந்து என இரண்டிலும் பாஸை வைத்துப் பயணம் செய்வான். அதன்பின் இன்னொரு பேருந்தில் ஏறிப் பணம் கொடுத்துச் சீட்டு வாங்கிக்கொண்டு ஊர் திரும்புவான். காலையில் போகும்போது மாணவர்களுக்கு இப்படிப் பிரச்சினை இருக்கிறது என்பதைப் பயன்படுத்திக் கொண்டு தனியார் பேருந்துகள் ஒரு சலுகையை அறிவித்து இருந்தன. அவன் ஊருக்கு அருகில் உள்ள நகரத்திலிருந்து கல்லூரி நகரம் வரை பயணம் செய்ய மாணவர்களுக்குச் சலுகைக் கட்டணம். எல்லோரிடமும் வாங்கும் தொகையில் பாதிதான் வந்தது. காலையில் எட்டு மணியிலிருந்து எட்டரை மணிக்குள் கிளம்பும் நான்கு பேருந்துகளில் இந்தக் கட்டணச் சலுகை இருந்தது. அதைப் பயன்படுத்திக்கொண்டு தனியார் பேருந்து ஒன்றில் காலையில் செல்வதை வழக்கமாக்கிக் கொண்டான் முருகேசு. தனியார் பேருந்தில் நின்று கொண்டு போனாலும் வேகமாகப் போகும். சரியாக எட்டு மணிக்குப் புறப்படும் பேருந்தில் கூட்டமே இருக்காது. எட்டு பத்துக்கும் எட்டு இருபதுக்கும் புறப்படும் பேருந்துகளில் ஓரளவு கூட்டம் இருக்கும். ஆனால் அவை மூன்றிலும் அவன் போக முடியாது. அவன் வேலைகள் அப்படி.

நகரத்துப் பேருந்து நிலையத்திலிருந்து மூன்றாவது நிறுத்தத்தில் அவன் ஏறுவான். அது ஒரு வீட்டு வசதி வாரியக் குடியிருப்பு. ஆயிரக்கணக்கில் வீடுகள் உண்டு. அதற்குள் புகுந்து பல சந்துகளில் நுழைந்து பின்னால் இருக்கும் ஏரியைக் கடந்து அவன் கிராமத்திற்குப் போக வேண்டும். அங்கிருந்து இரண்டு கிலோ மீட்டர் தொலைவு இருக்கும். தினமும் பேருந்தைப் பிடிப்பது சாகசம் போலவே அவனுக்கிருந்தது. சரியாக எட்டு முப்பது மணிக்கு நகரத்துப் பேருந்து நிலையத்தில் புறப்பட்டு எட்டு முப்பத்து ஐந்துக்கு அந்த நிறுத்தத்திற்கு வந்துவிடும் பேருந்தில்தான் அவன் ஏறுவான். சலுகைக் கட்டணத்தில் அதுவே கடைசிப் பேருந்து.

அதிகாலையில் அவன் எழுந்தாக வேண்டும். ஒற்றைப் பால் மாட்டில் அம்மா பீச்சித் தரும் பாலைக் கேனில் ஊற்றிச்

சைக்கிளில் மாட்டிக்கொண்டு போய் வீட்டு வசதி வாரியக் குடியிருப்பில் இருக்கும் டீக்கடைக்குக் கொடுத்துவிட்டு வருவான். பல வருசங்களாகப் பால் கொடுப்பதால் கடைக்காரப் பையன் அவனுக்கு நண்பனாகிவிட்டான். கல்லூரிக்குப் போகும்போது அக்கடையில் மிதிவண்டியை நிறுத்திவிட்டுப் போவான். டீக்கடைக்குப் பாலை எடுத்துக் கொண்டு ஐந்தரைக்குப் புறப்பட்டால் திரும்பி வர ஆறு, ஆறே கால் ஆகிவிடும். கொண்டு போய்க் கொடுக்கும் பாலைக் காய்ச்சி அதில் முதல் டீ அவனுக்குக் கொடுப்பான் நண்பன். அது சலுகை. கடைக்கு வந்திருக்கும் செய்தித்தாளை ஒருமுறை புரட்டுவான். அந்தக் காலையை அப்படி நிதானமாக அனுபவிக்க அவனுக்குப் பிடிக்கும். 'பால் கொண்டுக்கிட்டுப் போயிக் குடுத்திட்டு வர இவ்வளவு நேரமாடா? அங்க குத்த வெச்சிக்கிட்டு இருக்கறது, அப்பறம் அவசரம் அவசரமா ஓடறது' என்று அம்மா அன்றாடம் திட்டுவார். என்றாலும் அந்தக் காலை நேர மகிழ்ச்சியை அவனால் விட முடியவில்லை.

வீட்டுக்கு வந்ததும் மாட்டையும் கன்றையும் பிடித்துப் போய்க் காட்டுக்குள் ஏதாவது ஓரிடத்தில் கட்டிவிட்டு வந்து கட்டுத்தறியைச் சுத்தம் செய்ய வேண்டும். கழிதட்டுக்களை ஓரமாக எடுத்துப் போட்டுவிட்டுச் சாணத்தை அள்ளிக் குப்பைக்குழிக்குள் கொண்டு போய்க் கொட்டுவான். இரண்டு அல்லது மூன்று ஒட்டுக்கூடை வரும். கெட்டிச் சாணமாக இருந்தால் வேலை சட்டென்று முடியும். பச்சையைத் தின்று மாடு எருவி வைத்திருந்தால் வாரி அள்ள நேரம் எடுக்கும். சாணக் கையைக் கழுவி முடித்துப் பட்டிக்கு ஓட வேண்டும். இருபது செம்மறிகள் இருக்கும் பட்டி. குட்டிகள் குதித்துக் கொண்டிருக்கும். குட்டிகளின் தொந்தரவுக்குப் பயந்து தாயாடுகள் படுத்தபடி அசை போட்டுக் கொண்டிருக்கும். அவனைக் கண்டால்தான் எழுந்திருக்கும்.

ஆடுகளோடு பேசியபடியே பட்டியைச் சுத்தம் செய்வான். அவனுக்கு மிகவும் பிடித்த வேலை அது. வந்து பிரியமாக உராயும் கிடாய்களைத் தள்ளிவிட்டுச் செல்லமாகத் தாடையில் அடித்து விளையாடுவான். அந்த நேரத்தில் ஆடுகளின் வயிறு ஒட்டிக் கிடக்கும். அவனுக்கு விடுமுறையாக இருந்தால் அந்நேரத்திலேயே ஆடுகளை வெளியே மேய ஓட்டிவிடுவான். அதனால் பட்டி வாசலையே அவை ஆவலாக எதிர்பார்த்திருக்கும். அவற்றை ஏமாற்றக் கூடாது என்பதால் கடலைக்கொடிப் போரிலிருந்து ஓர் அரி உருவிக்கொண்டு வந்து சுத்தம் செய்த பட்டிக்குள் போடுவான். இரண்டு மூன்று இடத்தில் போட்டால் அவை நெரிசல் இல்லாமல் தின்னும். தீனியைப் பார்த்தால் அவனை மறந்துவிடும் ஆடுகள்.

எல்லாம் முடித்துவிட்டு அப்படியே கிணற்றுக்குப் போவான். தண்ணீர் நிறைந்திருக்கும் பருவமாக இருந்தால் போன வேகத்தில்

லுங்கியை உதறிவிட்டு மேலிருந்து குதி போடுவான். கிணற்றைச் சுற்றி இரண்டு முறை நீச்சல் வட்டமிடுவான். உடலை வெறும் தேய்ப்புக்குப் பிறகு ஒரு வட்டம். சோப்புப் போட்டுக்கொண்டு ஒரு குதியும் ஒரு வட்டமும். கிணற்றில் தண்ணீர் குறைந்திருக்கும் பருவத்தில் படி வழியாக இறங்கிப் போய் நீச்சல் அடிப்பான். குதி போட முடியாது. ஏறி வந்து உடை மாற்றினால் அம்மா சூடாகச் சோற்றை வட்டிலில் போட்டு வைத்திருப்பார். அவன் கல்லூரிக்குப் போக ஆரம்பித்த பிறகுதான் வீட்டில் காலைச் சமையல். அதற்கு முன்னால் இரவுச் சமையல்தான். அதை அப்படியே காலைக்கு மாற்றிவிட்டார் அம்மா.

சூடு ஆறியும் ஆறாமல் அவசர அவசரமாக அள்ளிப் போட்டுக்கொள்வான். 'இப்படி முழுங்குனா ஒடல்ல ஒட்டுமா? மெதுவாத் தின்னுடா' என்று அம்மா சொல்லாத நாளில்லை. பதில் சொல்ல முடியாமல் சாப்பிடுவான். கிளறிய தயிர்ச்சோறு அல்லது குழம்புச் சோற்றை முட்டை வடிவ டிபன் பாக்ஸில் அம்மா போட்டுக்கொடுப்பார். அதற்குள் உடை மாற்றிக்கொண்டு சைக்கிளை எடுப்பான். ஒரு நோட்டும் டிபன்பாக்ஸும்தான் அவன் எடுத்துச் செல்பவை. இளங்கலை பொருளியல் பாடம் படித்தான். அதுதான் அவனுக்குக் கிடைத்தது. அதைப் படித்தால் வேலை எதுவும் கிடைக்காது என்றெல்லாம் சொன்னார்கள். ஆனாலும் அவனுக்குக் கல்லூரிக்குப் போக ஆசையிருந்ததால் கிடைத்ததில் சேர்ந்துகொண்டான்.

நோட்டையும் டிபன் பாக்ஸையும் அம்மா கொண்டு வந்து சைக்கிள் கேரியரில் வைப்பார். விழாமல் சரி செய்துகொண்டு அவன் புறப்படும்போது சரியாக எட்டரை ஆகியிருக்கும். செல்பேசியை எடுத்து நேரம் பார்ப்பான். அரை நிமிடம் முன்பின்னாக இருந்தால் அதற்கேற்ப மிதியின் வேகம் மாறும். ஒரு கல் தொலைவுக்கு இரண்டு நிமிடம். அத்தனை வேகமாகச் சைக்கிளை மிதிப்பான். நடுவில் யார் வந்தாலும் கவனமே இருக்காது. ஒரு புன்னகை, கையசைத்தல்கூட அவன் நேரத்தைக் குலைத்துவிடும். 'முருகேசு சிட்டாப் பறக்கறானப்பா. கண்ணு மண்ணுத் தெரியாத போறான்' என்று அவன் அம்மாவிடம் யாரேனும் வந்து கோள் சொல்லுவதுண்டு. அப்போது 'காத்தால எனக்கு எந்த வேலையும் வெக்காத இருந்தயின்னா, சீக்கிரமாப் போயிருவன்' என்பான். 'உனக்குக் காலங்காத்தால சூடா வடிச்சுக் கொட்டற வேலையில்லைன்னா எல்லா வேலயும் நான் பாத்துக்குவன்' என்பார் அம்மா.

கல்லூரியில் மற்றவர்களோடு சேர்ந்து சாப்பிடும்போது தன் கையில் டிபன் பாக்ஸ் இல்லாமல் இருப்பது சங்கடம். முதலாமாண்டு படிக்கும்போது அப்படிப்பட்ட சங்கடங்கள்

நேர்ந்திருக்கின்றன. அப்போது சாப்பாடு கொண்டு போக மாட்டான். நண்பர்கள் சாப்பிடும்போது ஆளுக்கொரு கை எடுத்து டிபன் பாக்ஸ் மூடியில் வைத்துத் தருவார்கள். தினந்தோறும் பிச்சை எடுத்துச் சாப்பிடுவது போல அவமானமாக இருக்கும். நண்பர்கள் அவனை விடவும் மாட்டார்கள். அதனால் அம்மாவிடம் சொல்லிச் சமைக்கும் நேரத்தை மாற்றியது அவன்தான். காலையில் பிற வேலைகளை எல்லாம் அவன் செய்ய வேண்டும் என்பது இருவருக்குமான ஒப்பந்தம். டிபன் பாக்ஸைக் கையில் எடுத்துப் போவதும் மதியம் தன் உணவையும் மற்றவர்களோடு பகிர்ந்து உண்ணுவதும் அவனுக்குப் பெரிய நிம்மதியைக் கொடுத்தன. அப்போதுதான் எல்லோரோடும் தானும் சமமானதாக நினைத்தான்.

பேருந்து நிறுத்தத்திற்குச் சற்றுத் தொலைவில் முதன்மைச் சாலையிலேயே இருந்த டீக்கடையில் சைக்கிளை நிறுத்துவான். வேர்வையில் நனைந்து சட்டை முதுகோடு ஒட்டிக்கொள்ளும். நிறுத்திப் பூட்டிவிட்டு நிமிர்கையில் டீ ஆற்றிக் கொண்டிருக்கும் நண்பனின் சிரிப்பு முகம் அசைந்து விடை கொடுக்கும். விடை பெற்றும் பெறாமலும் அவன் நிறுத்தம் நோக்கி ஓடுவான். அப்போது அரை நிமிடமே இருக்கும். அந்த நிறுத்தத்தில் அவனல்லாமல் இரண்டு பெண்கள், நான்கு பையன்கள் ஏறுவார்கள். சலுகைக் கட்டணத்தில் கடைசிப் பேருந்து என்பதால் கூட்டம் நிறைந்திருக்கும். புளி மூட்டை போல அடைத்து ஆட்களை ஏற்றிக்கொண்டு வருவான். ஆறு பேரும் ஏறுவதற்குள் அவனும் ஓடிப் போய்ப் பின்படியில் தொற்றிக்கொள்வான். நோட்டையும் டிபன் பாக்ஸையும் உட்கார்ந்திருக்கும் யார் மடியிலாவது போட்டுவிடுவான்.படியில் நிற்கும்போது எதிர்க்காற்று வந்து முகத்தில் மோதி அதுவரைக்குமான ஓட்டத்தின் சோர்வைத் துடைத்துத் தழுவும். அவ்வப்போது இறங்கி இறங்கி ஏறுவான். படிதான் அவன் இடம்.

ஓடும் பேருந்தில் ஏறுவது அவனுக்கு பழக்கமாகியிருந்தது. இதில் போட்டி வைத்தால் அவன்தான் ஜெயிப்பான் என்று நண்பர்கள் கேலி செய்வார்கள். சிலசமயம் அவன் ஓட ஓடவே நிறுத்தத்திலிருந்து பேருந்து கிளம்பிவிடும். அவனை நோக்கிப் பேருந்து வரும். அதை நோக்கி அவன் ஓடுவான். டீக்கடைக்கும் நிறுத்தத்திற்கும் நடுவில் ஒரு வேகத்தடை இருந்தது. ஒருமுழ உயரத்தில் திண்டு போலப் போடப்பட்ட வேகத்தடை. வேகமாக வந்த கார் மோதி ஒரு குழந்தை இறந்து போனபோது குடியிருப்பு மக்கள் போராட்டம் செய்தார்கள். அவர்களைச் சமாதானப்படுத்தப் போடப்பட்ட வேகத்தடை. நின்று நிதானித்து வேகத்தடையில் பேருந்து ஏறி இறங்குவதற்குள்சட்டெனத்

தொற்றிக்கொள்வான். வாரத்தில் குறைந்தது இரண்டு நாட்களாவது வேகத்தடையில்தான் அவன் ஏறும்படி ஆகும். என்னதான் திட்டம் போட்டாலும் இந்த அவசர ஓட்டத்தைத் தவிர்க்க முடிந்ததில்லை.

அன்றைக்கும் அப்படித்தான். அவன் வேகத்தடைக்கு அருகில் ஓடியபோது நிறுத்தத்தில் நின்றிருந்த பேருந்து புறப்பட உறுமியது. தனியார் பேருந்து ஓட்டுநர்கள் தாங்கள் விமானம் ஓட்டுவதாக நம்புபவர்கள். அன்றைக்கு அரைநிமிடம் முருகேசு தாமதம். அதனால் நிறுத்தத்திற்குப் போக முடியுமா வேகத்தடையில்தான் ஏற வேண்டுமா என்னும் குழப்பத்தோடு ஓடினான். வண்டியைக் கிளப்பிய டிரைவர் அவனைப் பார்த்துவிட்டார். வழக்கமாக வருபவன் என்பதால் ஓடி வந்து ஏறிக்கொள்வான் என்று எதிர்பார்த்து அவர் சற்றே தாமதித்தார். அவனுக்குள் குழப்பம். நிறுத்தம் வரைக்கும் ஓடி ஏற முடியுமா, அதற்குள் கிளம்பிச் சில அடி தூரம் நகர்ந்துவிட்டால் என்ன செய்வது எனத் தடுமாற்றம். நிறுத்தமும் இல்லாமல் வேகத்தடையும் இல்லாமல் நடுப்பகுதியில் பேருந்து வேகத்தில் ஏற முடியாமல் போய்விடும். சட்டெனத் தீர்மானித்து வேகத்தடைக்கு அருகிலேயே நின்றுகொண்டான்.

எப்படியும் வேகத்தடையைக் கடக்கும்போது நிதானித்துத்தானே ஆக வேண்டும். சில நாட்கள் அந்த இடத்தில் தானே ஏறுவோம், அதே போல இன்றைக்கும் ஏறிக் கொள்ளலாம் என ஆசுவாசமாக வேகத்தடைக்கு அருகில் நின்று கொண்டான். ஓடி வருவான் என எதிர்பார்த்த டிரைவருக்கு ஏமாற்றமாகப் போய்விட்டது. தான் அவனுக்காகக் காத்திருக்கும்போது அவன் வேகத்தடையில் நிற்பது அவருக்குச் சரியாகப் படவில்லை. வேகத்தடை ஒரு நிறுத்தம் போலாகி விட்டதோ என நினைத்தார் போலும். அவன் ஓடி வராமல் அங்கேயே நின்றதை அவரது ஓட்டும் திறனுக்குச் சவால் விட்டது போலவும் எடுத்துக் கொண்டார். அவன் ஓடி வந்திருந்தால் இன்னும் சில நொடிகள் தாமதித்தேனும் ஏற்றிக் கொள்ளலாம் என்பது அவர் எண்ணமாக இருந்திருக்கிறது. ஏதோ முனகிக் கொண்டே அவர் பேருந்தை எடுத்தார்.

பேருந்து வேகத்தடை தாண்டும் வரைக்கும் ஓரளவு நிதானமாகப் போகும். பின் நின்று வேகத்தடை கடக்கும். இன்றைக்கு அப்படியில்லை. பேருந்தை வேகமாக எடுத்தார். பேருந்துக்குள் சத்தங்கள் கிளம்பின. அவரது முனகல் சற்று சத்தமாகிவிட ஓட்டுநருக்குப் பின்னால் இருந்த இருக்கைக்காரர்களுக்கும் முன்பகுதியில் நின்றவர்களுக்கும் விஷயம் புரிந்துவிட்டது. ஓட்டுநருக்கும் வேகத்தடையில் நின்று ஏற முயல்பவனுக்கும் இடையேஒருபோட்டி. இதில் யார் வெற்றிபெறப்போகிறார்கள் என எதிர்பார்த்துப் பரபரப்பாகி விட்டார்கள். விஷயம் புரிந்தவர்கள்,

புரியாதவர்கள் என்று ஒரு சில நொடிகளில் பேருந்துக்குள் சலசலப்பு. தலைகளுக்குள் தலைகளாகவும் தலைகளுக்கு மேல் தலைகளாகவும் நீண்டன. மிக முக்கியமான விளையாட்டுப் போட்டியில் ஆயிரக்கணக்கானவர்கள் கூடியிருக்கக் களமிறங்கும் வீரனின் வேகம் ஓட்டுநருக்கு வந்துவிட்டது.

வேகத்தடைக்கருகே வந்த போது பேருந்து நிதானிக்கவில்லை. உள்ளிருந்த பயணிகள் ஒருவர் மீது ஒருவர் சாயவும் கால்கள் நிலைகுலையவும் என ஏற்பட்ட அசௌகரியங்களை எல்லாம் பொருட்படுத்தாமல் போட்டியை ஆவலோடு பார்த்துக் கொண்டிருந்தார்கள். பேருந்தைச் சற்றே வளைத்தாற் போல ஓரத்து மண்ணில் ஒரு சக்கரத்தைப் பதித்து வேகத்தைக் குறைக்காமலே வேகத்தடை மேல் ஏற்றினார். சாதாரணமாகச் சாலையில் செல்லும் அதே வேகத்தோடு பேருந்து பெரும் குலுக்கலுடன் வேகத்தடையைக்கடந்தது. நிதானிக்கும் என்று நினைத்துப் படியை நோக்கி ஓடியவனுக்கு வளைவும் வேகமும் தடுமாற வைத்தன. என்ன செய்தும்கைக்குப் படிக்கம்பி சிக்கவில்லை. கையில் கவனம் செலுத்தியவன் கால்களை மறந்துவிட்டான். தடுமாறி வேகத்தடை மீது விழுந்தான். கால்கள் வேகத்தடையின் ஒருபுறம். தலை பேருந்தின் பக்கம். உடல் வேகத்தடை மீது கிடந்தது. என்ன நடந்தது எனப் புரியவே சில நொடிகள் ஆயிற்று.

மெல்லத் தலைதூக்கிப் பார்க்கையில் சில நொடிகள் பேருந்து தாமதித்தது. அது அவனுக்காக இருக்கலாம். எழுந்து ஓடிவந்து ஏற முயலக்கூடும் என ஓட்டுநர் நினைத்திருக்கலாம். அதேசமயம் பேருந்திலிருந்து ஓவென்று கூச்சல். சிரிப்புச் சத்தம். படியில் நின்ற சக மாணவர்கள் 'ஓ' என்று கத்தினார்கள். ஜன்னல்களில் மாணவிகள் எட்டிப் பார்த்துக் கையாட்டிச் சிரித்தார்கள். அவனுக்கும் ஓட்டுநருக்கும் நடந்த போட்டியில் ஓட்டுநர் ஜெயித்துவிட்டார். பேருந்துக்குள் இருந்தவர்கள் அனைவரும் ஓட்டுநரின் கட்சி. அவன் நண்பர்கள், குறிப்பாகப் பெண்கள் அவனைப் பார்த்துக் கத்தி ஏளனமாகக் கூச்சலிட்ட காட்சி அவனைக் குறுகச் செய்துவிட்டது. அவன் எழுந்து ஓடி வரப் போவதில்லை என்பதை உணர்ந்த பேருந்து கூச்சலோடே கிளம்பிப் போனது. அது ஒரு போட்டி என்பதே அப்போதுதான் அவனுக்கு உறைத்தது. போட்டி என்று முன்கூட்டியே தெரிந்திருந்தால் ஒதுங்கியிருக்கலாம்; அல்லது எச்சரிக்கையோடு இருந்திருக்கலாம்.

அப்படியே கிடந்த அவனை யாரோ வந்து தூக்கினார்கள். டீக்கடையிலும் நிறுத்தத்திலும் இருந்தவர்கள் ஓடி வந்து கூடிவிட்டனர். அவனுக்கு ஒன்றும் ஆகவில்லை என்பதில் எல்லோருக்கும் ஏமாற்றம். என்ன நடந்தது என்பது யாருக்கும்

தெரியவில்லை. எல்லோரும் அவனுக்கு அறிவுரை சொல்லத் தொடங்கினர். 'காலேஜ் பசங்க பண்ற அட்டூழியத்துக்கு அளவில்லாத போயிருச்சி. நிக்கற பஸ்ல ஏற மாட்டானுங்க. ஓட ஓடத்தான் ஏறுவானுங்க' என்றார் தன் முகத்தைக் காட்டாத ஒருவர். சிலர் ஓட்டுநரின் வேகத்தையும் தனியார் பேருந்துகளின் அட்டூழியத்தையும் கோபத்தோடு பேசினர். 'ஒரு நிமிசம் நிறுத்தி ஏத்திக்கிட்டுப் போறதுக்குள்ள அவன் வருமானம் போயிருதா? இப்படி சம்பாதிச்சு என்னத்த அள்ளிக்கிட்டுப் போவப்போறான்?' என்று ஒருவர் கேட்டார். நோட்டு சாலையின் நடுவிலும் கழன்ற டிபன் பாக்ஸ் ஓரத்திலும் கிடந்தன. இரைந்த பருக்கைகள் பளீரென்று அவனைப் பார்த்துச் சிரித்தன.

அவன் கையைப் பற்றிக்கொண்ட டீக்கடை நண்பன் 'என்னடா' என ஆறுதலாகக் கேட்டான். பொங்கி வந்த அழுகையைக் கட்டுப்படுத்த முடியாமல் காக்கைகளிடை சிக்கித் தப்பித்து ஓடும் எலியைப் போலக் கடையை நோக்கி ஓடிச் சைக்கிளை எடுத்து மிதித்தான். மூன்று நிமிடத்தில் வீட்டுக்கு வந்து சேர்ந்த அவன் சைக்கிளை நிறுத்திவிட்டுக் கட்டிலில் போய் விழுந்தான். வீட்டில் யாருமில்லை. கவிழ்ந்து படுத்து வெகுநேரம் அழுதவன் சோர்வில் தன்னையும் அறியாமல் தூங்கிவிட்டான். ஆழ்ந்த தூக்கத்திற்குப் பிறகு எழுந்தவன் ஒரு சொம்புத் தண்ணீரை மடமடவென்று குடித்தான். பிறகு ஆட்டுப் பட்டிக்குப் போனான். ஆடுகள் அவனை வரவேற்றுக் கத்தின. பட்டிக்கு உள்ளே போய் ஆடுகளோடு கலந்தான். அதன் பிறகு அவன் வெளியே வரவேயில்லை.

02—01—20

மாயம்

முருகேசு விடுமுறையில் சிலவற்றைத் திட்ட மிட்டிருந்தான். குடியுரிமைச் சட்டத் திருத்தத்தை எதிர்த்து நடந்த மாணவர்கள் போராட்டத்தைத் தடுக்க அரசாங்கம் கல்லூரிகளுக்குப் பத்து நாட்கள் விடுமுறை என அறிவித்திருந்தது. நூலகத்தில் எடுத்து வைத்திருந்த இரண்டு நாவல்களை வாசித்துவிடுவது, தமிழ் ராக்கர்ஸில் சில புதுப்படங்களைப் பார்ப்பது என்பவை முருகேசுவின் திட்டத்தில் முக்கியமானவை. நூற்றிருபது கல் தொலைவில் உள்ள கல்லூரியிலிருந்து அடித்துப் பிடித்து வீடு வந்து சேர்ந்தான். நகரத்தில் இருக்கும் அரசு கல்லூரி ஒன்றில் இளங்கலைத் தமிழிலக்கியம் படித்துக் கொண்டிருந்தான். கல்லூரி வளாகத்திற்கு உள்ளேயே 'அரசு நல விடுதிகள்' இருந்தன. அதில் ஒன்றில் அவனுக்கு இடமும் கிடைத்திருந்தது. பெரும்பாலான அரசு கல்லூரிகள் கிராமத்துச் சூழலில் அமைந்திருந்தன. நகரத்துக் கல்லூரிகள் வெகுசிலவே. நகரத்திற்குச் சென்று படிக்க வேண்டும் என்பது அவன் விருப்பம்.

விடுமுறை என அரசு அறிவித்ததும் விடுதிக் காப்பாளர் எல்லோரையும் உடனடியாக வெளியேறச் சொல்லி விரட்டினார். சிலர் தங்கள் கிராமத்துக்குச் செல்ல இரவில் பேருந்து வசதியில்லை என்று சொல்லி இரவு மட்டும் தங்கிவிட்டுக் காலையில் போய்விடுகிறோம் என்று எவ்வளவோ கேட்டும் காப்பாளர் இரங்கவில்லை. அனைவரையும் வெளியேற்றி விடுதியைப் பூட்டிச் சாவியை எடுத்த பிறகே அங்கிருந்து கிளம்பினார். முருகேசுவுக்குப் பேருந்துப் பிரச்சினை இல்லை. அவன் ஊருக்கு

அருகில் இருந்த பேரூராட்சிப் பகுதியில் பேருந்து நிற்கும். அவன் ஊர்க்காரர்கள் யாராவது ஏதாவது வேலையாக வந்துவிட்டு வண்டியில் திரும்புவார்கள். எந்த நேரத்திலும் ஆட்களைக் கண்டுபிடிக்கலாம். இல்லாவிட்டால் நடந்தும் ஊருக்குப் போய்விடலாம். மூன்று கல் தொலைவுதான். அதனால் தைரியமாகப் புறப்பட்டான்.

பேருந்தில் இருந்து இறங்கியதும் நண்பன் ஒருவனைக் கண்டுவிட்டான். அதனால் சிரமமே இல்லாமல் வீடு வந்து சேர்ந்தான். போராட்டம் எப்படிப் போகிறது என்பதைப் பொருத்து விடுமுறை மேலும் சிலநாள் நீட்டிக்கக் கூடும் என்றும் சொன்னார்கள். இப்போது மாணவர் போராட்டம் எல்லாம் பெரிய அளவுக்குப் போவதில்லை, ஆகவே நீட்டிக்க வாய்ப்பில்லை, முதல்கட்டப் பரபரப்பைக் கட்டுப்படுத்திவிட்டால் எல்லாம் சாதாரணமாகிவிடும், நகரத்துக் கல்லூரிகளில்தான் பிரச்சினை, அதைக் கட்டுப்படுத்திவிடலாம் என்றும் சொன்னார்கள். எப்படியோ பத்து நாள் கிடைக்கிறது. வீட்டிலிருக்கும் நாட்களை வீணாக்கக் கூடாது என்று பேருந்தில் வரும்போதே திட்டம் போட்டுக் கொண்டான்.

முதல் இரண்டு நாட்கள் சாப்பிடுவது, தூங்குவது, நண்பர்களுடன் பேசுவது என வேறு ஒன்றுமே செய்யாமல் அப்படியே சோம்பலாகக் கழிந்துவிட்டன. சில மாதங்களுக்குப் பிறகு பையன் வருகிறான் என்பதால் அம்மாவின் சமையலில் வகைகள் கூடியிருந்தன. கூடுதல் சுவையும் சேர்ந்திருந்தது. வேலை எதையும் செய்யச் சொல்லி அம்மா நிர்ப்பந்திக்கவில்லை. படிக்கிற பையன் என்னும் சலுகை இருந்தது. இத்தனைக்கும் வீட்டில் ஏராளமான வேலைகள் இருந்தன. ஆடுமாடுகளும் சிறுவிவசாயமும் உள்ள குடும்பத்தில் செய்வதற்கு எப்போதும் வேலைகள் இருக்கும். என்றாலும் அம்மா அவனைத் தொந்தரவு செய்யவில்லை. அப்பனும் அவர்பாட்டுக்கு வேலை செய்கிறார். தான் திட்டமிட்டிருந்த வேலைகளைத் தொடங்கிஏதாவது செய்யலாம் என்று மூன்றாவது நாள் யோசித்துக் கொண்டிருந்த நேரத்தில் அவனுக்குச் செல்பேசி அழைப்பு வந்தது. பேசியது அவன் வகுப்புத் தோழி.

அவள் சொன்னாள், 'டேய்... நான் உங்க ஊருக்கு வர்றண்டா. அங்க என்னமோ எங்களுக்குப் பூர்விகமா குலதெய்வக் கோயில் இருக்குதாமா. அதுக்கு எங்க குடும்பமே வர்றம். அப்படியே உங்க வீட்டுக்கும் வரலாம்னு இருக்கறன். அட்ரஸ் அனுப்பு.' அவனுக்கு ஒன்றுமே புரியவில்லை. 'அப்படியா, எப்ப வர்ற?' என்று கேட்டான். அவள் அன்றிலிருந்து இரண்டாவது நாள் வருவதாகச் சொன்னாள். வகுப்பிலேயே அவனிடம் நன்றாகப்

பேசுபவள் அவள்தான். மென்மையான நிறத்தில் அவள் உடுத்தும் உடைகள் அவனுக்கு ரொம்பவும் பிடிக்கும். யாருக்குமே பிடிக்கும்படியானவள்தான் அவள் என்று தோன்றும். அவன் ஊருக்கும் கல்லூரி நகரத்திற்கும் இடைப்பட்ட சிறுநகரம் ஒன்றில் அவள் குடும்பம் வசித்தது. அவள் தினமும் பேருந்தில் கல்லூரிக்கு வருவாள். ஒருமணி நேரத்திற்கு மேலாகும் பயணம் என்றாலும் அப்படித்தான் பலரும் வந்து கொண்டிருந்தார்கள். ஓரிருமுறை அவள் வீட்டிற்கும் போயிருக்கிறான். அங்கே சாப்பிட்டும் இருக்கிறான். அந்த வழியாகப் போகும் போதெல்லாம் இறங்கி வந்து ஒருவாய் சாப்பிட்டுவிட்டுப் போகலாம் என்று அவள் அம்மா அன்போடு சொல்லியிருந்தார்.

அடிக்கடி போக அவனுக்கும் ஆசைதான். அவ்வூரில் இறங்கிவிட்டால் மீண்டும் பேருந்து ஏறித் தன் ஊர் வரைக்கும் நின்றுகொண்டே வர நேரும். அப்படி ஒரு கஷ்டத்தை அனுபவிக்க அவன் விரும்பவில்லை. அடிக்கடி போனால் மதிப்பிருக்காது, தவறாகக் கருதக்கூடும் என்பதாலும் தவிர்த்தான். அவள் ஊருக்கு முன்னாலேயே தூங்க ஆரம்பித்துவிடுவான். அவ்வூர் வந்துவிட்டது என்று தெரிந்தாலும் கண்ணைத் திறக்க மாட்டான். சாலையை ஒட்டியே அவள் அப்பா மளிகைக்கடை வைத்திருந்தார். கடைப் பெயர்ப் பலகையில் அவள் பெயர் சற்றே மங்கலாகத் தெரியும். அது கண்ணில் பட்டால் இறங்கச் சொல்லி மனம் தூண்டும் என்பதால் பேருந்து ஏறும்போதே எதிர்ப்பக்கத்தில் இடம் பிடித்து உட்கார்ந்துகொள்வான்.

அவள்தான் இப்போது அவன் வீட்டுக்கு வரப் போகிறாள். பேரூராட்சி ஊரில் அவளுக்குச் சொந்தக்காரர் வீடு இருக்கிறதாம். அங்கே ஒருநாள் தங்கப் போவதாகவும் அதனால் நிறைய நேரம் கிடைக்கும் என்றும் அவர்கள் வீட்டிலிருந்து ஸ்கூட்டியை எடுத்துக்கொண்டு அவன் வீட்டுக்கு வருவதாகவும் விரிவாகச் சொன்னாள்.

'பாரு... நீங்களே வளக்கற நாட்டுக்கோழிக் கறின்னு பெரும பீத்திக்குவியே ... நான் வரும்போது கோழியடிச்சுக் கொழம்பு வச்சுச் சோறு போடணும் ... இல்லைனா காலேஜ்ல உன் மானத்த வாங்கிருவன் பாத்துக்க' என்று வெகு உரிமையோடு பேசினாள். அவன் 'செரி செரி' என்று ஒற்றை வார்த்தைகளில் பதில் சொன்னான். அவள் பேசி முடிந்ததும் தலையில் கையை வைத்துக்கொண்டு வீட்டுத் திண்ணையில் உட்கார்ந்துவிட்டான். கல்லூரியில் கொஞ்சம் அதிகமாக பந்தா விட்டிருப்போமோ என்று யோசித்தான். வீட்டுக்கு வந்து பார்த்தால் எல்லாம் உடைந்துவிடுமோ? அடக்கி வாசித்திருக்கலாமோ? முகம் இருண்டு கட்டிலில் அப்படியே கவிழ்ந்து படுத்துக்கொண்டான்.

அவன் பேசியதையெல்லாம் கவனித்துக் கேட்டுக்கொண்டிருந்த அம்மா ஏதோ பிரச்சினை என்பதை உணர்ந்துகொண்டார். ‘ஆருடா அது போனுல… என்னாச்சு’ என்று கேட்டார். ‘போச்சு போ … என்னோட படிக்கற பொண்ணு ஒருத்தி இந்த ஊருக்கு வர்றாளாமா. அப்படியே நம்ம வீட்டுக்கும் வர்றமின்னு சொல்றா’ என்று புலம்பியபடி வீட்டை நோட்டமிட்டான். ‘வீட்டுக்கு வர்ற அளவுக்கு நெருக்கமா?’ என்று அம்மா சந்தேகக் கேள்வியைப் போட்டார். அவனுக்கு எரிச்சலாக வந்தது. ‘ஆமா கேக்கற பாரு… கூடப் படிக்கற பிள்ளைங்ககூட பேசாத பழகாத இருக்க முடியுமா?’ என்றான். ‘இல்லடா ரொம்பப் பழக்கமான்னு கேட்டன்’ என்றார் அம்மா. ‘இப்ப அதுக்கு ஒன்னுதான் கொறச்சலு. ஓட்டக் கூரையும் தகரக் கதவுக் கக்கூஸும் வெச்சிக்கிட்டு வாழ்ற நம்மளுக்கு அது ஒன்னுதான் கொறச்சலு. அப்படியே ரொம்பப் பழகி நாளைக்கே ஒருத்தியக் கொண்டாந்து உம்முன்னால நிறுத்தறன். ஏம்மா எரிச்சலக் கௌப்பற’ என்று கத்தினான். அம்மா அதற்கு மேல் ஒன்றுமே சொல்லவில்லை.

அவள் வந்து தன் வீட்டைப் பார்த்தால் என்ன நினைப்பாள், கல்லூரிக்குப் போய் மற்றவர்களிடம் என்ன சொல்வாள் என்று யோசிக்க யோசிக்க அவனுக்குப் பதற்றமாக இருந்தது. ஓலைக்கூரையின் மேல் கரும்புத்தோகை போட்டு வேய்ந்த வீடு. பெரிய கௌதாரி ஒடுங்கி உட்கார்ந்திருப்பது போலத் தோன்றும். எதிரிலேயே ஒரு திறந்த கொட்டகை. ஆடுகள் கட்டவும் தட்டுமுட்டுப் போடவும் அது. பக்கவாட்டில் அரசாங்கம் கட்டிக் கொடுத்த கழிப்பறை. அதை அவன் மட்டும்தான் பயன்படுத்துவான். இதை வீடு என்று சொல்லி அவளை எப்படி வரவேற்பது? அந்த நாள் வீட்டில் நாங்கள் யாரும் இருக்க மாட்டோம், வெளியூருக்குப் போகிறோம் என்று ஏதாவது சாக்குச் சொல்லி வரவிடாமல் தடுத்துவிடலாமா என்றும் எண்ணம் ஓடியது. அது பொய் என்பதை எளிதாகக் கண்டுபிடித்துவிடுவாள். விவரமானவள். பேசும்போதே ‘நான் வர்றன்னு எங்கயாச்சும் ஓடிப் போயராத. ரொம்பல்லாம் ஒன்னும் சாப்பிட்ற மாட்டன்’ என்று சிரித்துக்கொண்டே சொல்லியிருந்தாள்.

சரி, இந்த வீடுதான். அவள் வரப் போகிறாள். என்ன செய்யலாம்? இப்போது கூரையை மாற்ற முடியாது. இப்படி ஒரு கூரையை அவள் பார்த்திருக்க முடியாது. சேவேறிய பனங்கைகள், இடையில் வலிச்சிகள், இரட்டை அடுக்கில் பனை ஓலைகள், அதன் மேல் கரும்புத் தோகை என்று கூரையின் மகத்துவத்தை விவரித்து அவளை அசத்திவிடலாம். கூரை வீடாக இருப்பினும் அழகாக இருக்கிறது என்று அவள் சொல்ல வேண்டும். அதற்கு வெளிப்புறம் மட்டும் போதாது. உள்ளே அழகு பொலிய வேண்டும்.

என்ன செய்து வீட்டை மாற்றலாம் என்று யோசித்தபடி அவன் வீட்டுக்குள்ளும் வெளியிலும் போய்ப் போய் வந்தான். எல்லாமே அசிங்கமாகவும் கலைந்து கிடப்பதாகவும் தெரிந்தது. வீட்டில் அவசியமான பொருட்கள்கூட இல்லை என்றும் தோன்றியது.

'நாம இருக்கறபடிதான் இருப்பம். எவளோ வர்றாளாமா ... அதுக்கு இவன் என்னமோ இந்தப் பற பறக்குறான்' என்று அவன் அல்லாட்டத்தைப் பார்த்து அம்மா தானாகப் பேசினார். 'இங்க பாரு ... பேச்ச நிறுத்து ... உன்னோட சாமியாட்டத்த எங்கிட்டக் காட்டாத. இங்க எப்படியிருந்தாலும் எதோ கொஞ்சம் கவுரவமாக் காலேஜ்குப் போயிட்டு வர்றன். பேசிப் பேசி அதயும் கெடுத்தறாத' என்று அம்மாவை எச்சரித்தான். 'உங்கிட்ட ஆருடா பேசறா? எங்கொறைய அந்த மாரியாயிகிட்டச் சொல்லறன்' என்றார். 'அதெல்லாம் உம் மனசுக்குள்ள பேசிக்கோ. எங்காதுல உழுவக் கூடாது' என்று கோபத்துடன் சொன்னான். அதற்கு மேல் அம்மா எதுவும் பேசவில்லை. அம்மாவுக்கு அவ்வப்போது சாமி வரும். 'மாரியாயி எம்மேல வருவாடா' என்பார்.

சாமி வரும்போது அம்மாவின் முகம் தீவிர பாவம் கொண்டுவிடும். மயிரை விரித்துக் கொள்வார். உடம்பு முறுக்கு ஏறிவிடும். கைகளை இறுக்கும்போது நரம்புகள் புடைக்கும். 'ம்ம்ஹம்ம்.' என்று ஒருவிதமாகச் சத்தம் எழுப்புவார். ஆடு தன் குட்டியை அழைக்கும் கத்தல் ஒலி போல அவனுக்குத் தோன்றும். உட்கார்ந்த நிலையிலேயே தலையையும் இடுப்புக்கு மேலான உடலையும் அசைத்துப் பெருங்காற்றில் ஒவையும் மரம் போல ஆடுவார். 'ஆரம்பிச்சிட்டாடா' என்று அப்பன் அவ்விடத்தை விட்டு நகர்ந்துவிடுவார். கொஞ்ச நேரத்தில் தானாகவே ஆட்டம் நின்றுவிடும். அதன்பின் அரைமணி நேரம் அவ்விடத்திலேயே படுத்துத் தூங்குவார். அதைப் பார்த்துப் பார்த்துப் பழகிவிட்டது.

'நீ எல்லாரையும் ஏமாத்தறம்மா' என்பான். 'ஆயரம் ஆயரம் சனம், ஆயரம் ஆயரம் ஊரு. அல்லாத்தையும் உட்டுட்டு ஆயி நம்மெடம் தேடி வர்றா. தப்பா ஒரு வார்த்த சொல்லீரதா' என்று அம்மா கண்டிப்பார். அம்மா யாருக்கும் வாக்குச் சொல்வதில்லை. அந்த வரைக்கும் மாரியாயி சாமி நல்லவர்தான் என்பான் அவன். ஊரில் சில பேர் அம்மாவிடம் வந்து திருநீறு போட்டுக்கொண்டு போவார்கள். குழந்தைகளைக் கூட்டி வருவார்கள். உள்ளங்கையில் திருநீறைக் கொட்டிக் குழந்தையின் தலைமேல் அம்மா ஊதுவார். தலை முழுக்க இளநரையோடு குழந்தைகளைக் கூட்டிப் போவார்கள். அதனால் அம்மா வாரந்தோறும் வெள்ளிக்கிழமை வீட்டு மண்தரையைச் சாணி போட்டு வழித்துக் களம் போல வைத்திருப்பார்.

இப்போது சாணி வழிப்பைப் பார்க்க அருவருப்பாயிருந்தது. மண் தரையும் சாணி வழிப்பும் பார்த்தால் அவனைக் கேவலமாக நினைப்பாள். இதை வைத்துக்கொண்டு தான் கல்லூரியில் பெரிய மிராசு வீட்டுப் பையன் மாதிரி பாவனை செய்கிறாயா என்று கேட்கலாம். அப்படி ரொம்பவும் காட்டிக் கொண்டிருக்கிறோமா என்று யோசித்துப் பார்த்தான். நிறைய இருப்பதாகக் காட்டிக்கொள்ளவில்லை என்றாலும் என்ன இருக்கிறது என்பதைத் தெளிவாகக் காட்டிக் கொண்டதில்லை என்பது உறுதி. அவன் யோசனையையும் பரபரப்பையும் பார்த்து மனதுக்குள் சிரித்தபடி 'என்னமோ செய்யி' என்று சொல்லிவிட்டு கொட்டகையில் கட்டியிருந்த இரண்டு வெள்ளாடுகளையும் அவிழ்த்துப் பிடித்துக்கொண்டு அம்மாகாட்டுக்குப் போய்விட்டார்.

விவசாய நிலத்திற்குள் தனித்திருந்த வீடு. ஒரே அறைதான். அதன் முன்பகுதியில் திண்ணையும் அடுப்பும். வாசலில் பெரிய வேம்பு. அதனடியில் உட்கார வாகாக இரண்டு பலகைக்கற்கள். எதை என்ன செய்வது? கட்டிலில் விழுந்து பெருமூச்சு மேல் பெருமூச்சாக விட்டான். திடீரென்று அழுகை வருவது போலிருந்தது. கட்டிலில் குப்புறக் கவிழ்ந்து அழுதான். உடல் வலிப்புக் கொண்டது போல் குலுங்கிற்று. கணணீரால் போர்வை கொஞ்சம் நனைந்திருந்தது. தாத்தா செத்தபோதுகூட இப்படிக் கண்ணீர் வரவில்லை என்று தோன்றியதும் நிதானம் வந்தது. எழுந்து படபடக்கும் நெஞ்சை அமைதிப்படுத்தக் கொஞ்சம் தண்ணீர் குடித்தான். பிறகு திண்ணையில் உட்கார்ந்து யோசித்தான்.

அவள் வருவது உறுதி. வர வேண்டாம் என்று சொல்ல முடியாது. அதுவே பெரிய பிரச்சினை ஆகிவிடும். அவளை வரவேற்க ஏதாவது செய்ய வேண்டும். முதலில் என்ன தேவை? அவள் வந்தால் உட்கார ஒரு நாற்காலி வேண்டும். பலகைக்கல்லிலும் திண்ணையிலும் உட்கார வைக்க முடியுமா? ஒரே ஒரு நாற்காலிகூட இல்லாமல்தான் இத்தனை நாள் வாழ்ந்திருக்கிறோமா என்று நினைக்க அவனுக்குச் சோர்வாக இருந்தது. அவள் வீட்டில் சோபாக்களும் நாற்காலிகளும் நிறைந்திருக்கின்றன. யாராவது வந்தால் அவர்களை உட்காரச் சொல்லி நாமும் உட்கார்ந்து கொள்ளலாம். இங்கே அவளுக்கு மட்டுமாவது ஒரு நாற்காலி வேண்டாமா?

யார் வீட்டிலிருந்தாவது கடன் வாங்க வேண்டும், இல்லாவிட்டால் புதிதாக ஒன்று விலைக்கு வாங்க வேண்டும். ஊருக்குள் போய் யார் வீட்டிலாவது வாங்கி வர வேண்டும். 'எதுக்கு? அப்படி ச்சேர் போட்டு உக்கார வெக்கறாப்பல உங்கூட்டுக்கு யாரப்பா வர்றாங்க?' என்று கேட்காமல் இருக்க மாட்டார்கள். 'என்னோட படிக்கற பொண்ணு வருது' என்றால்

சும்மா இருப்பார்களா? கேலி செய்தே காலியாக்கி விடுவார்கள். புதிதாகவே ஒன்று வாங்கிவிட வேண்டியதுதான். ஒருநாள் காட்டு வேலைக்குப் போய் அதற்கான பணத்தைச் சம்பாதித்துக் கொடுத்துவிடலாம். அதைச் சாயங்காலம் அப்பா வந்த பிறகு பேசிக் கொள்ளலாம். இப்போது வீட்டைச் சரி செய்ய வேண்டும் என்று நினைத்தான்.

திண்ணை மேல் இரைந்து கிடந்த அவன் புத்தகங்கள் கண்ணில் பட்டன. வீட்டுக்குள்ளும் அங்கங்கே சில நோட்டுக்களும் புத்தகங்களும் சிதறியிருந்தன. அவற்றை ஒருபக்கமாக அடுக்கி வைக்கலாம் என்று தொடங்கினான். சிறுசெலவு டப்பாக்கள் வைத்துச் சுவரில் மாட்டியிருந்த இரும்பு ஸ்டேண்ட் அவன் கண்ணில் பட்டது. அதை மெல்லக் கழற்றினான். டப்பாக்களை எல்லாம் எடுத்து மரத்தடியில் வைத்துவிட்டு ஸ்டேண்டைத் துடைத்தான். திருப்தி வரவில்லை. சோப்புப் போட்டுக் கழுவினான். புதுசாகவில்லை என்றாலும் ஓரளவுக்குத் திருப்தியாக இருந்தது. வெயிலில் காய வைத்தான். பின் சில தாள்களை விரித்து ஸ்டேண்டின் நான்கு தட்டுகளிலும் தன் புத்தகங்களையும் நோட்டுக்களையும் பிரித்து அடுக்கினான். கதவுக்கு நேராக வீட்டுக்குள் ஸ்டேண்ட் நின்றது மங்கலமாகத் தோன்றியது. தன்னிடமும் சொந்தப் புத்தகங்கள் கொஞ்சம் இருக்கிறது என்பது திருப்தியாக இருந்தது. அவளிடம் பாடப் புத்தகங்கள் தவிர வேறு எதுவும் இருக்காது. இருக்காது என்ன, இல்லை. இந்தப் புத்தகங்களைப் பார்த்தால் அவள் வியப்பாள். 'இத்தன புத்தகம் வெச்சிருக்கறயா?' என்பாள். எடுத்துப் பார்க்கவும் செய்வாள். இதை வைத்து ஓரளவு சமாளிக்கலாம்.

ஸ்டேண்டிலிருந்து எடுத்துக் கலைத்த செலவு டப்பாக்களை எங்கே அடுக்கலாம் என்று யோசிக்கும்போது அவை பிசுக்கு படிந்து கறுத்துக் கிடப்பதைச் சகிக்க முடியவில்லை. அவற்றைத் துடைக்க ஆரம்பித்தான். ஒவ்வொன்றையும் அது வந்து சேர்ந்த நாளுக்குப் பின் ஒருமுறையேனும் துடைத்த மாதிரியே இல்லை. கத்தி வைத்துச் சுரண்டினால் அடை அடையாக அழுக்கு விழுந்தது. அம்மா மேல் கோபமாக வந்தது. இதையெல்லாம் ஒழுங்காக வைக்காமல் என்ன சமையல்? ஒரு ஒழுங்கில்லை, சுத்தமில்லை. இந்த லட்சணத்தில் சாமியாட்டம் வேறு. இன்னும் குறி கேட்க ஆள் வரவில்லை. போகப் போக அம்மா அதையும் செய்துவிடக் கூடும்.

கூரைகளில் ஒட்டடைகள் செம்மறியின் ரோமத்தைக் கத்தரித்துத் தொங்க விட்டது போலத் தெரிந்தன. ஓலைக்கூரையில் வளையம் வளையமாக இருந்த அவற்றைப் பெரும் பிரயாசைப்பட்டு விளக்கமாற்றால் சுருட்டி எடுத்தான். முகட்டில் எலி ஓடும் சத்தம்

மாயம்

கேட்டது. இன்றைக்கு இரவே எலிப்பொறியை வைத்துவிட வேண்டும். அவள் வரும்போது எலிகள் ஓடி விளையாடும் காட்சி கண்ணில் பட்டுவிடக் கூடாது. எலிப்பொறி வைப்பதைவிட ஒரு பூனை இருந்தால் நல்லது. அதன் குரல் கேட்டாலே எலிகள் சிதறிவிடும். இருந்த பூனை எங்கேயோ போய்விட்டது. இன்னொரு பூனை வளர்க்க வேண்டும் என்று அம்மா சொல்லிக் கொண்டிருக்கிறதே தவிர ஏற்பாடு செய்யவில்லை. ஊருக்குள் போனால் எப்படியும் பூனைக்குட்டி கிடைத்துவிடும். இன்றைக்குச் சாயங்காலமே அதைச் செய்துவிடலாம்.

ஒவ்வொரு பொருளையும் அதற்குரிய இடம் பார்த்து வைக்க முயன்றான். இந்த வீட்டுக்குள் இத்தனை பொருள்கள் இருக்கின்றனவா என்று மலைப்பாக இருந்தது. அங்கும் இங்கும் மாற்றி மாற்றி வைத்து அடுக்கி ஒழுங்குபடுத்தியதில் அவனுக்கு நேரம் போனதே தெரியவில்லை. வீட்டுக்குள் நடந்து நடந்து பார்த்தான். சுவர்களுக்குச் சுண்ணாம்பு அடிக்க வேண்டும். பானைகளை முறைப்படுத்த வேண்டும். பீரோவில் துணிகளைச் சரியாக அடுக்க வேண்டும். இன்னும் எவ்வளவோ செய்ய வேண்டியிருப்பதாகப் பட்டது. ஆனால் சோர்வாக இருந்தது. தோழியிடம் இருந்து அழைப்பு வந்த பிறகு தண்ணீர்கூடக் குடிக்கவில்லை என்பதும் காலையில் சாப்பிடவே இல்லை என்பதும் நினைவுக்கு வந்தது. சரி, இன்னும் இரண்டு நாள் இருக்கிறது. ஒவ்வொன்றாகச் சரி செய்துவிடலாம் எனத் தேற்றிக் கொண்டான். என்னவென்று தெரியாமலே சாப்பிட்டான். உண்ட களைப்பில் திண்ணையில் குறுக்கிப் படுத்தவன் அப்படியே தூங்கிப் போனான்.

அவன் விழித்த போது சாமி மருள் ஏறிய அம்மாவின் முகம் பிரகாசமாகத் தெரிந்தது. மாரியாயியே வந்தது போல அம்மா தோன்றினார். மஞ்சள் புடவை. விரித்த கூந்தல். எலுமிச்சை மாலை. கையில் திருநீறு இருந்தது.'ம் ... பாருடா' என்று அம்மா கர்ஜித்தார். எழுந்து உட்கார்ந்து அவன் சுற்றிலும் பார்த்தான். திருநீற்றை உள்ளங்கையில் குவித்துக் கொண்டு காற்றில் ஊதினார் அம்மா. திருநீறு புகையாகி விரிந்து அந்தரத்தில் படர்ந்தது. மெல்ல அது கலைந்து முடிந்தபோது பெரிய வீடு தெரிந்தது. அது வீடல்ல, பெரிய மாளிகை. அங்கே எல்லாம் இருந்தன. அம்மாவின் திருநீறு செய்த மாயம்; மாரியாயி அருள். உற்சாகத்தோடு தோழியை வரவேற்கத் தயாரானான் அவன்.

01–01–2010

✦

ஒளி

முருகேசுவின் தந்தை இறந்து ஐந்து நாட்களாயின. மிகச்சிறு விபத்து. பழைய டிவிஎஸ் 50 வண்டி வைத்திருந்தார். பல வருசங்களாக அதில்தான் அவர் பயணம். மெதுவாகவே போவார். ஒருநாள் வண்டியில் அவர் போய்க் கொண்டிருக்கும்போது ஒரு பேருந்து கடந்து போயிற்றாம். பிறகு ஒரு லாரி போயிற்றாம். கார், பைக்குகள் எல்லாம் அவரை முந்திவிட்டுப் போயினவாம். ஒரு மிதிவண்டியும் அவரைக் கடந்தது. ஒருவன் வேகமாக நடந்து வந்தானாம். அவனுக்கு என்ன அவசரமோ என்று வழிவிட்டு ஒதுங்கி அவன் போன பிறகு வண்டியை ஓட்டினாராம். அப்படித்தான் அவர் வண்டி ஓட்டும் வேகத்தைக் கேலி செய்வார்கள். 'தள்ளிக்கிட்டுப் போறதும் அவரு ஓட்டறதும் ஒன்னுதான்' என்பார்கள். ஆனால் மரணம் எந்த வடிவத்தில் வரும் என்று யாருக்குத் தெரியும்? வண்டியில் கண்மண் தெரியாமல் பறக்கிறவனை மரணம் நெருங்குவதில்லை. நடக்கிறவனை மரணம் வாரிக்கொண்டு போய்விடுகிறது. முருகேசுவின் தந்தைக்கும் அப்படித்தான் ஆயிற்று.

வீட்டில் இரண்டு எருமைகள் இருந்தன. ஒன்று கறவை. மற்றொன்று சினை. காலையில் கறந்த பாலை நான்கு வீடுகளுக்குக் கொண்டுபோய்க் கொடுத்து வருவார். வழக்கமான டீக்கடையில் நின்று கொஞ்ச நேரம் பேசுவார். ஒரு டீயும் குடிப்பார். அங்கே சில நண்பர்கள் உண்டு.

அவர்களோடு பேசிவிட்டு வரும்போது எட்டு மணி ஆகிவிடும். ஊர் வழியாகச் செல்லும் சிற்றுந்தை ஏதாவது ஓரிடத்தில் கடக்க நேரும். அப்படித்தான் அன்றைக்குக் காலை நேரம். முதன்மைச் சாலையிலிருந்து ஊருக்குப் பிரியும் பஞ்சாயத்துச் சாலையில் வண்டியில் வந்து கொண்டிருந்தார். வழியில் சிறுபாலம் ஒன்றுண்டு. அதனடியே இருந்தது வாய்க்காலாம். ஏதோ ஒருகாலத்தில் தண்ணீர் போனதுண்டாம். இப்போது கோழிக்கறிக்கடைக்காரர்கள் இறகுகள், குடல்கள் செறிந்த கழிவுகளை எல்லாம் கொண்டு வந்து கொட்டும் இடமாக இருந்தது.

வாய்க்காலில் கொட்டுகிறோம் என்று அவர்களுக்கும் தோன்றவில்லை; அவ்விடம் வந்ததும் மூக்கைப் பிடித்துக்கொண்டு நகரும் மக்களுக்கும் தோன்றவில்லை. வாய்க்காலின் ஆயுள் முடிந்துவிட்டிருந்தது. கோழிக்கறிக் கழிவுகளைத் தின்பதற்கு எப்போதும் நாய்கள் கூட்டம் திரிந்து கொண்டிருக்கும். அவ்விடத்தைக் கடக்கும்போது ரொம்பவும் எச்சரிக்கையாகவே போவார். ஒரு நாய் சக நாயோடு சண்டை போடும்போது உலகத்தில் நடக்கும் வேறு எதுவும் அதன் கவனத்திற்கு வரவே வராது. அப்படி நாய்கள் சண்டை போட்டுக்கொண்டு கண்மண் தெரியாமல் வண்டியில் வந்து விழுந்துவிடலாம். சிலருக்கு அப்படி நடந்திருக்கிறது. அதனால் மிகவும் எச்சரிக்கையாகவே அவ்விடத்தைக் கடப்பார்.

அன்றைக்கும் அப்படித்தான் போனார். பாலத்து மேல் போகும்போதே சிற்றுந்து வந்துவிட்டது. அவருக்குப் பின்னால் வந்த சிற்றுந்து ஓட்டுநர் ஒலி எழுப்பி அவருக்கு வணக்கம் சொன்னார். தினசரி வழக்கம் அது. அவரும் சிரித்துக்கொண்டே கையைக் காட்டினார். சிற்றுந்து அவரைக் கடந்த அதே கணத்தில் நாயொன்று சாலை கடந்ததைக் கவனிக்க முடியவில்லை. ஒரே நொடியில் வண்டி நாய் மேல் மோதிக் கீழே விழுந்தார். கைகள் தாமாக இரண்டு பிரேக்கையும் அழுத்திவிட்டதில் எகிறிப் போய் வண்டிக்கு முன்னால் அவர் விழுந்திருந்தார். சிற்றுந்தில் போனவர்கள் பின் கண்ணாடி வழியாகப் பார்த்து இறங்கி ஓடி வந்தார்கள். பெரிய அடியில்லை. அங்கங்கே சிராய்ப்புகள். முகத்திலும் தலையிலும் சிறுசிறு காயங்கள். ஊன்றிய இடக்கையில் வலி. எலும்பு முறிவாக இல்லை. ரத்தக் கட்டுத்தான். விபத்து நடந்த பிறகும் நன்றாகவே பேசிக்கொண்டிருந்தார்.

வீட்டுக்குக் கூட்டி வந்தார்கள். கட்டிலில் உட்கார்ந்து தண்ணீர் கேட்டார். அம்மா கொண்டுவரப் போனார். பார்த்து விசாரிக்க வந்தவர்களிடம் சிரிக்கப் பேசினார். பேசிக்கொண்டே

தலைப்பக்கம் கையைக் கொண்டு போனார். பேசப் பேசவே சட்டெனத் தலை சாய்ந்து உயிர் பிரிந்துவிட்டது. இப்படி உயிர் பிரிவதை நேரில் பார்த்தவர்கள் 'மனுச வாழ்க்க என்ன போ' என்று விரக்தியுடன் அக்காட்சியை விவரித்தார்கள்.தலையில் உள்ளடி பட்டிருக்கும் என்று எல்லோரும் சொன்னார்கள். மருத்துவமனைக்குப் போயிருந்து ஒரு சிலநாள் மருந்து மாத்திரை என்று கவனித்துப் பார்த்தபின் இறந்திருந்தால் 'பார்த்தோம்' என்னும் நிறைவாவது கிடைத்திருக்கும். ஒன்றும் இல்லாமல் நிமிச நேரத்தில் எல்லாம் முடிந்துவிட்டது.

முருகேசனால் தாங்கிக்கொள்ளவே முடியவில்லை. அவர் அவன்மேல் அப்படி ஒரு பிரியம் வைத்திருந்தார். அவ்வளவாக வெளிக்காட்ட மாட்டார்.சிறுசிறு சொற்கள் கனிந்து வரும்.செயலை உறுத்தலாக்க மாட்டார். அதை அவனும் உணர்ந்திருந்ததால் பிரியத்தை ஒருபோதும் துயருக்கு ஆளாக்கியதில்லை.'தாய்க்குத் தலைமகன், தந்தைக்குக் கடைமகன்' என்னும் வழக்கப்படி அவருக்கு முருகேசு கொள்ளிக்குடம் சுமந்து மண் தள்ளினான். கொள்ளிக்குடத்தைத் தோளில் வைத்துச் சுற்றியபோது பெருங்குரலெடுத்து 'அப்பாஅ ...' என்று கத்திவிட்டான். அவன் அப்படி அழுவான் என்று யாரும் எதிர்பார்க்கவில்லை. அவன் அண்ணன்களுக்கே அது ஆச்சரியமாக இருந்தது. மூத்தண்ணன் 'நம்ம கையிலயா இருக்குது? நாங்கெல்லாம் இருக்கறம், அழுவாதடா' என்று அருகில் வந்து கையைப் பற்றிக்கொண்டார். அப்போது அண்ணனுக்கும் அழுகையை அடக்க முடியவில்லை என்பதை அவன் கவனித்தான். அழுகை ஒரு தொற்றுநோய். பார்ப்பவர்கள், சொல்பவர்கள், கேட்பவர்கள் எல்லோரையும் சட்டெனப் பற்றிக் கொள்ளும் கொடூரத் தொற்றுநோய். இடுகாட்டுக்கு வந்தவர்கள் எல்லாருக்குமே கண் கலங்கிற்று. 'சின்னப்பையன் அப்படி அழுதானாமா' என்பதே ஊரெங்கும் பேச்சானது.

அவர் இறப்பை எப்படிக் கடப்பதென அவனுக்குத் தெரியவில்லை. அவரைப் பற்றிய நினைவுக்குள்ளேயே உழன்றான். இரண்டாவது நாளே அம்மா இயல்பாகிவிட்டாள். யாராவது துக்கம் விசாரிக்க வந்தால் மட்டும் முகத்தைத் துயரமாக்கிக் கொண்டாள். முந்தானைச் சேலையை மடித்து வாய்மேல் வைத்துக்கொண்டு கமுக்கமான குரலில் நடந்த சம்பவத்தைத் துல்லியமாக விவரித்தாள். 'எனக்கு ஒன்னுமில்ல, உழுந்த அதட்டிதான்' என்று எல்லோரிடமும் பேசிக் கொண்டிருந்தார் எனவும் 'முருகேசு மூஞ்சியப் பாத்துக்கூடக் கவலப்படாத, உங்கடமைய முடிக்காத அத்தன சீக்கிரம் சாவ மாட்டனய்யானு

சொன்னாரே' என்றும் கூறி அம்மா பொங்கி அழும்போது வந்தவர்கள் கொஞ்சம் சங்கடப்பட்டார்கள். அப்பா எப்போது அப்படிச் சொன்னார் என்று அவனுக்குத் தெரியவில்லை. அம்மாவால் இப்படியெல்லாம் இட்டுக்கட்ட முடிகிறதே என்று ஆச்சர்யப்பட்டான்.

அம்மாவை வெள்ளைச் சேலை கட்டிக்கொள்ளச் சொல்லி யாரும் வற்புறுத்தவில்லை. சிலர் காவிச்சேலை கொடுத்துவிடலாம் என்றார்கள். அப்படி எதையும் கட்டச் சொல்வார்களோ என்று அம்மா பயந்து கொண்டிருந்தார். அதனால் மூத்த மகனிடம் 'நான் சாயச்சீலயே கட்டிக்கறன் பையா ... பத்திருபது கெடக்குது அதெல்லாம் தூக்கிப் போட்டுட்டுப் புதுசு வாங்குனா செலவாவும். எதுக்கு அது?' என்று மெல்லச் சொன்னார். அண்ணன் அதை மற்றவர்களிடம் நயமாகச் சொல்லிச் சாயச்சீலை கட்டிக்கொள்ளச் சம்மதம் வாங்கிவிட்டார். 'அந்தக் காலம் மசக்காலம். அப்ப எல்லாம் புருசன் செத்துப் போயிட்டா பொண்டாட்டி சின்ன வயசா இருந்தாலும் வெள்ளச் சேலதான். இன்னைக்கு நாகரிகம் பெருத்துப் போன காலம். இன்னைக்குக் கெழவிகூட வெள்ளச்சீல வேண்டாங்கறாப்பா' என்று சிலர் முணுமுணுத்தாலும் தங்களுக்குள் பேசிக் கொண்டாலும் அம்மாவை யாரும் வற்புறுத்தவில்லை. அது அம்மாவுக்குப் பெரிய நிம்மதியைக் கொடுத்தது.

இரண்டாம் நாளுக்குப் பிறகு அவன் உடன்பிறப்புகள் அந்த வேலை, இந்த வேலை என்று மெல்ல நழுவித் தங்கள் வீடுகளுக்குப்போய் வேலைகளைப் பார்த்துவிட்டு இரவில் பேருக்கு வந்தார்கள். நாள் முழுக்க இங்கேயே உட்கார்ந்திருந்தால் போன அப்பன் திரும்பியா வரப் போகிறார்? அவரவர்களுக்கு வேலை இருந்தது. இன்னும் சிலநாள் அவரைப் பற்றி ஆளுக்கொரு விஷயத்தைப் பேசுவார்கள். அவ்வளவுதான். 'கடைசியானுக்கு மட்டும் கலியாணம் பண்ணிப் பாத்திட்டுப் போயிருக்கப் படாதா' என்று முருகேசுவைக் கட்டிக்கொண்டு பலபேர் அழுதார்கள். எல்லாம் முடிந்தபின் வந்தவர்களும் அதையே சொல்லி அவனைச் சோகமாகப் பார்த்தார்கள். கல்யாணக் காட்சியைப் பார்த்திருந்தால் அவருக்குச் சொர்க்கம் கிடைத்திருக்கக் கூடும் என்றும் அது தன்னால் தடைபட்டுவிட்டது என்றும் அவனுக்கே தோன்றத் தொடங்கியது.

அவரை இன்னும் நன்றாகக் கவனித்திருக்க வேண்டும், அவருக்கு இன்னும் பலவற்றை வாங்கிக் கொடுத்திருக்க வேண்டும், அவரோடு இன்னும் பல வார்த்தைகள் பேசியிருக்க வேண்டும், அவரை இன்னும் சில இடங்களுக்குக் கூட்டிப்

போயிருக்க வேண்டும் – இப்படி எத்தனையோ இன்னும்கள் அவனுக்குள் தோன்றின. அவரால்தான் அவன் கல்லூரிக்குப் போய்ப் படிக்க முடிந்திருக்கிறது. குடும்பத்தில் முதல் ஆளாகக் கல்லூரியில் கால் எடுத்து வைத்தவன் அவன்தான். அவனுக்குப் படிக்கும் ஆசை இருந்ததை உணர்ந்து 'போ' என்று அனுப்பினார். அண்ணன்கள்கூட அதை அவ்வளவாக விரும்பவில்லை. 'படிப்புக்கும் நம்ம குடும்பத்துக்கும் என்ன சம்பந்தம்?' என்று கேட்டார்கள். 'இன்னமே சம்பந்தம் வந்திரும்' என்று சிரித்தார் அப்பன்.

முருகேசுவால்பழைய மாதிரி சாப்பிட முடியவில்லை. உடன் உட்கார்ந்து சாப்பிடும் அவர் முகமும் ஏதாவது ஒரு பதார்த்தத்தை எடுத்து அவன் வட்டிலில் போடும் அவர் கையும் நினைவுக்கு வந்தன. கறி ஆக்கும் நாளில் அவனுக்குப் பிடித்த மாவுக்கறித் துண்டுகளை எடுத்து ஊட்டிவிடாத குறையாகத் தருவார். 'எலும்புக்கறியும் நல்லாச் சாப்பிடோணும். அதுதான் காலுக்கு வலுவு தரும்' என்பார். நல்லி எலும்பைத் தட்டிவிட்டு உறிஞ்சக் கொடுப்பார். அருகில் அவர் இருப்பது போலவும் 'நல்லாச் சாப்பிடு' என்று சொல்வது போலவும் சிலசமயம் தோன்றுகிறது. சிலசமயம் அவர் இடம் வெறுமையாகத் தெரிகிறது. சோற்றில் கை அளைகிறதே தவிர உள்ளே இறங்கவில்லை.

அவனால் தூங்கவும் முடியவில்லை. அவர் கட்டிலும் அவன் கட்டிலும் அருகருகேதான். அன்றன்றைக்கு நடக்கும் விஷயங்களை கதை போல விலாவாரியாக அவனிடம் சொல்வார். அவர் சந்திக்கும் ஒவ்வொரு மனிதரைப் பற்றியும் அவருக்கு ஒரு அபிப்ராயம் இருந்தது. ஒரு சம்பவத்தை அவரைப் போல யாராலும் சொல்ல முடியாது என்று நினைப்பான். அவர் பேசப் பேசவே தூங்கிப் போய்விடுவான். காலையில் சிரித்துக்கொண்டே 'எதுவரைக்கும்யா கேட்ட?' என்பார். அவனுக்கு வெட்கமாக இருக்கும். 'ஆமா, இந்த வயசுல நல்லாத் தூங்கோணும்' என்பார். ஏதாவது கனவில் பிதற்றினாலோ புரண்டு படுத்தாலோ 'என்னய்யா' என்று குரல் கொடுப்பார். அந்தக் குரல் அத்தனை தைரியத்தைக் கொடுக்கும். அவர் தூங்குவாரோ மாட்டாரோ என்றிருக்கும். சிறுசத்தமும் விழிப்பைக் கொடுக்கும் கோழித்தூக்கம்தான் அவருடையது.

என்றைக்காவது கொஞ்சம் குடித்துவிட்டு வருவார். அன்றைக்கு அவர் வார்த்தைகள் எல்லாம் பிரியத்தில் முக்கி எடுத்தவையாக வரும். 'கடசி காலத்துல நீதான் என்னயப் பாக்கோணும். உங்கண்ணனுங்கள எல்லாம் நான் நம்புல' என்பார். அவனுக்குச் சின்ன வயதில் வந்த நோய் ஒவ்வொன்றும் அவருக்கு

நினைவில் இருந்தன. அதை வயது, நோய், பார்த்த மருத்துவம், பட்ட கஷ்டம் எல்லாவற்றோடும் சேர்த்துக் கதை போலச் சொல்வார். எத்தனையோ முறை தன் சாவை அப்பாதான் தள்ளிப் போட்டிருக்கிறார் என்று அவனுக்குத் தோன்றும். நோய்களுக்குத் தப்பித்தலே மனித வாழ்க்கை என்பதாக உணர்வான்.

எல்லாமே அவருடைய நினைவைக் கொண்டிருந்தன. அவனுக்கு அம்மா ஆறுதல் சொல்லிப் பார்த்தாள். வெளியே அனுப்ப முயன்றாள். அப்பாவை விட்டு அவனால் எங்கும் நகர முடியவில்லை. ஐந்தாம் நாள் மாலை அவன் நண்பன் பக்கத்து ஊரிலிருந்து வந்தான். அமைதியாகக் கொஞ்ச நேரம் உட்கார்ந்திருந்தவன் மெல்லப் பேச்செடுத்தான். 'நாம எதிர்பார்த்துக்கிட்டிருந்த தளபதி படம் இன்னைக்கு ரிலீசுடா. டிக்கெட் வாங்கி வெச்சிருக்கறன். இப்ப நீ இருக்கற நெலமைல கூப்பிடக் கூடாது. ஆனாலும் இப்படியே எத்தன நாளைக்கு இருப்ப. வா . . . போயிட்டு வரலாம். கொஞ்சம் மனசுக்குத் தெம்பா இருக்கும்' என்றான். நண்பன் மெல்லப் பேசினாலும் அங்கே இருந்தவர்களுக்கு எல்லாம் கேட்டது. அந்த இடத்துக்குப் பொருத்தமில்லாத பேச்சு என்பதாலோ என்னவோ எல்லோரும் ஒரு நிமிடம் அமைதியாக இருந்தார்கள்.

வீட்டுக்குள் கதவுக்கு நேராக அவர் படம் வைத்து அதற்குப் பூப் போட்டிருந்தது. பித்தளைச் சொம்பில் தண்ணீர் கொண்டு வந்து படத்திற்கு முன்னால் அம்மா வைத்தார். அப்பா இரவில் வீட்டுக்கு வந்து போவார் என்றும் அவருக்குத் தாகமாக இருக்கும், குடிக்கத் தண்ணீர் வைத்தால் குடித்துவிட்டுப் போவார் என்றும் தினமும் மாலையில் அந்த வேலை நடக்கும். முதல் இரண்டு நாட்கள் காலையில் ஓடி ஓடிச் சொம்புத் தண்ணீரைப் பார்த்தார்கள். வைத்ததிலிருந்து கொஞ்சம் தண்ணீர் குறைந்திருக்கிறது என்று சொன்னார்கள். மீதத் தண்ணீரைச் செடியடியில் ஊற்றினார்கள். அச்செடி நன்றாக வளரும் என்றார்கள். அவர் வந்து போக வசதியாக இரவு முழுவதும் கதவைத் திறந்து வைத்திருந்தார்கள். சொம்புத் தண்ணீரை வைத்துக் கொண்டிருந்தபோதே வெளியே நடந்த பேச்சை அம்மா கேட்டிருந்தார்.

வெளியே வந்த அம்மாவின் பேச்சு அமைதியை உடைத்தது. 'போயிட்டு வாடா. உங்கப்பனுக்கும் இவன் நடிச்ச படம் ரொம்பப் புடிக்கும். போயிட்டு வா.' பிறகு அங்கிருந்த ஒவ்வொருவரும் அம்மாவை வழிமொழிந்தார்கள். பெரியவர் ஒருவர் சொன்னார், 'உங்கப்பனுக்குப் புடிச்ச பிராந்திப் பாட்டில குழித் தலமாட்டுல வெச்சம். அது மாதிரிதான் இதுவும். அவனுக்குப் புடிச்ச படத்த நீ பாத்திட்டு வா. அவனுக்குச் சந்தோசமாயிரும். ஒன்னும் தப்பில்ல.'

வரவிருக்கும் அந்தப் படத்தைப் பற்றி நான்கைந்து நாட்களுக்கு முன் அவனோடு பேசினார். ‘இந்தப் படம் பெரியளவுக்கு ஓடுச்சின்னா தளபதி அரசியலுக்கு வந்திருவாரா?’ என அவர் கேட்டதும் படம் வெளியானதும் இருவரும் சேர்ந்து போகலாம் எனப் பேசியதும் நினைவுக்கு வந்தன. தளபதியை இன்னொரு எம்ஜிஆர் என்று அவர் கருதினார். ‘காதலுக்கு மரியாதை’ பார்த்ததில் இருந்து பிடித்துப் போயிற்று. ‘தாய் தந்தைக்கு மதிப்புக் குடுக்கோணும், அவுங்க சொல்லுக்கு மரியாத குடுக்கோணும்னு சொல்ற அருமையான படம்’ என்று எப்போது அதைப் பற்றிப் பேச்சு வந்தாலும் சொல்வார்.

எனினும் தயக்கத்தோடே கிளம்பினான். அப்பா இறந்து ஒருவாரம்கூட ஆகவில்லை, அதற்குள் படம் பார்ப்பது நல்ல மனநிலையா என்பதைப் பற்றி அவனுக்குள் கேள்வி வந்தது. ‘பாரு, அதுக்குள்ள சோடி போட்டுக்கிட்டுப் படம் பாக்கப் போறான்’ என்று யாராவது சொல்வார்களோ? நண்பன் எதை எதையோ சொல்லிக் கொண்டு வந்தான். நண்பன் சைக்கிளில் வந்திருந்தான். அவனிடமும் சைக்கிள் இருந்தது. அதை எடுக்கையில் ‘காலேஜ் போக வண்டி வேணுமின்னா சொல்லு. வாங்கிக் குடுக்கறன்’ என்று அவர் சொன்னதும் அவன் ‘இப்ப வேண்டாம்பா. முடிச்சுட்டு வாங்கிக்கறேன்’ என்று சொன்னதும் மனதில் ஓடி நெகிழ்த்தின. வண்டி வாங்கியிருக்கலாமோ என்று தோன்றியது. வண்டியை எடுக்கும் போதெல்லாம் அவர் நினைவு வரும்.

டிவிஎஸ் 50ஐ அவர் இறந்த அடுத்த நாளே ஒரு மெக்கானிக்கை வரவைத்து ‘வந்த விலைக்கு விற்றுவிடச் சொல்லிக்’ கொடுத்தனுப்பி விட்டான் சின்னண்ணன். அப்பாவின் நினைவாக அதையாவது வைத்திருக்கலாம். ‘ஒருசுரக் காவு வாங்குன வண்டிய ஊட்டுல வெச்சிருக்கக் கூடாது’ என்று அம்மா சொன்னார். ‘இது அவரோட போவட்டும். இது இருந்தாப் பாக்கறப்பெல்லாம் இதுல போயித்தான செத்தாருன்னு அவரு நெனப்பாவே இருக்கும். குடுத்துத் தொலச்சிரு’ என்று மூத்தண்ணன் சொன்னான். முருகேசுக்கு மட்டும் வண்டி இருந்தால் அவர் இருப்பது போல நினைத்துக் கொள்ளலாமே என்று தோன்றியது. அவர் நினைவால் அவன் தான் பித்துப் பிடித்தது போலிருக்கிறான் என்றும் அதை எப்படியாவது சரிசெய்ய வேண்டும் என்று எல்லோரும் நினைக்கும்போது அவன் பேச்சு எடுபட வாய்ப்பில்லை. ஒன்றும் பேசாமல் இருந்துவிட்டான்.

ஊரிலிருந்து திரையரங்கிற்குச் செல்ல நான்கு கல் தொலைவு. போகும் வழியில்தான் இடுகாடு. அப்பாவின் புதைகுழி தெரிந்தது. ஒரு வேம்படியில் குளிர்ச்சியாகப் படுத்திருந்தார். பூமாலைகள்

காய்ந்திருந்தன. தலைமாட்டில் வைத்திருந்த பிராந்திப் பாட்டிலை மறுநாளே காணோம். அன்றைக்கே குடித்துவிட்டார் என்றும் எட்டாம் நாள் காரியத்தின்போது இன்னொரு பாட்டில் வாங்கி வைக்க வேண்டும் என்றும் பேசிக்கொண்டார்கள். எப்போதாவது ஒருநாள் பிராந்தி மட்டும் கொஞ்சமாகக் குடிப்பார். அவரோடு குடிப்பவர்கள் 'ஒரு பொட்டுத் தொட்டு நாக்குல வெச்சிக்கிட்டு நானும்குடிக்கறன்னு சொல்றானப்பா' என்றோ 'மோந்து பாக்கத்தான் வர்றான்' என்றோ சொல்லிக் கேலி செய்வார்கள். குழியைத் திரும்பித் திரும்பிப் பார்த்துக்கொண்டே போனான். அருகில் போய்ப் பார்க்க நேரமில்லை. அவசரமாகப் போனால்தான் படத்தை முதலிலிருந்து பார்க்க முடியும். படம் பார்த்துவிட்டு வரும்போது சற்றே இடுகாட்டின் அருகே நின்று அப்பாவின் குழியைப் பார்த்துப் படத்தின் கதையைக் கொஞ்ச நேரம் சொல்லிவிட்டு வரலாம். அவர் ஆன்மா சாந்தியடையும் என்று சொல்லித் தன் மனதைச் சமாதானப்படுத்திக் கொண்டான்.

படம் நன்றாகவே இருந்தது. தளபதி அரசியலுக்கு வரலாம் என்று உறுதியாகச் சொல்லத்தக்க படம். அப்பா பார்த்திருந்தால் சந்தோசப்பட்டிருப்பார். எந்தெந்தக் காட்சியைப் பற்றி அவர் என்னென்ன விதமாக அபிப்ராயம் சொல்வார் என்று யோசித்துக்கொண்டே வந்தான். எப்படியும் அவருக்குக் கதை சொல்லிவிடலாம் என்னும் எண்ணத்தோடு நண்பனிடம் விடைபெற்றுக் கொண்டு சைக்கிளை மிதித்தான். இருள் அடர்த்தியில் பழக்கத்தின் காரணமாக ஊகித்துத் தடமறிந்து ஓட்டினான்.

இடுகாட்டின் அருகில் வந்தபோது இருள் இன்னும் வலுவாகத் திரண்டு இறுகி நின்றிருந்தது. மரங்கள் வானுயரம் ஏறி நின்றன. எருக்கின் மணம் பரவிய மெல்லிய காற்று அவனைச் சூழ்ந்தது. சிலிர்த்துக் குளிர் ஏற அவனையறியாமல் உடல் நடுங்கியது. ஹேண்டில்பாரில் விரல்களை இறுக்கிப் பிடித்திருந்தான். சைக்கிள் ஏதோ கல்லில் பட்டுத் தடுமாறிற்று. 'என்னய்யா . . . படம் நல்லாருந்துதா?' என்னும் அப்பாவின் குரல் அவன் காதுகளை உரசியது. அது அவர் குரல்தான். 'வாய்யா . . . கத சொல்லு வாய்யா.'இன்னும் நெருங்கி வாஞ்சையோடு அழைத்தது குரல். 'வாய்யா' என்னும் சொல் விதவிதமாக ஒலித்தது. அவன் காதுக்குள் ரகசியம் போல அழைத்ததும் உடல் சிலிர்த்துப் போனான்.தலை வேர்த்து ஜிவ்வென்று ஏறிற்று. கால்களில் எப்படித்தான் சக்தி கூடியதோ தெரியவில்லை. அதுநாள் வரை அத்தனை வேகமாக அவன் சைக்கிளை மிதித்ததே இல்லை. இருபுறமும் காற்று விர்ரென்று சத்தம் போட ஒரே ஜோரில் வீட்டு வாசலுக்கு வந்து சைக்கிளை நிறுத்திவிட்டு மூச்சு வாங்கினான்.

வீட்டுக்கு முன்னால் நல்ல வெளிச்சம் இருந்தது. வந்த தடத்து இருளைத் திரும்பிப் பார்த்தான். இருளுக்குள் அப்பாவின் உருவம் அசைந்து 'வாய்யா' என்று பிரியமாகக் கூப்பிடுவது நன்றாகக் கேட்டது. கூப்பிட்டுக் கொண்டு பின்னாலேயே வந்துவிட்டார். சைக்கிளை அப்படியே போட்டுவிட்டு 'அம்மா அம்மா...' என்று கத்திக்கொண்டே வெளிச்சத்திற்குள் ஓடினான்.

31—12—19